విజయ రహస్యాలు

టీచర్లు చెప్పనివి - పెద్దలకు తెలియనివి

యండమూరి వీరేంద్రనాథ్

నవసాహితి బుక్ హౌస్

ఏలూరు రోడ్ ● విజయవాడ-520 002.

VIJAYA RAHASYALU

By :
YANDAMOORI VEERENDRANATH
36, U.B.I. Colony,
Road No. 3, Banjara Hills,
HYDERABAD - 500 034.
Ph : 924 650 2662
yandamoori@hotmail.com
www.yandamoori.com

SARASWATHI VIDYA PEETAM
Kakinada - Samalkot Road,
MADHAVAPATNAM,
E.G. Dist. (A.P.)

Seventeenth Edition : May' 2021

Publishers :
NAVASAHITHI BOOK HOUSE
Eluru Road, Near Ramamandiram,
Vijayawada - 520 002.
Ph : 0866 - 2432 885
navasahithiravi@gmail.com

Printers :
NAGENDRA ENTERPRISES,
Vijayawada-3.
Ph : 2575115

Price :
- **90/-**

విషయసూచిక

అంకితం

ఒక గమ్యం

రెండు దశలు :
- సమస్య దశ
- అవకాశం దశ

మూడు దయ్యాలు

జనిత బలహీనతలు :
- భయం
- ఆందోళన
- దిగులు

సహజ బలహీనతలు :
- కోపం
- ఆత్మన్యూనత

ఆకర్షణీయ బలహీనతలు :
- బద్ధకం
- నిద్ర
- మానసిక వత్తిడి (స్ట్రెస్)

నాలుగు అవకాశాలు

తెలివి :
- వ్యవహారిక తెలివి
- నైపుణ్యం

జ్ఞాపకశక్తి :
- ఓవర్లోడ్
- న్యూరాన్స్

ప్రతిస్పందన :
- గ్రూప్ డిస్కషన్స్
- ఉపన్యాస కళ

ఏకాగ్రత :
- అలజడి
- నిర్వాణ టెక్నిక్
- ఇంద్రియ నిగ్రహం

అయిదు సూత్రాలు (పెద్దలకి) :
- నిరర్థక తెలివితేటలు
- ఆవేశపూరిత ఉత్సాహం
- ఏకాగ్రతా లోపం
- వయస్సు
- ప్రేమ

ఉపసంహారం

చదువు అంటే విద్యాలయంలో నేర్చుకున్నదంతా మర్చిపోయిన
తర్వాత చివరకు మిగిలేది   - ఆల్బర్ట్ ఐన్‌స్టీన్

అంకితం

ఈ పుస్తకం రాయడానికి నాకున్న అర్హత ఏమిటి? ఒకే ఒకటి. అయిదోక్లాసు ఒకసారి, ఆరోక్లాసు ఒకసారి ఫెయిలయ్యాను. మా తాతగారి గారాబు మనవణ్ణి నేను. ఆయన మరణించిన తర్వాత నేను మాతండ్రిగారి దగ్గరకు వచ్చేసాను. అప్పుడు పన్నెండేళ్ల వయసులో నేను ఆరోక్లాసు (రెండో సంవత్సరం) చదువుతున్నాను. ఆయన ప్రతీరోజూ సాయంత్రంపూట గంటసేపు నాకు పాఠం చెప్పేవారు. నాకేకాదు. ఆవీధిలో ఉన్న కుర్రవాళ్లందరినీ ఇంటిబయట అరుగుపై కూర్చోబెట్టి ఉచితంగా పాఠాలు చెప్పేవారు. నెగ్గినవాళ్లకి పెన్సిళ్లు, రబ్బర్లు బహుమతిగా ఇచ్చేవారు. ఆ సంవత్సరాంతపు లెఖ్ఖల పరీక్షలో నాకు నూటికి నూరు మార్కులు వచ్చాయి. ఆ తరువాత పబ్లిక్ పరీక్షలో హైదరాబాదులో నేను చదివిన హైస్కూలు తాలుకు యాభై సంవత్సరాల రికార్డ్‌ని బ్రేక్ చేసాను. ఆ పైన ఛార్టెడ్ అకౌంటెన్సీ పరీక్షలో ప్రతిభ ఆధారంగా నాలుగు సంవత్సరాల ట్రయినింగ్ కోర్సు నాకు ఒక సంవత్సరం తగ్గించబడింది.

ఇదంతా చూసిన తర్వాత నాకు ఒక విషయం అర్థమైంది! నాలాంటి ఒక సామాన్యవిద్యార్థి కూడా మంచి శిక్షణ వల్ల ఓటమి నుంచి గెలుపు సాధించగలడని! తనపై తనకి కాస్త నమ్మకం కలిగిస్తే, ఎలాంటి విద్యార్థి అయినా శిఖరం అధిరోహించగలడని!! పిల్లల్లో చదువంటే ఉత్సాహం కలిగించవలసింది పోయి తల్లిదండ్రులు వారికి తెలియకుండానే దాన్ని ఒక తప్పనిసరి అయిన బాధ్యతగా చిత్రీకరిస్తున్నారు. కష్టపడి చదివితే తప్ప జీవితంలో పైకి రాలేమేమో అన్న భయాన్ని సృష్టించడం ద్వారా పిల్లల్లో విద్య అంటే బెరుకు, నిరాసక్తత మొదలైనవి కలగజేస్తున్నారు. మంచి అభిరుచులు, సమయనియంత్రణ, క్రమశిక్షణ నేర్పకుండానే, వారినుంచి గొప్ప ఫలితాలని (కేవలం చదువుపరంగా) ఆశిస్తున్నారు. ఆహారపు అలవాట్లు సరీగ్గాలేని విద్యార్థి బద్ధకాన్ని ఎలా తగ్గించుకోగలడు? సమయనియంత్రణ లేని కుర్రవాడు జీవితంలో ఏం సుఖపడగలడు? కేవలం చదువేకాదు. జీవితంపట్లకూడా పిల్లలకి ఉత్సాహం కలిగించాలి! చదువు అంటే నిజంగా ఉత్సాహం ఉన్నవాళ్లు రోజూ మనసు పెట్టి కొద్దిసేపు చదివితే చాలు.

ఇదే విషయాన్ని నేను నా కొడుక్కి చెప్పాను. ఇప్పుడు నేను చెప్పబోయే చాలా టెక్నిక్స్ నాతోసహా అతడుకూడా అమలులో పెట్టినవే. ఇంటర్మీడియెట్‌లో స్టేట్‌ర్యాంక్ వచ్చిన తర్వాత నాగార్జున పవర్ ప్రాజెక్ట్‌లో నెలకు పదిహేనువందలు స్టైఫండ్‌తో నాలుగు సంవత్సరాలు పగలు శిక్షణ పొందుతూ సాయంత్రపు కళాశాలలో బి.కామ్, ఆపై చార్టెడ్ అకౌంటెన్సీ పూర్తి చేసాడు. వరల్డ్‌బ్యాంక్‌లో కొంతకాలం పనిచేసి, ఆ తర్వాత ఫ్రాన్స్‌లో ఎం.బి.ఏ. చదివి, ప్రస్తుతం పాతికేళ్ల వయస్సులో, నెలకు మూడు లక్షలు సంపాదిస్తున్నాడు. ఇదంతా స్వోత్కర్షగా చెప్పటం లేదు. ఇక్కడ నా ఉద్దేశం- చదువంటే ఉత్సాహం ఉన్న విద్యార్థికి, గెలుపనేది ఏ విధంగా తలుపు తడుతుందో చెప్పటమే! ఈ గెలుపు నిశ్చయంగా టీ.వీ. సీరియల్స్ చూడటం కన్నా, క్రికెట్ గురించి ఇరవైనాలుగు గంటల పాటు చర్చించటం కన్నా గొప్పదని నేను భావిస్తున్నాను.

ఎంతకాలం జీవించామనికాదు. జీవితాన్ని ఎంత తొందరగా ప్రారంభించామన్నది ముఖ్యం...! ఈ విషయం తెలుసుకున్న విద్యార్థి తొందరగా పైకిరాగలడు. విద్యార్థిగా వున్నప్పుడు గారాబం, నిర్లక్ష్యం కారణంగా రెండు సంవత్సరాలు కోల్పోయిన నేను, ఆ విధంగా ఈ రచన చేసే అర్హత సంపాదించుకున్నాను.

* * *

పదకొండో తరగతి వరకూ తెలుగు మీడియంలో చదువుకున్నాను. ఒకసారి తెలుగుమీడియంలో చదివిన విద్యార్థి, కాలేజీకి వెళ్ళి ఇంగ్లీషు మీడియంలో చదవాలంటే ఎంతకష్టమో అనుభవపూర్వకంగా నాకు తెలుసు. ఆ తర్వాత ఆంధ్రా బ్యాంక్‌లో పరిశ్రమ విస్తరణాధికారిగా కాశ్మీర్ నుంచి కన్యాకుమారి వరకూ తిరగటం సంభవించింది. ఈ సమయంలో తప్పనిసరిగా మాట్లాడవలసి వచ్చేసరికి, ఇంగ్లీషు మాట్లాడటం బాగా అలవాటైంది. ఇక్కడ ఒక విషయం గమనించాలి. మాట్లాడగలగటం వేరు, రాయటం వేరు. ఒక తెలుగు రచయిత ఇంగ్లీషులో రాస్తే, అది తెలుగైజ్డ్ ఇంగ్లీష్‌లా ఉంటుంది. 'దిహిందూ' దినపత్రిక ఎడిటర్ తమ పత్రిక్కి వ్యాసాలు వ్రాయమన్నప్పుడు నేనందుకే భయపడ్డాను. అద్భుతమైన శైలికీ, భాషకీ 'ది హిందూ' పెట్టింది పేరు. అటువంటి పత్రికకి రెండేళ్ళపాటు వారంవారం వ్యాసాలు రాయటం అంటే సామాన్యం కాదు. ఇదంతా ఎందుకు చెప్పవలసి వచ్చిందంటే ప్రాక్టీస్‌వల్ల ఏదైనా సాధ్యమే అని తెలియబర్చటానికి....!

ఈ రచన విద్యార్థులకోసం ఉద్దేశించబడింది. ఇందులో సూచించిన సూత్రాలని కొన్నిటినైనా ఆచరించగలిగితే మంచి మార్కులతో వాళ్ళు ఉత్తీర్ణులవుతారనే నమ్మకం నాకుంది. కేవలం పరీక్షల్లో ఉత్తీర్ణులవడమే కాదు. జీవితంలో పైకి రావడానికి ఇంకా ఏమేమి అర్హతలు ఉండాలో కూడా ఇందులో చర్చించడం జరిగింది.

ఈ రచన చదివినవారందరూ ఒక ఐన్‌స్టీనో, న్యూటనో అవుతారని కూడా నేను అనుకోవటం లేదు. కానీ కొందరు మాత్రం తప్పకుండా మారతారన్న నమ్మకం నాకుంది. వారికోసమే ఈ పుస్తకం! చదివి బావుంది అనుకోవటం వేరు. ఆచరించటం వేరు. మీరు రెండో విభాగంలో ఉండడానికి ప్రయత్నించండి.

> పరీక్షల్లో వచ్చిన మార్కులకి, ఉద్యోగాలకి ఏ సంబంధం లేదు. అదే కొలబద్ద అయిన పక్షంలో ఇన్ని ఇంటర్వ్యూలు, గ్రూప్ డిస్కషన్‌లు, ఆర్భాటాలు అక్కర్లేదు. మంచి మార్కులు వచ్చిన మొదటి పదిమందికి ఉద్యోగాలు ఇవ్వచ్చు.

చదువుకోవటం కోసం ఇన్ని మార్గదర్శక సూత్రాలు అవసరమా అన్న అనుమానం మీకు కలగవచ్చు. పాతతరం వాళ్ళు ఏ సూత్రాల్ని అనుసరించి తమ జీవితంలో విజయం సాధించారు అని మీరు ప్రశ్నించవచ్చు. దానికొకటే సమాధానం! ఒకప్పుడు రైతులు ఏ ఎరువులూ ఉపయోగించకుండా ప్రకృతిపైనే ఆధారపడి పంటలు పండించేవారు. ఇప్పుడు పురుగుమందులు, ఎరువులు ఎలా ఉపయోగిస్తున్నారో మనకందరికీ తెలుసు.

మీ బాల్కనీలో చెట్లని గమనించండి. కొన్నిటికి నీడకావాలి. కొన్నిటికి ఎక్కువ నీళ్ళు కావాలి. ఈ విధంగా దేనికేది కావాలో, మనిషి తన అనుభవంతో తెలుసుకున్నాడు. దాన్ని తన తర్వాత తరానికి అందించాడు. దాన్నే "జ్ఞానం" అంటారు. ఇలా జ్ఞానం తరతరాలుగా పెరుగుతూ వస్తోంది. పూర్వకాలం విద్యార్థులకు ఇన్ని భయాలు, ఆందోళనలు, టెన్షన్లు లేవు. ఇంత సిలబస్ కూడా లేదు. పోటీతత్వం పెరిగిపోయిన ఈ రోజుల్లో ఒక వ్యూహం ప్రకారం చదివితే తప్ప లాభం లేదు.

ఈ పుస్తకంలో సూచించిన కొన్ని సూత్రాల్ని ఆచరించటం మొదట్లో కష్టం అవ్వచ్చు. కానీ ఇక్కడే అందరూ తెలుసుకోవలసిన ఒక గొప్ప సత్యం ఉన్నది. అబ్దుల్‌కలామ్ నుంచీ, అమితాబ్‌బచ్చన్ వరకూ ఏరంగంలోనైనా సరే ఈ విధంగా శ్రమపడినవారే. అవును. మీరందరూ వారి స్థాయికి చేరుకోవాలనే నా ఉద్దేశ్యం. కేవలం చదువుకే కాకుండా ఈ పుస్తకంలో చెప్పిన విషయాలు ఆటల్లోనూ, మిగతాకళల్లోనూ రాణించడానికి కూడా మీకు ఉపయోగపడతాయి అని నేను ఆశిస్తున్నాను.

ఈ పుస్తకంలో సూచించిన కొన్ని విషయాలు కొంతమందికి నచ్చకపోవచ్చు. నేను అందరికీ ఆమోదయోగ్యమైన విషయాలను చెప్పదలచుకోలేదు. 'రోజుకి ఆరుగంటలు చదవండి, మీ తల్లిదండ్రులు గర్వించేలా మెలగండి, మన దేశానికి పేరు తెచ్చేలా కష్టపడండి' లాంటి నీతివాక్యాలు చెప్పి చప్పట్లు కొట్టించుకోవడం చాలా

సులభం. కానీ ఏదైతే నేను అమలు జరిపానో అది మాత్రమే వ్రాస్తున్నాను. 'పిల్లలు, ముఖ్యంగా మగపిల్లలు తలకి కొబ్బరినూనె రాసుకోనక్కరలేదు' అని ఈ పుస్తకంలో రాసానంటే గతముప్ఫై సంవత్సరాలుగా నేను దాన్ని వాడలేదు కాబట్టి- ఎటువంటి తలనొప్పిగానీ, బట్టతలగానీ నాకు రాలేదు కాబట్టి! అదే విధంగా ఈ పుస్తకంలో సూచించినట్లు రోజుకి రెండుసార్లు మజ్జిగ, ఒకసారి పండ్లరసం తాగటం, ఒకరోజు- రెండు రాత్రులు థియరీ, ఏకాగ్రత పెంచుకునే పద్ధతులు.... మొదలైనవన్నీ ఇప్పటికీ నేను అనుసరిస్తూనే వస్తున్నాను. ఇందులో మీకు నచ్చినవి ఆచరించండి. మిగిలినవి వదిలేయండి.

చదువంటే మనకు కావలసినదంతా తెలుసుకోవటం. జ్ఞానం అంటే మనకు అవసరం లేనిది వదిలిపెట్టగలగటం.

జ్ఞానం అంటే ఒకరినుంచి మరొకరికి ప్రవహించేది. తొలిసారిగా పిల్లలకి జ్ఞానం తల్లిదండ్రుల్నించి వస్తుంది. అందుకే ఈ పుస్తకంలో తల్లిదండ్రులకోసం కొన్ని సూచనలు ఇవ్వబడ్డాయి. మీ తల్లిదండ్రులచేత వాటిని చదివించండి. మొత్తం పుస్తకం అంతా చదివితే మరీ మంచిది. వాళ్ళకంత సమయం ఉందో లేదో నాకు తెలియదు.

ఈ పుస్తకంలో అక్కడక్కడా కొన్ని పాయింట్లని రెండుసార్లు, కాదంటే మూడుసార్లు కూడా మళ్ళీ మళ్ళీ చెప్పటం జరిగింది. వాటియొక్క ప్రాముఖ్యతని తెలియజేయటం కోసమే ఆవిధంగా రిపీట్ చేశాను. ఈ పుస్తకంలో మరికొన్ని పాయింట్లు నా గత పుస్తకాలైన'మైండ్‌పవర్', 'విజయానికి ఆరోమెట్టు' మొదలైన వాటి నుంచి తీసుకోవటం జరిగింది. అవి పెద్దలకు సంబంధించిన పుస్తకాలు కాబట్టి వాటిలో విద్యార్థులకు ఉపయోగపడేవి ఇందులో మళ్ళీ వ్రాశాను. ఈ విషయాన్ని సహృదయంతో అర్థం చేసుకుంటారని నేను భావిస్తున్నాను. అంతే కాదు కొన్ని విషయాలను ఇంటర్నెట్ నుంచి ప్రఖ్యాత విద్యావేత్తల సూక్తులనుంచి, మానసిక శాస్త్రవేత్తల పుస్తకాలనుంచీ సేకరించడం జరిగింది. వారికి నా కృతజ్ఞతలు.

ఈ పుస్తకం మీకోసం.

సాయిబాబా స్కూల్, అనంతపురం; నయాబజార్ హైస్కూల్, ఖమ్మం; ఆసఫియా హైస్కూల్, హైదరాబాదులో నాకు లెఖ్ఖలు, ఫిజిక్సు, ఇంగ్లీషు నేర్పిన ఆ అద్భుతమైన టీచర్లకి ఈ చిన్న పుస్తకాన్ని నేను అంకితం ఇస్తున్నాను.

అందరికన్నా ముఖ్యంగా నా తండ్రిగారికి....

యండమూరి వీరేంద్రనాథ్,

సరస్వతీ విద్యాపీఠం,

కాకినాడ.

ఒక గమ్యం

"నీరము తప్త లోహమున నిల్చి..." అని భర్తృహరి సుభాషితం ఒకటి వుంది. ఒక వర్షపు చినుకు భవితవ్యం, అదిపడే స్థానంపై ఆధారపడి వుంటుంది- అని ఈ పద్యం యొక్క అర్థం. కాలుతున్న ఇనుము మీద ఆ నీటిచుక్క పడితే, క్షణాల్లో ఆవిరై పోతుంది. తామరాకు మీద పడితే కొంతకాలంపాటు మెరుస్తుంది. అదే ఒక అల్చిప్పలో పడితే ముత్యమై విలువని సంతరించుకుంటుంది.

ఈ పద్యానికీ, విద్యార్థి జీవితానికీ దగ్గర సంబంధం వుంది. విద్యార్థులు మూడు రకాలు. కొంతమంది ముత్యాలు. వారి చదువు పూర్తవగానే, పెద్ద జీతంతో గౌరవప్రదమైన హోదా కలిగిన ఉద్యోగాన్ని సంపాదించుకోగలుగుతారు. గెలుపు తాలూకు సౌరభం వీరి జీవితాంతం వుంటుంది. చదువుకుంటున్నప్పుడు కేవలం చదువు మీదే ధ్యాస నిలపటం వలన వీరికి ఆ విధమైన స్థితి వచ్చింది. వర్షపుచినుకు ముత్యపు చిప్పలోపడడం అంటే అదే!

మరి కొంతమంది విద్యార్థులు తెలివైనవారు గానో, అదృష్టవంతులుగానో 'కనపడతారు'. పలుకుబడితోనో, కాపీ కొట్టి ప్యాసయ్యో ఉద్యోగం సంపాదించి జీవితంలో స్థిరపడటానికి ప్రయత్నిస్తారు. అయితే ఇప్పటి పరిస్థితులు ఇంతకు ముందులా లేవు. కాపిటలిస్ట్ ఎకానమీలో అలసత్వం, జడత్వం, తెలివిహీనతల్ని యజమానులు సహించరు. ఉద్యోగంలో చేరగానే పై అధికారులకి ఇలాంటి వారిలోని లోటుపాట్లు సులభంగానే తెలిసిపోతాయి. తోటి ఉద్యోగస్థులు తక్కువ చూపు చూడటం ప్రారంభిస్తారు. తామరాకుపై నీటిబొట్టులా మొదట్లో తళతళలాడిన వీరి జీవితం క్రమక్రమంగా కొంతకాలానికి కళావిహీనమవుతుంది.

మూడవ గ్రూప్ విద్యార్థులు చదువుకునే దశలో చదువుతప్ప, మిగతా అన్ని వేరే విషయాలపట్లా ఉత్సాహం చూపిస్తారు. మరికొందరు ధనవంతులు రాజుల్లా

వెలిగిపోతారు. వీళ్లచుట్టూ ఒక స్నేహబృందం వుంటుంది. విపరీతంగా డబ్బు ఖర్చుపెట్టో, మిగతావారిని తమ గుప్పిట్లో వుంచుకోవటం ద్వారానో వీరు తమ అధికారం చెలాయిస్తారు. కానీ విద్యాసంస్థ నుంచి తక్కువ మార్కులతో ప్యాసై బయటకు రాగానే చాలా చిన్న ఉద్యోగంలో వీరు స్థిరపడవలసి వస్తుంది. జీవితంలో ఉత్సాహం అంతా కోల్పోయి జీవచ్ఛవాల్లాగా మిగిలిపోతారు. కాలుతున్న ఇనుముపై పడిన నీటిచుక్క ఆవిరైనట్లు వీళ్ల జీవితాల్లో సంతోషం హరించుకుపోతుంది. ఒకప్పటి హీరోలు ప్రస్తుతం జీరోలు అవుతారు.

ఎందుకు చదవాలి ?

"చదువు - ఏకాగ్రత" అన్న విషయాలపై విద్యార్థులకు నేను నిర్వహించే క్లాసులో మొదటి ప్రశ్నగా "మీరెందుకు చదవాలనుకుంటున్నారు?" అని అడిగినప్పుడు వాళ్లు వెంటనే సమాధానం చెప్పటానికి ఆలోచిస్తారు. కాసేపయాక వారి దగ్గర నుంచి రకరకాల సమాధానాలు వస్తాయి. 'డబ్బు సంపాదించడం కోసం... సమాజంలో ఒక గౌరవప్రదమైన అంతస్థుకోసం.... జ్ఞానం సంపాదించడం కోసం...' ఈ లోపులో ఒక మూలనుంచి ఎవరో 'కట్నం కోసం' అంటారు. క్లాసు ఘొల్లుమంటుంది. కొంతమంది విద్యార్థులు మాత్రం చాలా ఫ్రాంక్‌గా తామెందుకు చదువుకుంటున్నామో తమకే తెలియదనీ, కేవలం తల్లిదండ్రులు తమ మీద పెట్టిన బాధ్యతగా దాన్ని తీసుకుంటున్నామని చెప్తారు.

ఆపైన నా మరో ప్రశ్న "మీరెందుకు క్రికెట్ ఆడాలనుకుంటున్నారు?" అన్నదానికి వారు వెంటనే "మాకిష్టం కాబట్టి" అని సమాధానం చెప్పేస్తారు. అప్పుడు నేను మళ్లీ "వర్షం కారణంగా క్రికెట్ మ్యాచ్ ఆగిపోతే ఆ రోజు మీరు సంతోషిస్తారా; విచారిస్తారా?" అని అడుగుతాను. "విచారిస్తాం" అంటారు వాళ్లు. "అదే వర్షం కారణంగా స్కూలుకు సెలవొస్తే ఎలా ఫీలవుతారు? విషాదంగానా, ఆనందంగానా?" అన్న నా ప్రశ్న పూర్తికాకుండానే వారు "ఆనందంగా" అని అరుస్తారు. అప్పుడు తిరిగి మొదటి ప్రశ్ననే రిపీట్ చేస్తాను. "మరి మీరెందుకు చదువుకుంటున్నారు?"

నా ప్రశ్నకు సమాధానంగా ఆ క్లాసులో నిశ్శబ్దం మిగుల్తుంది. వాళ్ల వయసుకు అది చాలా పెద్ద ప్రశ్న. సమాధానం తెలియని ప్రశ్న. చదువనేది పిల్లలమీద బలవంతంగా రుద్దబడిన చర్యగా వాళ్లు భావించినంత కాలం తమ జీవితంలో అత్యంత ఉత్సాహకరమైన బాల్యాన్ని వాళ్లు కోల్పోతున్నట్లే లెఖ్ఖ. చదువుని ఒక ఆహ్లాదకరమైన చర్యగా భావించేలాటి వాతావరణాన్ని పిల్లల చుట్టూ కల్పించాల్సిన బాధ్యత పెద్దలమీద వుంది. రకరకాలైన వ్యామోహాల నుంచి పిల్లలను దూరంగా వుంచగలగాలి.

ఒకసారి బెర్నార్డ్‌షా ఒక పార్టీకి వెళ్లాడట. ఆ పార్టీలో అందరూ డ్యాన్స్ చేస్తుండగా అతను మాత్రం కామ్‌గా, దూరంగా కూర్చున్నాడు. ఒక స్త్రీ ఆయనను "మీకు డాన్స్ చేయడం ఇష్టం వుండదా?" అని ప్రశ్నించింది. "నా కిష్టమే, చాలా ఇష్టం. కానీ ప్రస్తుతం నేను రాయబోతున్న ఒక పుస్తకం గురించి ఆలోచిస్తున్నాను" అన్నాడు షా. ఆమెకు ఆ సమాధానం అర్థంగాక "డ్యాన్స్ చేస్తూ కూడా ఆలోచించవచ్చు కదా" అంది. "అవును. కానీ నేను అలా చేయదల్చుకోలేదు" అని షా అన్నప్పుడు ఆమె కొద్దిగా హేళన మిళితమైన స్వరంతో "మీకు జీవితాన్ని ఎలా ఆనందించాలో తెలీదు" అని వెక్కిరించింది. షా కూడా నవ్వేసి ఇలా వివరణ ఇచ్చాడు. "నాకు వ్రాయడం కన్నా డ్యాన్స్ అంటేనే ఎక్కువ ఇష్టం. ఎందుకంటే డాన్స్ చేయడంలో వున్న 'కిక్' రాయడంలో లేదు. నాట్యం చేయడంలో మత్తు వుంటే, రాయడం లో ధనము, కీర్తి, అన్నిటికన్నా ముఖ్యంగా సంతృప్తీ వున్నాయి. తాత్కాలిక కిక్‌లిచ్చే ఆనందాలవైపు నేను ఒక్కసారి వెళితే, శాశ్వత ఆనందాలనిచ్చే పనులను మళ్లీ చేయలేను" అన్నాడు.

బెర్నార్డ్ షా తాలూకు ఈ వ్యాఖ్యానం ప్రతి విద్యార్థి అర్థం చేసుకోవాలి; గుర్తు పెట్టుకోవాలి. రకరకాల అయస్కాంత క్షేత్రాలని వదిలేసి తనకు శాశ్వతంగా ఉపయోగపడేదేదో తెలుసుకోవాలి.

జ్ఞానము - కుతూహలము :

ఒక విద్యార్థి తన భావిజీవితాన్ని ఆనందంగా గడపటం కోసం, మరింత సుఖంగా జీవించడం కోసం సహాయపడేది చదువు! ఇరవై లక్షల సంవత్సరాల క్రితం మనిషికి 'కుటుంబం, సమాజం, కీర్తి, అంతస్థు, సుఖం' లాంటి పదాలు తెలీదు. మనిషినీ, జంతువునీ విడగొట్టిన ఏకైక విషయం "కుతూహలం". కోర్కె మనిషిని జ్ఞానిని చేసింది. రకరకాల జంతువుల్ని వేటాడాలనే కోర్కె మనిషిని 'విల్లు-బాణం' కనుక్కునేలా చేసింది. మరింత

1. మూడు సీసాలున్నాయి. ఒక దాంట్లో స్వీట్లు, రెండో దాన్లో చాక్‌లెట్లు, మూడో దానిలో ఆ రెండిటి మిశ్రమమూ వున్నాయి. అయితే వాటన్నిటి మీదా (మూడిటిమీదా కూడా) లేబిల్స్ పొరపాట్న ఒకదాని

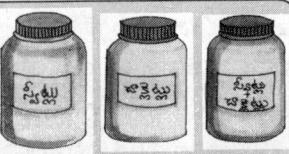

బదులు మరోటి తప్పుగా అతికించబడి వున్నాయి. అంటే... మరోలా చెప్పాలంటే, సీసాలో ఏమున్నాయో 'ఖచ్చితంగా' బయట స్టిక్కరు అది కాదన్నమాట!

సీసాలోకి తొంగిచూడకుండా, కేవలం ఒకే ఒక బాటిల్‌లోంచి చేతికి ఏది అందితే అది తీసుకుని చూసి, దాని ఆధారంగా లేబిల్స్ కరెక్టుగా అంటించాలి. తెరపటానికి ఏ లేబిల్ వున్న బాటిల్ ఎన్నుకుంటారు? దాని ఆధారంగా అన్ని లేబిల్సూ కరెక్టుగా ఎలా అతికిస్తారు?

(సమాధానం చివరి పేజిలో)

రుచికరమైన ఆహారాన్ని తయారు చేయడానికి అన్నాన్ని ఉడకబెట్టడం నేర్చుకున్నాడు మనిషి. ఉప్పుని కనిపెట్టడం మనిషి సాధించిన గొప్ప విజయం. అదేవిధంగా కాలక్రమేణా బిర్యానీ వండటం నేర్చుకున్నాడు. 'బిరియన్' అన్న పర్షియన్ పదం నుంచి వచ్చింది బిర్యానీ. బిర్యన్ అంటే 'వండటానికి ముందు వేయించబడ్డది' అని అర్థం.

అదే విధంగా, పదివేల సంవత్సరాల క్రితం ఒక వర్షాకాలపు సాయంత్రం ఎప్పుడో, కొండచరియపై నుంచి రాయి కిందపడటం చూసి వుంటాడు. 'కేవలం గుండ్రంగా వున్న రాళ్లే ఎందుకు కిందకు జారతాయి? బల్లపరుపుగా వున్నవి ఎందుకు జారవు?' అని అతనికి సందేహం వుత్పన్నమయి వుంటుంది. ఆ విధంగా మనిషి చక్రాన్ని కనుక్కున్నాడు. మనిషి విజయాల్లోకెల్లా అత్యంత ఉత్తమమైనది చక్రాన్ని సృష్టించగలగటం!!

క్రమక్రమంగా మనిషి రుచికీ, అందానికీ ఎక్కువ విలువనివ్వడం నేర్చుకున్నాడు. మొహానికి పసుపు అందాన్నిస్తుంది అని స్త్రీ తెలుసుకున్నది. లీనార్డ్ డావిన్సీ జుట్టు కత్తిరించడం కోసం కత్తెరను కనిపెట్టాడు. ఒకప్పుడు అసాధ్యాలనుకున్నవి సుసాధ్యాలయ్యాయి. కంప్యూటర్లు ఒకటిన్నర టన్నుల బరువుకి తగ్గవు అని 1950లో అనుకున్నారు. 1981లో బిల్‌గేట్స్ కూడా 640కె సరిపోతుందని భావించాడు. టెలిఫోన్ అనేది వైర్లు లేకుండా పనిచెయ్యదు అని 1976లో అనుకున్నారు. భూమి లోపల వుండే ఆయిల్ పైకి తీసి మన ప్రయోజనాలకోసం వాడుకోవచ్చు అని శాస్త్రజ్ఞులు చెప్పినప్పుడు 1860 ప్రాంతంలో జనం దాన్ని ఒక హాస్యపూరితమైన అవాస్తవ విషయంగా కొట్టిపారేశారు.

కాలక్రమేణా మనిషి తన కలల్ని నిజం చేసుకుంటూ వచ్చాడు. పరిశోధనల్ని ఆపలేదు. తమకి ఉపయోగపడే ఒక వస్తువు కనుక్కోగలిగినప్పుడు మనుష్యులు ఆనందంతో ఉద్విగ్నం చెందారు. థామస్ ఆల్వా ఎడిసన్ బల్బ్‌ని కనుక్కున్నా, లూయిపాశ్చర్ పిచ్చికుక్కకాటుకి మందు కనుక్కున్నా, ఆ విధంగానే ప్రపంచం వారికి జయజయధ్వానాలు చేసింది. మనిషి నిరంతరం శోధిస్తునే వున్నాడు. మంచి మనుగడ కోసం మరింత శ్రమిస్తూనే వున్నాడు. దీని వెనుక వున్నదే కుతూహలం! అదే చదువు! అదే జ్ఞానం!

జ్ఞానం పెరిగే కొద్దీ మనిషికి తన మనసుపై అధికారం వస్తుంది. తన సైకాలజీ తాను తెలుసుకుని, తన బలహీనతల నుంచి బయటపడటమే జ్ఞానం.

1979లో జెర్మనీలో మొట్ట మొదటిసారిగా 'సైకాలజీ' అన్న పదంతో శాస్త్రం ప్రారంభమైంది. పరిశోధనలు మొదలయ్యాయి.

సైకాలజీ అన్నది 'సైకీ–లాగోస్' అన్న రెండు పదాల కలయిక ద్వారా వచ్చింది. 'సైకీ' అంటే మనసు. 'లాగోస్' అంటే ఊపిరి. గ్రీకులో త్రిశూలంలా (ψ) వుండే

అక్షరాన్ని 'సై' అంటారు. మనస్తత్వ శాస్త్రం గురించి ఎప్పుడు చెప్పవలసి వచ్చినా అంతర్జాతీయంగా ఈ అక్షరాన్నే వాడతారు.

కొంతమంది విద్యార్థులూ, వారి తల్లితండ్రులూ సైకాలజిస్టుకీ. సైకియాట్రిస్టుకీ తేడా తెలియక, ఒక సమస్యతో మరొకరి దగ్గిరకి వెళ్తారు. సైకాలజిస్టు అంటే మానసిక ఇబ్బందులకీ, బాధలకీ నివారణ చెప్పేవాడు. అలవాట్లు, ప్రవర్తన, మానవ సంబంధాలు మెరుగుపర్చుకోవటం, స్ట్రెస్ - మొదలైన విషయాల్లో కేవలం 'సలహాలు' మాత్రమే ఇస్తాడు.

సైకియాట్రిస్టు అంటే వైద్యుడు. మానసిక రుగ్మతలకి మందులు ఇస్తాడు. ఇంజెక్షన్ నుంచీ షాక్ ట్రీట్‌మెంట్ వరకూ ఇతను మాత్రమే చెయ్యాలి. యాంగ్జైటీ, డిప్రెషన్, హిస్టీరియా, పిచ్చి మొదలైన రుగ్మతలు నయం చేస్తాడు. ఇతడు తప్పనిసరిగా మెడికల్ డాక్టర్ అయివుండాలి.

అదే విధంగా, కేవలం సైకాలజీలో గ్రాడ్యుయేట్ అయిన ప్రతి వ్యక్తీ సైకాలజిస్టు అవడు. క్లినికల్ సైకాలజీలో ఎమ్.ఫిల్ చెయ్యాలి. దురదృష్టవశాత్తు భారతదేశంలో చాలామంది ఇటువంటి ఏ డిగ్రీ లేకపోయినా, మనుష్యుల్తో వ్యాపారం చేస్తున్నారు. రకరకాల అర్థంలేని పరీక్షలు నిర్వహించి, అర్థంపర్థంలేని నాలుగైదు (తెలిసిన) వ్యాధుల పేర్లు చెప్పి వేలల్లో ఫీజులు వసూలు చేస్తున్నారు.

వ్యక్తిగత సలహాలకి సైకాలజిస్టు దగ్గిరకీ, మానసిక రుగ్మతలకి సైకియాట్రిస్టు దగ్గిరకీ వెళ్ళాలి. వెళ్ళేముందు ఆ వ్యక్తి విద్యార్హతలు గమనించాలి. ప్రాక్టీసు చేసే ప్రతి వ్యక్తి తన డిగ్రీని గదిలో అందరికీ కనపడేలా గోడకి తగిలించాలి. చూపించమని అడిగే హక్కు మనకుంది. తాయెత్తు కట్టి, హిప్నటైజ్ చేసి ఫస్ట్ క్లాస్ తెప్పిస్తామనే వారిని నమ్మకండి. ప్రయత్నం ముఖ్యం. మిగతావన్నీ దానికి సాయపడే కారకాలు మాత్రమే!

సైకాలజిస్టులూ, సైకియాట్రిస్టులూకాక, మరికొందరు మోటివేటర్లు, కెరీర్ గైడెన్స్ సలహాదార్లూ విద్యార్థులకి చాలా విధాలుగా ఉపయోగపడతారు. విద్యార్థిలో లోపం ఎక్కడున్నదో తెలుసుకోవటం నుంచీ, దాన్నించి ఎలా బయటపడాలో చెప్పటం వరకూ వీరు సాయం చేస్తారు. అయితే, సరిఅయిన వ్యక్తిని ఎన్నుకునే విషయంలో మాత్రం జాగ్రత్తగా వుండాలి.

మనకు తెలిసిందే జ్ఞానం అనుకోకూడదు. అది నిరంతరం పెరుగుతూనే వుండాలి. మూడేళ్ళ కుర్రవాడు ఒక మనిషి విగ్రహం దగ్గిర నిలబడి వున్నాడనుకుందాం. తనేం చూస్తున్నాడో వివరించమంటే, ఎదురు విగ్రహంతో సహా, చుట్టూ వున్నదంతా వర్ణిస్తాడు. విగ్రహంలోని వ్యక్తి ఏం చూస్తున్నాడో చెప్పమంటే, అంతకుముందు తాను చెప్పిందే తిరిగి చెప్తాడు. దీన్ని "ఈగో సెంట్రిజమ్" అంటారు. 'అవతలివారి దృష్టి

నుంచి' చూడలేకపోవటం ఆ వయసుకు సామాన్యం. కానీ వయసు పెరిగేకొద్దీ ఇది తగ్గి, అట్నుంచి కూడా ఆలోచించటం ప్రారంభమవుతుంది. అదే జ్ఞానం. అఫ్‌కోర్సు – కొందరికి వయసు పెరిగినా ఆ విధంగా ఆలోచించగలగటం రాదు. అది వేరే సంగతి. ఉదాహరణకి ఈ ప్రశ్న చూడండి.

అయిదేళ్ళ కుర్రవాడికి ఒక సమస్య ఇచ్చి జడ్జిమెంటు చెప్పమన్నారు. రెండు సంఘటనలు చెప్పారు. మొదటి సంఘటనలో ఒకబ్బాయి ఫ్రిజ్ మీద వున్న కేకు అమ్మకు తెలియకుండా రహస్యంగా తీసుకునే ప్రయత్నంలో ప్లేటు బ్రద్దలు కొట్టాడు. రెండో సంఘటనలో ఒక పాప తల్లికి వంటింట్లో సాయం చేస్తూ వుండగా పిల్లి కిటికీలోంచి అకస్మాత్తుగా దూకటంవల్ల బెదిరి, చేతిలోని రెండు ప్లేట్లు, రెండు కప్పులూ జారి బ్రద్దలయ్యాయి. ఈ క్రింది నాలుగు జవాబుల్లో ఆ అయిదేళ్ళ కుర్రవాడు ఏ సమాధానం చెపుతాడు ?

1. పిల్లవాడు రహస్యంగా దొంగతనం చెయ్యబోయాడు కాబట్టి వాడిని శిక్షించాలి. పాప తప్పులేదు.
2. పాప వల్ల ఎక్కువ నష్టం జరిగింది కాబట్టి ఆ అమ్మాయిని ఎక్కువ శిక్షించాలి.
3. నిర్లక్ష్యంగా వున్నారు కాబట్టి ఇద్దర్నీ శిక్షించాలి.
4. ఉద్దేశ పూర్వకంగా కాకుండా, పొరపాటున జరిగింది కాబట్టి ఎవర్నీ శిక్షించనవసరం లేదు.

ఈ ప్రశ్న మీ పక్కవారినెవరినైనా అడిగి చూడండి. అందరూ 1 లేదా 4 అని ఆన్సర్ చెప్తారు. వారు చెప్తున్న సమాధానం వారి అభిప్రాయం. కానీ మీరేం చెప్తారూ అన్నది కాదు ప్రశ్న. అయిదేళ్ళ వయసున్న కుర్రవాడు ఏం చెప్తాడూ అన్నది ప్రశ్న. ఈగో సెంట్రిజమ్ అంటే అదే. మన అభిప్రాయమే అవతలి వారి అభిప్రాయం అనుకోవటం ...! పిల్లల్ని తల్లిదండ్రులు సరీగ్గా అర్థం చేసుకోలేకపోవటం అనేది ఇక్కణ్ణుంచే ప్రారంభం అవుతుంది.

ఈ ప్రశ్నకి సరిఅయిన జవాబు 2. పాపని శిక్షించాలి!! ఆశ్చర్యంగా వున్నది కదూ. పిగెట్, కోల్ బెర్గ్‌నే మానసిక శాస్త్రవేత్తలు ఈ థియరీ ప్రతిపాదించారు. 4-7 ఏళ్ళ మధ్య వయసులో పిల్లలు 'తప్పా – ఒప్పా? తెలియక చేసిందా – తెలిసి చేసిందా ? అన్న విషయాలకు ప్రాముఖ్యత ఇవ్వరు. ఎవరివల్ల ఎక్కువ నష్టం జరిగింది అని మాత్రమే ఆలోచిస్తారు. 7-12 మధ్య పిల్లలు నైతిక విలువలు, మనసులో ఉద్దేశ్యం–మొదలైన వాటికి విలువనిచ్చి, కుర్రవాడిని శిక్షించాలనీ పాపని వదిలెయ్యాలనీ అంటారు. 12-18 మధ్య పిల్లలు కేకు కోసం ప్లేటు బ్రద్దలు కొట్టటాన్ని చిన్న పొరపాటుగా భావించి, శిక్ష అవసరం లేదంటారు. తాము గతంలో

అటువంటి పొరపాట్లు చాలా చేసారు కాబట్టి, వారి ఉద్దేశ్యంలో అది 'నేరం' కాదు. అక్కడి నుంచీ ఇహవారి వారి అభిప్రాయాలు రకరకాలుగా మారతాయి.

చదువు-జ్ఞానం : మన సిలబస్‌లు కొంతవరకే జ్ఞానాన్ని నేర్పుతాయి. ఎంట్రెన్స్ పరీక్షల ఆధారంగా మాత్రమే విద్యార్థికి ఇక్కడ చదువు నేర్పబడుతుంది. కామన్‌సెన్స్, జనరల్ నాలెడ్జి, ఐ.క్యూ, తెలివి తేటలూ ఎవరికి వారు సమకూర్చుకోవలసిందే. ఏ దేశం ఎక్కడున్నదో, చెక్‌కీ బ్యాంక్ డ్రాఫ్ట్‌కీ తేడా ఏమిటో, క్రైసిస్ మేనేజ్‌మెంట్ ఎలా చెయ్యాలో, ఆరోగ్యం ఎలా పెంపొందించుకోవాలో, క్రాఫ్ట్, మోరల్ సైన్స్-ఇవేమీ నేర్పరు. పది మందిలో మాట్లాడగలగటం, విషయాన్ని చక్కటి ఇంగ్లీషులో స్వంత భాషలో వ్రాయగలగటం, చేతివ్రాత అందంగా మలచుకోవటం - ఇవన్నీ విద్యార్థి స్వయంగా నేర్చుకోవలసి వుంటుంది. ప్రతి స్కూలుల్లోనూ ఒక ఈత కొలను, కనీసం ఒక ప్లే గ్రౌండు వుండాలని రూలు పెడితే ఎంత బావుంటుంది. కూర్చోటానికే స్థలం చాలని ఇరుకు గదులు మనవి.

విజయవాడలోని ఒక ప్రసిద్ధ కాలేజీలో వ్యక్తిత్వ వికాస ఉపన్యాసం ఇస్తూ ఒకమ్మాయిని ఎం.పి.కీ, ఎమ్మెల్యేకీ తేడా చెప్పమని అడిగితే చెప్పలేకపోయింది. ఒక విద్యార్థిలేచి, ఎమ్మెల్యేలు సెక్రెటరియేట్‌లో ఎమ్.పి.ల ఆధ్వర్యంలో పని చేస్తారని చెప్పాడు. వాళ్ళిద్దరూ ఎమ్‌సెట్ పరీక్షలో రాబోయే రాంకర్లని ఆ తరువాత నిర్వాహకులు చెప్పారు.

ఇందులో విద్యార్థులనీ గానీ, అధ్యాపకులని గానీ తప్పు పట్టనవసరంలేదు. అవసరంలేనంత లోతుగా ఎందుకు కొన్ని సబ్జెక్టలని చదవటం? కెమిస్ట్రీలో అయోనిక్ బాండ్ ఆఫ్ ఎలక్ట్రో స్టాటిక్ ఫోర్స్, ఫిజిక్స్‌లో ఫ్లెమింగ్స్ రైట్ హాండ్ రూల్, జూవాలజీలో ఎరిత్రోసైట్ లాటివన్నీ పదో తరగతిలోనే తెలుసుకోవాలా? కుందేలు పలువరస 2.0.3.3 / 1.0.2.3, మనిషి పలువరస 2.1.2.3 / 2.1.2.3 అని తెలుసుకోవటం విద్యార్థికి ఏ విధంగా ఉపయోగపడుతుంది? అతడు డాక్టరో, కుందేళ్ళ మీద రిసెర్చి చేసేవాడో అయితే తప్ప....! పోస్టల్ స్టాంపుకీ, రెవెన్యూ స్టాంప్‌కీ తేడా, కలెక్టర్ చేసే పనులు, మనసత్త్వశాస్త్రం, మానవ సంబంధాలు - ఇలా ఎన్ని లేవు తెలుసుకోవలసినవి! ఏడో క్లాసు పిల్లలకి వంట చెయ్యటం ఒక సబ్జెక్టు (కోర్సు)గా పెట్టాలని నేనొక యూనివర్సిటీ ఉపన్యాసంలో సూచించినప్పుడు చాలామంది ముందు ముసిముసిగా నవ్వినా, తరువాత 'ఇదేదో బానే వున్నట్టుందే' అన్నారు. సైన్ తీటా బై కాస్ తీటా కన్నా ఇది నిశ్చయంగా నిజ జీవితంలో ఉపయోగపడే సబ్జెక్టే!

అంతవరకూ ఎందుకు? ఈ పుస్తకంలో 32 ప్రశ్నలు అక్కడక్కడా ఇవ్వబడ్డాయి. విద్యార్థి తెలివినీ, ప్రతిస్పందననీ, లెటరల్ థింకింగ్‌నీ, పారడైమ్ షిఫ్ట్‌నీ పరీక్షించే ప్రశ్నలవి. మీ అక్కయ్యని గానీ, అన్నయ్యని గానీ ప్రశ్నించి వాటికి సమాధానాలు

చెప్పమనండి. కాస్త కష్టమే. కానీ దురదృష్టం ఏమిటంటే పెద్ద ఉద్యోగల నియామకం కోసం ఈ ప్రశ్నలన్నీ ప్రస్తుతం ఇంటర్వ్యూల్లో అడుగుతున్నవే!

దీనిబట్టి అర్థమయ్యేది ఏమిటి ? తెలివితేటలు వృద్ధి చేసుకునే మార్గాన్ని "చదువు" సూచిస్తుందే తప్ప ఆ విధానాలన్నీ ఏ స్కూల్స్‌లోనూ కాలేజ్‌లోనూ నేర్పరు. మనకి మనం పెంపొందించుకోవల్సిందే.

> *జీవితం మనం ప్రకృతిలో ఆడే చదరంగం! గెలిస్తే వచ్చే బహుమతి 'ఆనందం' మన మెదడు, ఆలోచనలు, హృదయం, ఆశలు, పనులు – అన్నీ వాటిలో పావులు. మొదటి ఎత్తు మనది. దాన్ని 'చర్య' అంటారు. దాని పై ఎత్తు ప్రకృతివేస్తుంది. దాన్ని 'పరిణామం' అంటారు. చిత్రం ఏమిటంటే మనమే గెలవాలని ప్రకృతి ఎప్పుడూ కోరుకుంటూ వుంటుంది. నిర్లక్ష్యంవలనో, బద్ధకంవలనో ఆ గెలుపుని (ఆనందాన్ని) మనం దూరం చేసుకుంటూ వుంటాం.*

ఇంజనీరో, డాక్టరో, కలెక్టరో అవ్వాలనుకోవటంలో తప్పులేదు. దానికోసం ఏడుస్తూ చదవటమే తప్పు. ఊటీలో గడపటం ఆనందం. కానీ ఏడుస్తూ ఊటీ ప్రయాణం చెయ్యకూడదు. భగవద్గీత అదే చెప్తుంది.

ప్రాచీన గ్రంథం :

చరిత్ర రకరకాల వేదాంతాల్ని, మనుషులు మరింత ఆనందం కోసం అనుసరించవలసిన పద్ధతుల్ని చెప్తూనే వస్తోంది. వాటి ఆధారంగానే మతాలు, మహా గ్రంథాలు వెలువడ్డాయి. అటువంటి వాటిలో ముఖ్యమైనది భగవద్గీత. "తన బాధ్యత మర్చిపోకుండా ఫలితాన్ని పక్కనబెట్టి పనిచెయ్యటమే మనిషి కర్తవ్యం" అని చెప్పేది భగవద్గీత. దీంట్లో మూడు అంశాలు వున్నాయి.

1. మనస్ఫూర్తిగా పనిచెయ్యటం.
2. ఫలితాన్ని ఆశించకపోవటం.
3. ఫలితాన్ని కాక చేస్తున్న పనిని ఆనందించటం.

విద్యార్థుల చదువు విషయంలో ఈ మూడు సూత్రాలూ ప్రాముఖ్యత వహిస్తాయి. ఐ.ఐ.టి.లో సీటు కోసం ఏడు సంవత్సరాలు "ఏడుస్తూ" చదవటం వృథా! <u>చేస్తున్న పని ఆనందం అయినప్పుడు వచ్చే ఫలితం బోనస్ అవుతుంది.</u> ఒక పిల్లవాడికి క్రికెట్ అంటే ఇష్టం అనుకుందాం. సాయంత్రం అయ్యేసరికి అతడి మనసు ఆటకోసం ఉవ్విళ్లూరుతూ వుంటుంది. అతడు చాలా ఆనందంగా ఆడతాడు. ఆడేంతసేపూ సంతోషంతో కేరింతలు వేస్తాడు. ఆట అయిపోతుంది.

తమ టీమ్ గెల్చిందా, ఓడిపోయిందా అన్న విషయం అతడు పట్టించుకోడు. అంతవరకే! ఆట ముఖ్యం! భగవద్గీత సారాంశం అదే!

చదువు కూడా ఈ విధంగానే సాగాలి. చదువుతున్నంతసేపూ ఆనందంగానే చదవాలి. అప్పుడే ఏకాగ్రత కుదురుతుంది. <u>పరీక్ష ప్యాసవ్వడం అనేది బోనస్.</u> కుతూహలం పెంచుకోండి. ఎక్కడైతే కుతూహలం వుందో అప్పుడు ఆ విషయం మనసులో కలకాలం నిలిచిపోతుంది. జ్ఞాపకశక్తి పెరగడానికి అదొక్కటే మార్గం.

'ఆశావాదం' మనకి శిఖరాలు ఎక్కడ వున్నాయో చూపిస్తుంది. కానీ 'వాస్తవం' మనకి లోయలు ఎక్కడున్నాయో సూచిస్తుంది. ముందు లోయల గురించి తెలుసుకుందాం. చాలా చిన్న చిన్న టెక్నిక్స్ ద్వారా మీరు ఆ లోయలు దాటొచ్చు.

అందుకే ఈ పుస్తకం.

సంక్షిప్తంగా...

ప్రతి మనిషికీ ఒక గమ్యం వుంటుంది. ఆటగాడి గమ్యం దేశానికి ప్రాతినిధ్యం వహించటం. సైంటిస్టు గమ్యం కొత్త విషయాన్ని కనిపెట్టటం. అదే విధంగా విద్యార్థి గమ్యం బాగా చదవటం. చదవటాన్ని కేవలం ఒక 'బాధ్యత' గా తీసుకున్న విద్యార్థి విజయం సాధించటం కష్టం.

రెండు దశలు

"మైండ్‌పవర్-నెంబర్‌వన్ కావడం ఎలా?" అని నా కొత్తపుస్తకం పేరు ప్రకటించినప్పుడు ఎవరో నన్ను 'మీ ఉద్దేశ్యంలో నెంబర్‌వన్ అంటే ఎవరు?' అని అడిగారు.

"రాత్రిపూట సుఖంగా నిద్రపోగలిగేవాడు" అని నేను సమాధానం ఇచ్చాను. చూడడానికి ఇది చాలా సింపుల్‌గా కనబడుతుంది గానీ రాత్రిపూట ఎవరు సులభంగా నిద్రపోగలరు? ఏ సమస్యలూ లేనివాడు, ఒకవేళ సమస్యలువున్నా వాటిని పరిష్కరించుకోగలను అని నమ్మకం వున్నవాడు ఇతరులపట్ల ఈర్ష్య ఫీలవని వాడు, తనకులేదే అని బాధపడనివాడు లేదా అన్నీ సమకూర్చుకోగలిగిన వాడు- ఆ విధంగా నిద్రపోగలడు. మరోలా చెప్పాలంటే ఏ వ్యక్తి అయితే వర్తమానంలో హాయిగా బతుకుతూ 'భవిష్యత్తులో కూడా హాయిగా బతకగలను' అనే నమ్మకం కలిగి వుంటాడో అతను మాత్రమే నెంబర్ వన్! మరి ఆ స్థాయికి చేరుకోవడం ఎలా?

ఒక కుర్రవాడు 500 మీటర్ల పరుగు పందెంలో పాల్గొనాలనుకున్నాడు. రాత్రింబవళ్లు కష్టపడ్డాడు. ఆహార నియమాలు పాటించాడు. యోగాసనాలు వేశాడు. ఎలాగైనా బహుమతి గెలవాలన్నదే అతని ధ్యేయం. పోటీ సమయం సమీపించింది. వరుసలో నిలబడ్డాడు. విజిల్‌సౌండ్ వినిపించగానే పరిగెత్తడం మొదలుపెట్టాడు. గమ్యం మీద దృష్టిపెట్టి పరిగెడుతూనే వున్నాడు. గమ్యం తప్ప అతని మనసులో మరే ఆలోచనా లేదు. వంద మీటర్ల రౌండ్లు ఐదుసార్లు పరుగెత్తాలి. అతడు ఐదో రౌండు పూర్తి చేశాడు. గీతవద్దకు చేరుకుంటుండగా చుట్టూ వున్న జనం నుంచి హర్షధ్వానాలు వినిపించాయి. తనకన్నా ముందు ముగ్గురు పరుగెత్తడం అతను అప్పుడు గమనించాడు. గీత దాటగానే అతడు నిస్పృహతో నిలుచుండిపోయాడు. కళ్లు భాష్పపూరితాలయ్యాయి. అంతలో ఆ పోటీ నిర్వాహకులు తన వద్దకు పరుగెత్తుకు రావడం గమనించాడు. వారు అతనికి అభినందనలు తెలిపారు. అతను ఆశ్చర్యపోతూ తనకన్నా ముందున్న వారిని చూపించి "వాళ్లు నా కన్నా ముందున్నారే" అన్నాడు. అతని అయోమయాన్ని

గుర్తించిన నిర్వాహకులు నవ్వుతూ "వాళ్లింకా నాలుగో రౌండు ప్రారంభంలోనే వున్నారు. ఆ హర్షధ్వానాలు మీ కోసమే" అన్నారు. గమ్యం ఆవిధంగా చేరుకోవాలి.

విశ్రాంతి గృహ నిర్మాణం :

జీవితం చాలా చిన్నది అంటారు. కాదు. విషాదం ఏమిటంటే మనం దాన్ని ఎంత ఆలస్యంగా ప్రారంభిస్తామో అంత తొందరగా పూర్తిచేసేసి, రిటైరై విశ్రాంతి తీసుకోవడానికి ఉత్సాహపడతాం! సాధారణంగా ప్రతీ వ్యక్తీ డబ్బుకోసం, కీర్తి, అంతస్తులకోసం పాటుపడతాడు. కొంతకాలానికి 'వాటిని సమృద్ధిగా సంపాదించుకున్నాను' అన్న ఫీలింగ్‌తో పనిచేయటం ఆపుచేస్తాడు. పనిచేసే మిగతా వారిని చూసి సానుభూతి చెందుతాడు. తన అదృష్టానికి తానే మురిసిపోతాడు.

కానీ జీవితం ఒక సైకిల్ లాంటిది. దాన్ని తొక్కడం ఆపేయగానే అది పడిపోతుంది. మనలో చాలామంది సైకిల్ మీద నుంచి పడిపోవటాన్ని 'విశ్రాంతి'గా భావిస్తారు.

ఒక గమ్యం చేరగానే విశ్రాంతి తీసుకోవడంలో తప్పేముంది? అన్న అనుమానం మీకు రావచ్చు. అసలు జీవితానికి ఒక గమ్యం అంటూలేదు. అది ఒక నిరంతర ప్రవాహం. గమ్యం చేరుకునే కొద్దీ 'అది లేదు' అన్న విషయం అర్థమవుతూ వుంటుంది. గాంధీ, మండేలా, మార్టిన్ లూథర్ కింగ్, మదర్ థెరిస్సా లాంటి వారిని తీసుకోండి. వాళ్లు మరణించేవరకు పనిచేస్తూనే వున్నారు. అందుకే యవ్వనవంతులుగానే మరణించారు.

> *మన ప్రధానమంత్రిని, రాష్ట్రపతిని గమనించండి. వాళ్లిద్దరూ రోజుకు వివిధ పనుల దృష్ట్యా దాదాపు సగటున మూడు కిలోమీటర్లు నడవాల్సి వుంటుంది. కనీసం వంద నమస్కారాలూ, కరచాలనాలు (షేక్‌హాండ్స్) చేయాల్సి వుంటుంది. అంతపెద్ద వయస్సులో వాళ్లు అలా హుషారుగా ఎలా వుండగలుగుతున్నారు? చాలా చిన్న సమాధానం...! చేస్తున్న పనిపట్ల ఉత్సాహం వుండేకొద్దీ ఉత్తేజం లోపలినుంచి ఆ విధంగా శక్తినిస్తుంది.*

కొంతమంది విద్యార్థులు ప్రేమ దగ్గిరో ఓటమి దగ్గరో తమ గృహం నిర్మించుకుంటారు. మరికొందరు ప్రయాణం ఆరంభించకుండానే నాలుగురోడ్ల కూడలి వద్ద నిలబడి ఏమి చేయాలో తెలీక అక్కడే ఆగిపోతారు. ఓటమిపట్ల భయంతోనో, అయోమయంతోనో అడుగు ముందుకెయ్యరు. మరికొందరు విద్యార్థులు విషాదం, బాధ, నిరాశ, నిస్పృహల దగ్గర ఆగిపోతారు. తమ గుహల్లో స్తబ్ధంగా, నిస్సత్తువగా వుండిపోతారు. మరికొందరు ప్రతీదాన్ని కర్మకో, భగవంతునికో వదిలేస్తారు.

దాదాపు ప్రతి విద్యార్థి గెలుపు గురించి కలలుకంటూనే వుంటాడు. కానీ కొందరు మాత్రమే నిద్రమేల్కొని ఆ కలల్ని సార్థకం చేసుకోవడానికి ప్రయత్నిస్తారు. కలలు కనే విభాగంలో వుండాలో, మేల్కొని కలల్ని సార్థకం చేసుకునే విభాగంలో వుండాలో అన్నది నిర్ణయించుకోవాల్సింది మీరు! ఒకటి మాత్రం తెలుసుకోండి. ప్రారంభించడమే కష్టం! నిద్ర మేల్కొన్న మొదటి పదినిమిషాలే మత్తుగా వుంటుంది. ప్రత్యూషవేళలో చల్లనిగాలి పీలుస్తూ బయటకి అడుగుపెట్టగానే ఆ ఉషోదయం ఎంతో ఆహ్లాదంగా కనబడుతుంది. మొట్ట మొదటి అడుగువేయడమే కష్టం! ఆ తర్వాత నడక సులభం. ఇది ఎవరెస్ట్ శిఖరం ఎక్కడం లాంటిది. మొదట్లోనే కష్టం వుంటుంది. కానీ పర్వతాన్ని అధిరోహించడం ప్రారంభించాక ఆ ఆనందానికి అవధులుండవు. శిఖరం ఎక్కి జెండా పాతినప్పుడు ప్రపంచం చేసే జయజయధ్వానాలే అంతులేని తృప్తి కలిగిస్తాయి. అలాంటి తృప్తికోసమే మనం బ్రతకాల్సింది.

విజయశిఖరం :

శిఖరాగ్రం చేరుకోవాలనేది ఒక పర్వతారోహకుడి ఆశయం. కష్టమైనా సరే ఆ ప్రయాణంలో అతడు ఆనందాన్ని అనుభవిస్తాడు. జీవితం కూడా అలాంటిదే! కేవలం చివరి గమ్యాన్ని మాత్రం దృష్టిలో పెట్టుకుని, ప్రయాణం చేస్తున్నంతసేపూ బాధపడుతుంటే జీవితానికి అర్థం లేదు. కొంతమంది విద్యార్థులు పెద్ద చదువు చదవాలనీ, ఉన్నతమైన స్థానంలో జీవించాలనీ అనుకుంటారు. కానీ చదువుని ఒక ఆనందకరమైన చర్యగా భావించరు. మరోలా చెప్పాలంటే ఎంతో ఆనందంగా గడపాల్సిన విద్యార్థిజీవితాన్ని విషాదంతో నింపుతున్నారన్నమాట. బాల్యాన్ని కోల్పోవడం అంటే ఇదే! విద్యార్థుల్లో ఏకాగ్రత లోపించడానికి కూడా ఇదే కారణం! కేవలం గమ్యాన్నే కాదు, ప్రయాణాన్ని కూడా ప్రేమించగలిగి వుండాలి.

ఒక కుర్రవాడు గాంధీజీ వద్దకెళ్లి "నేను మీలాగా ఒక గొప్ప వ్యక్తిని అవ్వాలనుకుంటున్నాను. ఎక్కడినుంచి ఎలా మొదలుపెట్టాలి?" అని అడిగాడట. గాంధీ చిరునవ్వుతో "నువ్వు చేస్తున్న పనిని ప్రేమించటం నుంచి" అన్నారట.

బరువు తగ్గటం కోసం నేను ఒక యోగా సెంటర్‌లో చేరాను. ప్రతిరోజూ సాయంత్రం నాలుగుగంటలకు వెళ్లి ఒక గంటసేపు వ్యాయామం చేయాలి. నాలుగు అవుతుండేసరికి నాలో ఏదో తెలియని ఇబ్బంది ప్రారంభమయ్యేంది. ఏ 'సాకు' దొరుకుతుందా, ఎలా ఆ రోజు ఎగ్గొట్టాలా అని ఆలోచిస్తూ వుండేవాడిని. కానీ దాని వల్ల పెద్ద ఆనందం కూడా కలిగేది కాదు. చీకటిపడగానే 'ఈ రోజు యోగా మానేసామే' అనే అపరాధభావన మొదలయ్యేది. ఈలోపులో క్రమక్రమంగా నేను సన్నబడటం ప్రారంభించాను. ఫలితాలు కనబడటం మొదలవగానే నాలో ఉత్సాహం

పెరిగింది. వ్యాయామం అంటే ఆసక్తి పెరిగింది. ఇప్పుడు వెళ్లకుండా వుండలేని స్థితికి చేరుకున్నాను.

ఇదే ఉదాహరణ విద్యార్థులకు కూడా వర్తిస్తుంది. జ్ఞానం సంపాదించటం కన్నా కుతూహలమైనది ఇంకేదీలేదు. జ్ఞాన సముపార్జన ఒక గేమ్ లాంటిది. లెక్కలు, పజిల్స్ సాల్వ్ చేయడం, కవిత్వం చదవడం, న్యాయశాస్త్రం గురించి చర్చ, సైంటిస్టులు సాధించిన అపూర్వ విజయాల గురించి అవగాహన మొదలైనవన్నీ ఉత్సాహం కలిగించే అంశాలు. ఒకసారి వీటిపట్ల కుతూహలం పెంచుకుంటే 'నేను మిగతా వారికన్నా వేరు' అన్న భావం మీకు కలుగుతుంది. **చూసేవాళ్లకి, చేసేవాళ్లకీ తేడా ఇక్కడి నుంచే ప్రారంభం అవుతుంది.** అలా చేస్తే అలసట అనేది దరిదాపుల్లో రాదు. "పనిచేయనప్పుడు నేను చాలా అలసిపోతాను" అన్నాడు పికాసో. ప్రముఖ ఫొటోగ్రాఫర్ ఆండీహాల్‌ని ఎవరో "నువ్వింత బాగా ఫొటోలు ఎలా తీస్తావు?" అని అడిగినప్పుడు, అతను నవ్వుతూ "వెయ్యి ఫొటోలు తీసి అందులో తొమ్మిదివందల తొంభైతొమ్మిది పారెయ్యడం ద్వారా" అన్నాడట. ఈ సూత్రాన్ని నమ్మిన విద్యార్థి ఏ రోజైన ఒక దినం చదవకపోతే ఏదో వెలితిగా ఫీలవుతాడు. **పొద్దున్నే బ్రష్ చేసుకోకపోతే, స్నానం చేయకపోతే కూడా ఎలా ఫీలవుతామో, చదవకపోతే అలా ఇబ్బందిగా వుండే స్థాయికి చేరుకున్న విద్యార్థికి జీవితమంతా ఆనందమయమే!!** జ్ఞాని పెదవులపై చిరునవ్వుని ఎవరు మాత్రం ఎలా చెరపగలరు?

సైన్స్ అనేది ఒక నిబద్ధమైన పాండిత్యం. జ్ఞానం అనేది ఒక నిబద్ధమైన జీవితం. పాండిత్యం మాట్లాడుతుంది. జ్ఞానం వింటుంది. రెండిటి మిళితం జీవితం! ఈ సిద్ధాంతం ఆధారంగా ఇప్పుడు, జీవితంలోని రెండు దశల గురించీ చర్చిద్దాం...!

సమస్య దశ

'ఎందుకు చదవాలి?' అన్న అంశం మీద విద్యార్థుల కోసం ఉపన్యాసం ప్రారంభిస్తూ నేను జీవితాన్ని ఒక ప్రయాణంతో పోలుస్తాను. లోయలో ప్రారంభమైన మన జీవితం ఉన్నత శిఖరాన్ని చేరుకోవాలి. లోయ గురించి తర్వాత చర్చిద్దాం. కానీ ఆ శిఖరాగ్రం పైన ఏముంటుంది? అక్కడికి ఎందుకు చేరుకోవాలి....? ఇదే ప్రశ్న నేను విద్యార్థులను అడుగుతాను. సమాధానం చెప్పడం కోసం వాళ్లకి ఒక చిన్న క్లూ కూడా ఇస్తాను. "ఉదాహరణకి మీరు ఒక ఓడలో ప్రయాణిస్తున్నారు. ఆ ఓడ పేరు 'టైటానిక్'. ఓడ మునిగిపోయింది. మీకొక్కరికే ఈత వచ్చు. ఈదుకుంటూ ఒక దీవి చేరుకున్నారు. లేళ్లు, సెలయేళ్లు, కుందేళ్లతో ఆ దీవి అద్భుతంగా వుంది. తేళ్లు, పాములు, అనకొండ ఏమీలేవు. మీరు శాకాహారులైతే రకరకాల ఫలాలున్నాయి.

మాంసాహారులైతే కొబ్బరి నూనెతో డీర్ 65, రాబిట్ మంచూరియా మొదలైనవన్నీ మీరు తయారు చేసుకోవచ్చు. పొద్దున్నే లేచి చదువుకోమనే తల్లిదండ్రులు వుండరు. హోమ్‌వర్క్ ఇచ్చే టీచర్లుండరు. ఎనిమిదింటి వరకూ పడుకోవచ్చు. తర్వాత రెండు గంటలు జలపాతం కింద స్నానం చేయవచ్చు. ఆపై సెలయేట్లో గాలంవేసి చేపలు పట్టుకోవచ్చు. సాయంకాలం సముద్రతీరాన కావలసినంత సేపు తిరగొచ్చు. ఏ విధమైన బాదరబందీ వుండదు...! ఇప్పుడు నేను మీకు రెండు మార్గాలు సూచిస్తాను. ఒక దానిని ఎన్నుకోవాలి. అక్కడే శాశ్వతంగా వుండిపోతారా? వెనక్కి వచ్చేస్తారా?"

కొన్ని క్షణాల నిశ్శబ్దం తర్వాత అందరూ 'వెనక్కి వచ్చేస్తాం' అనబోతుండగా ఒక కుర్రాడు మాత్రం తటపటాయిస్తూ 'అక్కడే వుండి పోతాను' అంటాడు. ఎందుకని ప్రశ్నిస్తే తాను ప్రశాంతంగా బ్రతకటం కోసం అని జవాబిస్తాడు. 'నీకు పెళ్ళైందా?' అన్న ప్రశ్నకు లేదని జవాబిస్తాడు. 'మరెందుకు ఇక్కడ నీకు ప్రశాంతత లభించడం లేదు?' అన్న ప్రశ్నకి క్లాసు గొల్లుమంటుంది. ఆ విధంగా పిల్లల్ని తేలిక వాతావరణంలో ప్రవేశపెట్టిన తర్వాత 'ఇక్కడ ఏముందని తిరిగి వస్తున్నారో తెలుసుకో' మ్మని వారిని ప్రోత్సహిస్తాను. వారి వయసుకి అది కష్టమైన ప్రశ్నే! ఒక మూల నుంచి ఎవరో 'ఫ్యామిలీ' అంటారు. అంటే ఏమిటని ప్రశ్నిస్తే 'తల్లిదండ్రులు' అంటారు. 'ఆ తర్వాత?' అని అడుగుతాను. 'స్నేహితులు' అంటారు. మరికాస్త లోతుగా ఆలోచించండి అని రెట్టిస్తే అప్పుడు వారికి తోబుట్టువులు గుర్తుకొస్తారు. ఇలా క్రమక్రమంగా వాళ్ళు నాలుగు విషయాలు గుర్తించగలుగుతారు. <u>ఒకటి</u> : ఆత్మీయులు (ప్రేమ). <u>రెండు</u> : ఇక్కడ దొరికే సౌఖ్యాలు (ఐశ్వర్యం). <u>మూడు</u> : చేసే పని వల్ల వచ్చే గుర్తింపు (కీర్తి). <u>నాలుగు</u> : టీవి, క్రికెట్ మొదలైన ఆసక్తికరమైన విషయాలు (కుతూహలం). ఈ నాలుగూ వాళ్ళు సూచించిన తర్వాత వాటికి నేను మరో రెండు కలుపుతాను. <u>అయిదు</u> : డాక్టర్లు- మందులు (ఆరోగ్యం) <u>ఆరు</u> : జ్ఞానం.

ఆరోగ్యం, ఐశ్వర్యం, కీర్తి, కుతూ హలం, ప్రేమ, జ్ఞానం! ప్రతివ్యక్తీ తన జీవితంలో ఈ ఆరు ఐశ్వర్యాలూ సంపాదిం చాలని మన శాస్త్రాలు చెబుతున్నాయి. వీటి గురించి వివరంగా నా పుస్తకం <u>'విజయానికి ఆరోమెట్లు'</u>లో రాశాను. అయినా పిల్లలకోసం తిరిగి ఇక్కడ ప్రస్తావిస్తాను.

చదువుకుంటున్న వయసులో ప్రతివిద్యార్థి కనీసం గంటసేపైనా ఆటల్లో నిమగ్నం అవ్వాలి. మంచి <u>ఆరోగ్యం</u> కోసం ఆహారం నియమాలు పాటించాలి. ఎటువంటి నియమాలు పాటించాలో ఇదే పుస్తకంలో తర్వాత చర్చిద్దాం. ఆరోగ్యం ముఖ్యం.

తరువాతది <u>ప్రేమ</u>. ప్రేమ గురించి ప్రస్తావన వచ్చినప్పుడు 'మీ నాన్న పక్కన కూర్చొని కబుర్లు చెప్పి ఎంతకాలం అయింది?' అన్న ప్రశ్నకి వారి నుంచి స్పష్టమైన సమాధానం రాదు. ముఖ్యంగా మొగపిల్లల నుంచి.

24 ——————————— యండమూరి వీరేంద్రనాథ్

అదేవిధంగా "మీరు ఎంత ఐశ్వర్యం సంపాదించదలుచుకున్నారు? ఎన్ని గదుల ఇల్లు కట్టించదలచుకున్నారు?" అని అడిగినప్పుడు కాబోయే ఇంజనీర్లు కూడా రెండుగదుల ఇల్లు అని సమాధానం ఇస్తారు. 'చిన్న రెండు గదుల ఇల్లు కట్టుకోవడం కోసం మీ తల్లిదండ్రులు మిమ్మల్ని ఇంజనీరింగ్ కోసం చదివిస్తున్నారా? వాళ్లని వృద్ధాప్యంలో ఎక్కడ వుంచదలుచుకున్నారు?' అన్న ప్రశ్నకి సమాధానం వుండదు. ఈ తప్పు పిల్లలది కాదు. రాజీపడడంలోని సంతృప్తికీ, సుఖంలోని సంతోషానికీ మధ్య వుండే వ్యత్యాసాన్ని తల్లిదండ్రులు తమ పిల్లలకి సరిగ్గా చెప్పకపోవడంవల్ల, 'సామాన్యంగా బ్రతికెయ్యటంలో వుండే సంతృప్తి మరెందులోనూ లేదు'-లాటి నమ్మకాల వల్ల, ఇలాంటి అభిప్రాయాలు కలుగుతున్నాయనిపిస్తోంది. గ్లోబలైజేషన్‌లో ప్రపంచం అంతా ముందుకు వెళుతున్నపుడు, ప్రతి విద్యార్థీ పెట్టుబడిదారీ వ్యవస్థలో వుండే అవకాశాల్ని గుర్తించగలగాలి. మన రాష్ట్రపతి చెప్పినట్టు కలగనకపోతే అభివృద్ధిలేదు. ఇది దేశానికే కాదు. వ్యక్తిగతంగా కూడా వర్తిస్తుంది.

జ్ఞానం లేని మనిషి అడవి మనిషితో సమానం. ఈ ప్రపంచంలో బ్రతుకు తున్నందుకు ఎంతో కొంత జ్ఞాన సముపార్జన తప్పనిసరి!

షడ్విధ ఐశ్వర్యాల్లో మరో ముఖ్యమైనది **కీర్తి**. చిన్న ఉదాహరణ : మీరు రోడ్డు మీద వెళుతుంటే పక్కింటివారి తండ్రి తన సంతానానికి మిమ్మల్ని చూపించి 'తనని చూసి నేర్చుకోరా' అంటే మీకు కీర్తి వున్నట్టు! అలా చిన్నగా ప్రారంభమైన కీర్తి క్రమక్రమంగా వ్యాప్తమవ్వాలి. జంతువులకి కీర్తి వుండదు. కాస్తో కూస్తో కీర్తిలేని మనిషి జంతువుతో సమానం.

మనిషి ఆఖరి ఐశ్వర్యం- **'కుతూహలం'**. వెరైటీ లేకపోతే జీవితంలో థ్రిల్ వుండదు. ఒక దీవిలో జంతువుని వదిలిపెట్టి "నీకు క్రూర మృగాల నుంచి భయంలేదు. కావలసినంత గడ్డి దొరుకుతుంది" అని చెప్తే ఆ మృగం జీవితాంతం ఆ దీవిలో వుండిపోవడానికి ఆనందంగా అంగీకరిస్తుంది. కానీ మనిషి ఒప్పుకోడు. ఎందుకంటే అతనికి తిండి, భద్రతలే కాదు; షడ్విధ ఐశ్వర్యాలూ కావాలి. వాటిని సాధించడం కోసం ప్రయత్నించడమే 'జీవితం'! ఎలా ప్రయత్నించాలో తెలియజెప్పేదే 'చదువు'.

2. ఒకోసారి చాలా చిన్న సమస్యలే పెద్దవిగా కనపడతాయి. ఈ క్రింది లెక్క చెయ్యండి.

ఒక ఆపిల్, రెండు బత్తాయిలూ రలిపి 4/- రూపాయిలు- మూడు ఆపిల్సూ, రెండు బత్తాయిలూ కలిపి 8/- రూపాయిలూ అవుతే, రెండు బత్తాయిలూ, ఒక ఆపిలూ ఖరీదెంత ?

(సమాధానం చివరి పేజీల్లో)

మొట్టమొదట అవసరమైన దానితో ప్రారంభించండి. తర్వాత సాధ్యమైంది చేయండి. అకస్మాత్తుగా అసాధ్యమైంది కూడా చేయగలిగే శక్తి మీలో వున్నట్టు మీరే గుర్తిస్తారు. గెలుపనేది యాక్సిడెంట్ కాదు. అది వున్నట్టుండి సంభవించదు. దానికొక వ్యూహం కావాలి! వలవేసి పట్టుకోవాలి! జారిపోకుండా కాపాడుకోవాలి.

దీన్ని ప్రాతిపదికగా తీసుకొని జీవితాన్ని రెండు విభాగాలుగా విడగొడతాం. ఒకటి సమస్యల దశ! రెండు అవకాశాల దశ!

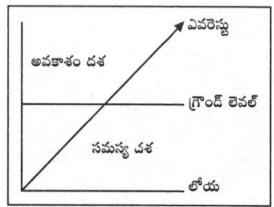

'జీవితాన్ని విద్యార్థి దశలో లోయ నుండి ప్రారంభించి ఎవరెస్టు శిఖరం పైకి చేరుకోవటం ఆశయంగా ప్రయాణించాల'ని చదువుకున్నాం. మరి లోయ అంటే ఏమిటి? దీనికి కొంత వివరణ కావాలి.

మనందరం వెండి కంచాల్లో భోజనం చేసే ఇళ్ళలో పుట్టలేదు. సామాన్య కుటుంబాల నుంచి వచ్చిన వాళ్లం. ఆర్థిక సమస్యలు, తండ్రి యొక్క వ్యసనాలు, చిన్న వయస్సులో ఆరోగ్యం సరిగా వుండకపోవటం, తలిదండ్రుల దగ్గరనుంచి సరైన ప్రేమ, ఆప్యాయతలు దొరక్కపోవటం, చదువుకుంటుంటే మూడ్ పాడుచేసే ఇంటి వాతావరణం, తల్లిదండ్రుల మధ్య తరచూ గొడవలూ.... ఇలాంటివెన్నో విద్యార్థి దశలో ఎదుర్కోవలసి వుంటుంది. ఇవిగాక కోపం, భయం, పదిమందిలో మాట్లాడ లేకపోవటం, ఆత్మన్యూనతా భావం, సిగ్గు మొదలైన అంతర్గత బలహీనతలు ఎలాగూ

3. పిల్లల్లో జ్ఞానంపట్ల కుతూహలాన్నీ, జ్ఞాన సముపార్జనపట్ల ఉత్సాహాన్ని పెంచటం కోసం వారికి రకరకాల పజిల్స్ ఇవ్వాలి. బహుమతులిచ్చి ప్రోత్సహించాలి. ఈ క్రింది ప్రశ్న చూడండి. ఒకే పంథాలో ఆలోచించే కొద్దీ దీనికి సమాధానం దొరకదు. నాణేనికి రెండో వైపు నుంచి ఆలోచించాలి. యోచనా జ్ఞానాన్ని విస్తృతపర్చటానికి ఇలాటి పజిల్స్ ఉపయోగపడతాయి. చాలా గొప్ప పజిల్ ఇది.

పంచపాండవులు లక్క ఇంటిలో చిక్కుకుపోయివున్నారు. ఇల్లు కాలిపోతోంది. సొరంగంలో ఒక తడవకి ఇద్దరుకన్నా ఎక్కువ మంది ప్రయాణించలేరు. చిమ్మ చీకటి. లాంతరుతో ఇద్దరు అటువెళ్ళి, ఒకరు అక్కడ ఆగి, మరొకరు లాంతరుతో వెనక్కివచ్చి దారి చూపిస్తూ మరొకర్ని అటు తీసుకెళ్ళాలి.

ఇటు నుంచి సొరంగం అటువైపు చేరుకోవటానికి వారి వారి వయసుల బట్టి ధర్మరాజుకి 25 నిముషాలు, భీముడుకి 20, అర్జునుడుకి 10 నకుల సహదేవులకి చెరో అయిదు నిముషాలూ పడతాయి. ఒకే లాంతరు వున్నది. లక్క ఇల్లు అరవై నిముషాల్లో కాలిపోతుంది. ఈలోపులో బయటపడాలి. ఎలా?

ఈ ప్రశ్న చదవగానే మన దృష్టి - చురుగ్గా నడిచేవారి పైపడుతుంది. ఆ విధంగా నకులుడికి గానీ, సహదేవుని గానీ లాంతరిచ్చి ఒక్కొక్కరినీ తీసుకురమ్మంటే మొత్తం నాలుగు ట్రిప్పులకీ కలిపి 75 నిముషాలు పడతాయి. ఇద్దరు వృద్ధులు కలిసి కూడా నడవొచ్చు. ఆలోచించండి. అదే ఈ ప్రశ్నలో ట్రిక్కు.

తప్పువు. జ్ఞాపకశక్తి లేకపోవటం, ఏకాగ్రత కుదరకపోవటం, కోపం, బద్ధకం మరోవైపు వెంటాడుతూ వుంటాయి. అందుకే దీన్ని ఒక లోయగా నేనిక్కడ అభివర్ణించాను.

అక్కడినుంచి శిఖరం ఎక్కాలి. కానీ అక్కడికి చేరుకోవాలంటే తాళ్లు, రగ్గులు, మేకులు లాంటి పరికరాలు ఎన్నో కావాలి. అవన్నీ లోయలో దొరకవు. గ్రౌండ్‌లెవల్‌లో వున్న సూపర్‌మార్కెట్‌లో మాత్రమే దొరుకుతాయి. అంటే మన ప్రయాణం రెండు దశల్లో సాగుతుందన్న మాట. లోయనుంచి గ్రౌండ్‌లెవల్‌కి వచ్చే దశని సమస్యలదశ అనుకుందాం. అక్కడి వరకూ ఏ పరికరాల ఆధారాలూ లేకుండా మనంతట మనమే కష్టపడి రావాలి! అంటే... మన సమస్యల్ని మనమే అధిగమించాలి. వాటికి అడ్డదార్లు గానీ, తాయెత్తులు గానీ, ఉంగరాలు గానీ లేవు.

చాలా మంది అక్కడ వరకూ రాగలిగితే చాలని బద్ధకిస్తారు. వారిని "సామాన్యులు" అంటారు. అక్కడి నుంచి అవకాశాల దశ ప్రారంభమవుతుంది. రెండో వర్గం విద్యార్థులు ఆ అవకాశాల్ని ఉపయోగించుకొని క్రమక్రమంగా శిఖరాన్ని అధిరోహించడం ప్రారంభిస్తారు. వాళ్లు గొప్పవాళ్లు అవుతారు. షడ్విధ ఐశ్వర్యాల్ని సంపాదించుకుంటారు. సామాన్యుడిగా వుండిపోవాలా, శిఖరం చేరుకోవాలా అన్నది వారి అభీష్టం మీద ఆధారపడి వుంటుంది. మూడోవర్గం విద్యార్థులు కొంతమంది సమస్యలని చూసి భయపడి పూర్తిగా లోయలోనే వుండి పోతారు. వారు ఒక విషయం తెలుసు కోవాలి. సమస్య కష్టం అవటం వల్ల మనిషి ధైర్యం చేయడు అనుకోవటం తప్పు. మనిషి ధైర్యం చేయక పోవడం వల్ల మాత్రమే సమస్య మరింత క్లిష్టతరం అవుతుంది.

శిఖరం, గ్రౌండ్ లెవల్, లోయ.. పై మూడు వర్గాల్లో దేనిలో వుండాలో మీరే నిర్ణయించుకోండి.

అవకాశం దశ

పర్వత శిఖరం ఎక్కటానికి కొన్ని పరికరాలు కావాలి అనుకున్నాం. మరి జీవిత శిఖరం ఎక్కటానికి ఏం కావాలి? ఆ పరికరాల్నే 'యోగ్యత' లంటారు. తనలోని శక్తివంతమయిన లక్షణాల్ని ప్రతి విద్యార్థీ పెంపొందించుకోవాలి. జీవితంలో గెలిచే అవకాశాల్ని పెంచుకోవాలి. ఏమిటా లక్షణాలు ? దీనికి కొంత వివరణ కావాలి.

నేనొక ఆర్థిక సంస్థలో పనిచేసేటప్పుడు ఒక కంపెనీ బోర్డ్ ఆఫ్ డైరెక్టర్స్‌లో నన్ను కూడా నియమించారు. ఆ సమయంలో ఆ కంపెనీకి అభ్యర్థుల్ని ఎంపిక చేసే

ప్యానెల్‌లో నా పేరు కూడా జత చేసినప్పుడు చాలా థ్రిల్లింగ్‌గా ఫీలయ్యాను. కేవలం పది సంవత్సరాల క్రితం నేనొక అభ్యర్థిగా ఇంటర్వ్యూకి వెళ్లాను. ఇప్పుడు ఇంటర్వ్యూ చేసే స్థితికి వచ్చాను. అదీ థ్రిల్! పొడవాటి వరండా, అందులో వరుసగా కుర్చీలు, అక్కడ అభ్యర్థులు, వారి మొహంలో ఉద్వేగం, నేను కొత్తగా కుట్టించుకున్న సూట్– ఇవేమీ కాదు గానీ, ఆ ఇంటర్వ్యూలో మాతోపాటు వున్న అధికారి చెప్పిన మాటలు ఇన్ని సంవత్సరాల తర్వాత కూడా నాకింకా గుర్తున్నాయి. ఆర్థిక వ్యవహారాల్లో ఎంతో అనుభవం వున్న ఆ అధికారి ఇలా అన్నాడు.

> *"ఇప్పుడు మనం ఎంపిక చేయబోయే అభ్యర్థికి నెలకి యాభైవేల రూపాయల జీతం. అంటే సంవత్సరానికి ఆరు లక్షలు అవుతుంది. ఆ అభ్యర్థి ఈ సంస్థలో ముప్పై సంవత్సరాలు పనిచేస్తాడు అనుకుంటే దాదాపు ఒక కోటీ ఎనభై లక్షలు ఈ సంస్థ ఆ అభ్యర్థికి జీతంగా ఇస్తుంది. వడ్డీ కూడా కలుపుకుంటే ఐదు కోట్లు అవుతుంది. నిజంగా అతడికి అంత అర్హత వున్నదా? అలాంటి సామర్థ్యంలేని వాడైతే ఆ సంస్థకి అతడు నిరుపయోగంగా మారతాడు. అతడు లిటిగెంట్ అయితే మిగతా వాళ్లని భ్రష్టు పట్టిస్తాడు. పనిచేయకుండా కబుర్లు చెప్పేవాడైతే మిగతావాళ్ల సమయాన్ని వృథా చేస్తాడు..." ఒక్క క్షణం ఆగి ఆయన తిరిగి కొనసాగించాడు. " ....ఈ సంస్థ అధికారులు గొప్ప నమ్మకంతో ఐదుకోట్ల విలువ చేసే అభ్యర్థిని అరగంటలో ఎంపిక చేయాల్సిన బాధ్యత మనమీద పెట్టారు. దాన్ని మనం సక్రమంగా నిర్వహించాలి".*

ముందే చెప్పినట్లు ఈ వాక్యాలు ఇప్పటికీ నాలో సజీవంగానే మిగిలి పోయాయి. ఆ తర్వాత నేను ఎప్పుడు ఇంటర్వ్యూ బోర్డులో వున్నా ఆ సంభాషణనే గుర్తుచేసుకుంటూ వుంటాను.

ఆ రోజుల్లో అలా ఇంటర్వ్యూ చేయడం కష్టమయ్యేది. ఎందుకంటే అంత గొప్ప అర్హతలున్న అభ్యర్థులు ఆ కాలంలో దొరికేవారు కాదు. ఇప్పుడు అది మరీ కష్టంగా మారింది. <u>అభ్యర్థులు తక్కువై కాదు. ఎక్కువై!</u>

అవును. రెండు గత దశాబ్దాల్లో విద్యార్థుల స్టాండర్డ్స్ చాలా పెరిగి పోయాయి. ఉన్నతమైన స్థాయివున్న పాఠశాలల్లోనూ, కళాశాలల్లోనూ ఆధునిక పద్ధతుల ద్వారా స్టూడెంట్స్‌ని ఉన్నతంగా తీర్చిదిద్దుతున్నారు. పదిమందిలో మాట్లాడ గలిగే సామర్థ్యం, ధైర్యం, ఆంగ్లంలో మాట్లాడే విధానం, కంప్యూటర్స్‌లో నైపుణ్యం, జనరల్ నాలెడ్జ్,

4. ఇటీవల ఇంటర్నెట్‌లో 'లేటరల్ థింకింగ్' గురించిన ఒక ప్రశ్న ప్రాచుర్యం పొందింది. ఒక కారులో తండ్రీ కొడుకులు ప్రయాణం చేస్తుండగా ఆక్సిడెంట్ జరిగి తండ్రి అక్కడిక్కడే ప్రాణాలు వదిలాడు. కొడుకుని ఆగమేఘాలమీద ఆస్పత్రికి తీసుకొచ్చారు. అతడిని చూసిన సర్జెన్, "నేనీ ఆపరేషన్ చేయలేను ఇతను నా కొడుకు" అంటే, ఇదెలా సంభవించింది.

అన్నింటికన్నా ముఖ్యంగా తమ మీద తమకు నమ్మకం వున్న విద్యార్థులు 'ది బెస్ట్'గా తయారవుతున్నారు.

అలాంటి బెస్ట్‌లతో పోటీ పడాలంటే ప్రతివారూ తమ సామర్థ్యాన్ని పెంచుకోవాల్సి వుంటుంది. '*... నేను బీద కుటుంబం నుంచి వచ్చాను... తల్లిదండ్రుల సపోర్ట్ లేదు... మా గ్రామంలో ఆంగ్లంలో మాట్లాడేవారు లేరు...*' వంటి సాకులు చెబ్తే ఎవరూ వినరు. 'బెస్ట్ ఆఫ్ ది బెస్ట్' అవటం తప్పనిసరి! అయితే అన్నింటిలోనూ అత్యున్నతమైన సామర్థ్యం అవసరం లేదు. తనకు ఎందులో సామర్థ్యం వుందో తెలుసుకొని దాన్ని పెంపొందించుకో గలగాలి. ఉదాహరణకి మంచి జ్ఞాపకశక్తి వున్న మెడికో జనరల్ మెడిసిన్‌లో; మంచి సంభాషణా చాతుర్యం వున్న విద్యార్థి మార్కెటింగ్‌లో; చేతివేళ్ల నైపుణ్యం ప్రదర్శించగల వ్యక్తి ఒక సర్జన్‌గానూ పైకి రావచ్చు. తమ పిల్లల్లో వుండే ప్రత్యేక సామర్థ్యాన్ని గుర్తించకుండా, కేవలం తమ అభిరుచుల్నీ, లేదా మార్కెట్‌లో వుండే డిమాండ్‌ని బట్టీ తల్లిదండ్రులు తమ సంతానాన్ని డాక్టర్‌నో, ఇంజనీర్నో చేయాలనుకుంటేనే సమస్య వస్తుంది. పిల్లలు నలిగిపోతారు. ఇదంతా నాణేనికి ఒక వైపు.

నాణేనికి మరో వైపు మరింత కష్టమైన నాలుగు అంశాలు వున్నాయి. సాధారణంగా ఒక అభ్యర్థిని ఇంటర్వ్యూలో ఈ నాలుగు అంశాల్లోనే పరీక్షించడం జరుగుతుంది.

1. **తెలివి :** తెలివంటే... తనకు తెలిసినదాన్ని సరైన సమయంలో సరిగ్గా ఉపయోగించి, సరైన ఫలితాన్ని తొందరగా రాబట్టగలగటం! ఉదాహరణకి ఏ విద్యార్థి గమ్యం అయినా పరీక్షలో మంచి ర్యాంకులో పాసవటం! ఏ విద్యార్థికైతే మంచి మార్కులు వస్తాయో అతడ్ని తెలివైనవాడు అంటాం. అదేవిధంగా ఒక సైకిల్ పాడైనప్పుడు పెద్దవాడు చూస్తూ వుండగా, చిన్నవాడు బాగుచేస్తే చిన్నవాడు తెలివైనవాడు అంటాం. అనుకున్న గమ్యానికి అందరికన్నా తొందరగా చేరుకోవటమే తెలివి!
2. **జ్ఞాపకశక్తి :** జ్ఞాపకశక్తి అంటే ... కావలసిన విషయాన్ని మెదడు అరల్లో సరిగ్గా పొందు పరచుకొని అవసరమైనప్పుడు దాన్ని వెలికి తీయగల శక్తి. ఇంటర్వ్యూలో భారతదేశానికి అనుకొని వున్న కనీసం నాలుగుదేశాల పేర్లు చెప్పమంటే అయోమయంగా చూసే అభ్యర్థులు మాకు తెలుసు.
3. **ప్రతిస్పందన :** ప్రతిస్పందన అంటే... అవతలి వ్యక్తి మాట్లాడుతున్నప్పుడు ఆ విషయాన్ని సరిగ్గా అర్థం చేసుకొని తిరిగి అతనికి అర్థంఅయ్యే భాషలో

సమాధానాన్ని సరిగ్గా చెప్పగలగటం. అభ్యర్థులకి చాలా ప్రశ్నలకి జవాబులు తెలిసే వుంటాయి. కానీ కంగారు వల్లనో, టెన్షన్ వల్లనో, భాష సరిగ్గా రాకపోవటం కారణంగానో సమాధానం చెప్పడానికి తడబడుతూ వుంటారు. అందుకే పైమూడింటికన్నా ఇంటర్వ్యూలో ప్రతిస్పందన చాలా ముఖ్యం.

4. **ఏకాగ్రత** : దీన్నే కుతూహలం అని కూడా అనవచ్చు. ఎక్కడైతే కుతూహలం వుంటుందో అక్కడ ఏకాగ్రత వుంటుంది. తను చేసే పనిమీద కుతూహలం లేని వ్యక్తికి ఏకాగ్రత వుండదు. చదువుకి కూడా ఇది వర్తిస్తుంది. దృక్పథం, నమ్మకం, నిర్భయం, అన్నిటికన్నా ముఖ్యంగా పనిచేస్తున్నప్పుడు ఆ వ్యక్తిలో కనబడే ఆనందం, ఉత్సాహం, మొదలైనవి ఆ వ్యక్తి సామర్థ్యాన్ని పెంచుతాయి. నిరాశాపూరితమైన భావస్పందన వున్న వ్యక్తులు ఇంటర్వ్యూల్లో నెగ్గటం కష్టం.

విద్యార్థి దశ నుంచే పై నాలుగు రంగాల్లో నైపుణ్యం సంపాదించాలి. జీవితంలో పైకొచ్చిన వారిని గమనిస్తే పై నాలుగు అంశాలూ స్పష్టంగా కనబడతాయి. అవి వేర్వేరు నిష్పత్తుల్లో వుండివుండవచ్చు. అది వేరే సంగతి.

అరగంటపాటు చేసే ఇంటర్వ్యూలో పై అన్ని విషయాలూ గమనిస్తారా అన్న అనుమానం మీకు కలగొచ్చు. ఒక అభ్యర్థి కూర్చునే విధానం దగ్గరనుంచీ ప్రశ్నలకు సమాధానం చెప్పే తీరు వరకూ అతడి యొక్క తెలివి, జ్ఞాపకశక్తి, ప్రతి స్పందన బయటపడుతూనే వుంటాయి. అన్నం ఒక్క మెతుకు పట్టుకొని చూస్తే చాలు అన్న నానుడి మనకు తెలిసిందే కదా!

పై నాలుగింటితోబాటు కావలసిన మరో ముఖ్యమైన అంశం ఇంగిత జ్ఞానం. దీన్నే ఇంగ్లీషులో "కామన్‌సెన్స్" అంటారు. ఇంగిత జ్ఞానం అంటే తన పట్ల, తన చుట్టూ ఉన్న ప్రపంచం పట్ల వున్న తార్కిక జ్ఞానం!

ఒక కోడి రోజుకి ఒక గుడ్డు పెడితే, రెండు కోళ్ళు రెండు రోజులకి నాలుగు గుడ్లు పెడతాయి - అన్నది లెఖ్ఖల జ్ఞానం. అది తర్కం. ఒక పిల్లి ఒక అడుగు ఎత్తు నుంచి దూకితే ఒక కాలు విరిగితే, ఐదు అడుగుల ఎత్తునుంచి దూకితే ఐదుకాళ్లు విరుగుతాయి- అన్నది కేవలం లెక్కల పరిజ్ఞానాన్ని సూచిస్తుంది తప్ప, ఇంగిత జ్ఞానాన్ని కాదు. 'దీనికి సమాధానం చెప్పడం చాలా కష్టం' అని చెప్పడం ఇంగిత జ్ఞానం. అయితే ఇంగితజ్ఞానం (కామన్‌సెన్స్) వేరు. తార్కికజ్ఞానం (లాజిక్) వేరు. ఒక పిల్లి ఒక అంతస్తు మీద నుంచి దూకితే ఒక కాలు విరగొచ్చు. అదే రెండు అంతస్తుల మీద నుంచి దూకితే ఏ కాలూ విరగకపోవచ్చు. ఎందుకంటే పిల్లి దూకుతున్నప్పుడు కండరాల్ని తన స్వాధీనంలోకి తెచ్చుకోవడానికి కనీసం మూడు

నాలుగు సెకన్లు పడుతుంది. రెండో అంతస్థు మీద నుంచి దూకి, క్రిందపడే సమయంలో అది అడ్జెస్టు అయిపోతుంది. కాళ్ళు విరగకపోవటానికి అదీ కారణం. ఆ విధంగా ఆలోచించడమే తెలివితేటలతో కూడిన తార్కిక జ్ఞానం! ఎక్కడైతే తెలివి, తర్కం, ఇంగితం కలిసుంటాయో అప్పుడది జ్ఞానం (విజ్‌డమ్) అవుతుంది. **జ్ఞానం** కలిగివున్న వ్యక్తి ఉద్వేగాల్ని (ఎమోషన్స్‌ని) అదుపులో పెట్టుకోగల సామర్థ్యం సంపాదించినప్పుడు అతడు **స్థితప్రజ్ఞుడు** అవుతాడు. దురదృష్టవశాత్తూ ఏ విశ్వవిద్యాలయంలోనూ ఆ నాలుగు అంశాల గురించి బోధించరు. ఈ ప్రాతిపదిక ఆధారంగా ఇప్పుడు మనం విద్యార్థులు ఎదుర్కొనే మూడు రకాల సమస్యల్నీ, ఉపయోగించుకోగలిగే నాలుగు రకాల అవకాశాలనీ తెలుసుకుందాం.

ఒక విద్యార్థి. తను పరీక్ష సరిగ్గా వ్రాయలేకపోవటాన్ని బయట కారణాలకి ఆపాదిస్తే ఆ మనసత్వత్వాన్ని సైకియాట్రీలో 'మాజికల్ థింకింగ్' అంటారు. పిల్లి ఎదురు రావటం వలన ఇలా జరిగిందనో, గత సంవత్సరపు మొక్కు తీర్చుకోక పోవటమే దీని కారణమనో ఆ విద్యార్థి భావించటం జరుగుతుంది. పిల్లవాడు చెప్పే కారణాలు మరో రకంగా (పేపరు కఠినంగా వుంది.... సిలబస్‌లో లేని ప్రశ్నలు ఇచ్చారు... వగైరా) కూడా వుండవచ్చు. ఎక్కువ మార్కులు వూహించి, తీరా మార్కులిస్టు వచ్చాక చూసి, తల్లిదండ్రులు అయోమయంలో పడతారు. అప్పుడు పిల్లలు సాధారణంగా ఈ 'మాజికల్ థింకింగ్' అన్న అస్త్రాన్ని ఉపయోగిస్తారు. ఒక్కోసారి పిల్లలు కూడా ఈ ప్రభావాన్ని మనస్ఫూర్తిగా నమ్ముతారు. మరికొన్నిసార్లు పెద్దల బలహీనతని క్యాష్ చేసుకుంటారు.

సంక్షిప్తంగా....

- మనిషి జీవితంలో రెండు దశలుంటాయి. సామాన్యంగా బ్రతికేస్తే చాలు, సమస్యలు లేకుండా వుంటే చాలు – అనుకోవటం ఒక దశ. అవకాశాల్ని వుపయోగించుకుంటూ ఎవరెస్ట్ అనే విజయ శిఖరాన్ని ఎక్కటం మరొక దశ.
- ఆరోగ్యం, ప్రేమ, డబ్బు, కీర్తి, కుతూహలం, జ్ఞానం అనేవి ఆరు రకాలయిన ఐశ్వర్యాలు. వీటిని సంపాదించటమే విజయ శిఖరం.
- సమస్యలు మూడు రకాలు. అవకాశాలు నాలుగు రకాలు.

మూడు దయ్యాలు

మనుషుల్ని మూడు రకాలైన దయ్యాలు పీడిస్తుంటాయి.

A. పుట్టుకతో వచ్చినవి.

B. వయసుతో వచ్చినవి.

C. ఆకర్షణీయమైనవి.

భయం, దుఃఖం పుట్టుకతో వచ్చినవి. అప్పుడే పుట్టిన పసిపాప కూడా భయం వల్లనో, ఆకలి వేసో ఏడుస్తుంటుంది. అదే విధంగా తల్లిలేకపోయినప్పుడు తన ఒంటరితనాన్ని ప్రదర్శించడం కోసం ఏడుపుని ఆశ్రయిస్తుంది. ప్రతి మనిషిలోనూ భయము, దుఃఖము సామాన్యమైనవే. కాస్త ఉండాలి కూడా. అవి శృతిమించితేనే కష్టం. ఇవి పుట్టుకతో వచ్చినవి.

రెండో విభాగంలో కోపం, ఆత్మన్యూనతాభావం మొదలైనవి వుంటాయి. అవేవీ పుట్టుకతో రావు. వయసు పెరిగేకొద్దీ తనలో ఏదో తక్కువ అనే ఆత్మన్యూనతా భావం (ఇన్‌ఫీరియారిటీ కాంప్లెక్స్), ఆందోళన, కోపం పెరుగుతూ వుంటాయి. ఇవి వయసుతో వచ్చినవి.

ఇక మూడో విభాగానికొస్తే అందులో బద్ధకం, పనులు వాయిదా వేయడం, ఏకాగ్రత లోపించడం లాటివి వుంటాయి. ఇవి ఆకర్షణీయమైన బలహీనతలు! మనుషులు బద్ధకంగా వుండడానికీ, అవసరమైన (ఇష్టంలేని) కష్టమైన పనులు వాయిదా వేయడానికీ సాధారణంగా ఇష్టపడుతూ వుంటారు. అలాగే పగటి కలలు కనడానికి కూడా! తాను చేస్తున్న పనిమీద ఏకాగ్రత నిలుపకుండా, ఒక మనిషి మరోవిషయం గురించి ఆలోచిస్తున్నాడంటే, అప్పుడు అది కూడా ఒక రకమైన ఆకర్షణీయమైన దయ్యమే కదా! ఇది మూడో విభాగం!

ఈ మూడు విభాగాలూ శాస్త్రీయంగా సరైనవి కాకపోవచ్చు. ఏ రకంగా విభజించినా సరే, మనిషి తలచుకుంటే తన బలహీనతల్ని అధిగమించగలడు. కావలసిందల్లా కాస్త మానసిక వ్యాయామం, సాధించాలన్న తపన మాత్రమే! మనం

మన బలహీనతల్ని అంతర్గతంగా ప్రేమిస్తుంటాం కాబట్టి వాటి నుంచి బయటపడడానికి ప్రయత్నించం. ఒక సమస్య నుంచి బయటపడాలంటే ముఖ్యంగా దాన్ని విశ్లేషించాలి. దాని యొక్క మూల కారణాలు శోధించాలి. తర్వాత ఆ ఆకర్షణలు తొలగించుకోవటం ద్వారా ఆ మూల కారణాన్ని నిర్మూలనం చేయాలి. ఉదాహరణకి శారీరక పరమైన బద్ధకాన్ని తీసుకుందాం. దానికి కారణం నూనె వస్తువులు, ఐస్‌క్రీములు, కూల్ డ్రింకుల పట్ల వున్న ఆకర్షణ. దాన్ని తగ్గించనిదే బద్ధకం ఎలా తగ్గుతుంది?

ఒక కుర్రవాడు తనకి 'నైక్' షూస్ లేవని బాధపడుతూ వుండి వుండవచ్చు. కాళ్ళు లేని వాడిని చూస్తే తనెంత అదృష్ట వంతుడో అర్థం అవుతుంది. కోర్కెల్ని అధిగమించటానికి ఇదొక పద్ధతి. ఇంకొక పద్ధతి కూడా వున్నది. దీనికన్నా మంచిది. చెవి దగ్గిర స్టైల్‌గా సెల్ ఫోన్ పెట్టుకుని మాట్లాడుతూ రోడ్డు మీద నడుస్తూన్న కుర్రాళ్ళనీ, అమ్మాయిల్నీ చూస్తూంటే, 'అయ్యో. ఇది మనకు లేదే' అనిపించటం సహజం. దానికోసం తల్లిదండ్రుల్ని వేధించ కుండా, 'బాగా చదువుకుని, యాభైవేలు విలువచేసే సెల్ కొనుక్కోవటం నా లక్ష్యం' అని సెల్ఫ్-హిప్నాసిస్ చేసుకోవటం ఉత్తమం.

హానికరమైన ఆనందాలు :

కొందరు విద్యార్థులు, చదువుకునే రోజుల్లో, ఏకాగ్రత కుదరక, జ్ఞాపకశక్తి తగ్గిపోయి, భయంతో, దిగులుతో బ్రతకటానికి కారణం- వారిలోని అంతర్గత జంతు ప్రవృత్తే కారణం అంటారు సైకాలజిస్టులు. ఎందుకోసం బ్రతకాలో తెలియక, ఒక గమ్యంలేక, జంతువులు తాత్కాలిక సుఖాల కోసం శాశ్వత సుఖాలను వదులు కుంటాయనీ, శాశ్వత సుఖాలు అంటే ఏమిటో జంతువులకు తెలియదనీ శాస్త్రజ్ఞులు చాలా కాలం కిందటనే కనుక్కున్నారు. కానీ మనుష్యులమైన మనం వేరు. మనిషి తన శాశ్వత సుఖం కోసం కొన్నిసార్లు తాత్కాలిక ఆనందాన్ని వదులుకోవాల్సి వుంటుంది. కానీ కొన్ని విషయాల్లో దురదృష్టవశాత్తూ మనిషి కూడా జంతువులాగే ప్రవర్తిస్తూ వుంటాడు. ఇది నాలుగు రకాలుగా జరుగుతూ వుంటుంది.

1. **తాత్కాలిక సుఖాలకోసం భవిష్యత్తులో వచ్చే సంతృప్తిని బలిపెట్టటం:** చదువుకునే రోజుల్లో అది మానేసి ప్రేమలో పడటం దీనికి ముఖ్యమైన ఉదాహరణ. దానివల్ల ఏకాగ్రతనీ, మంచి భవిష్యత్తునీ కోల్పోవటం జరుగుతుంది. అదే విధంగా భవిష్యత్తు కోసం దాచుకోకుండా, వచ్చిన డబ్బంతా పూర్తిగా ఖర్చు పెట్టడం కూడా ఈ విభాగంలోకే వస్తుంది.
2. **చిన్న శ్రమకి ఓర్చుకోలేక భవిష్యత్తులో పెద్ద కష్టాన్ని ఆహ్వానించడం :** రోజూ తరచుగా వచ్చే దగ్గుకి డాక్టర దగ్గరకి వెళ్లడానికి బద్ధకించి క్షయనో, ఊపిరితిత్తుల కాన్సర్‌నో కొని తెచ్చుకోవడం ఈ విభాగంలోకి వస్తుంది. పరీక్షల ముందు చదువుకుందాంలే అని చెప్పి,

మామూలు రోజుల్లో చదవకపోవటం, చివరకి ఒక్కసారిగా సిలబస్ అంతా చదవాల్సి వచ్చేసరికి టెన్షన్ పడటం కూడా ఇలాంటిదే!

3. **బలహీనతల్ని సరిదిద్దుకోక మంచి అవకాశాల్ని కోల్పోవడం :** చదువుకుంటున్న వయసులో మంచి సంభాషణా చాతుర్యం, అందమైన శైలిలో ఇంగ్లీషు వ్రాయగలగటం, అవతలి వారికి నచ్చేలా మాట్లాడటం, మంచి ఉపన్యాసాలు ఇవ్వగలగటం, వ్యాసరచన మొదలైనవన్నీ నేర్చుకోకుండా విద్యార్థి జీవితాన్ని సరదాగా గడిపేయడం వల్ల, ఇంటర్వ్యూ సమయంలో విద్యార్థులు ఎదుర్కొనే సమస్యలన్నీ ఈ విభాగంలోకి వస్తాయి.

4. **తాత్కాలిక సంతోషం కోసం భవిష్యత్తులో సమస్యల్ని తెచ్చుకోవడం** : సిగరెట్లు తాగటం, అధికంగా తినడం, విపరీతంగా సినిమాలు చూడటం, స్నేహితుల్తో గాసిప్– దీనికి ఉదాహరణలు. అవతలి వ్యక్తికి కోపం వచ్చే వరకూ అతన్ని ఏడిపించి ఆ విధంగా స్నేహాన్ని కోల్పోవటం కూడా ఈ విభాగంలోకే వస్తుంది.

వ్యసనం - ఆనందం :

చిన్న చిన్న విషయాల్లో కూడా ఆనందం పొందగలిగే వ్యక్తులు జీవితాంతం సంతోషంగానే వుంటారు. 'తల దువ్వుకునేటప్పుడు నీ జుట్టుని ప్రేమించు' అని నేనే ఏదో పుస్తకంలో రాశాను. పుస్తకం చదువుతున్నప్పుడు ఆ పుస్తకాన్ని ప్రేమించటం, భోజనం చేస్తున్నప్పుడు ఆ రుచిని ప్రేమించటంలాంటివి మనిషిని నిరంతరం మానసికంగా ఆరోగ్యకరంగా వుంచుతాయి. **ఏ మనిషైతే తను చేస్తున్న పనిని ప్రేమించలేడో అతను ఈ ప్రపంచంలోకెల్లా దురదృష్టవంతుడు.**

జ్ఞానాన్ని ప్రేమించటం అన్ని లాభాలకన్నా ఉత్తమమయినది. అదేవిధంగా ప్రకృతిని ప్రేమించటం అన్ని ఆనందాల్లోకెల్లా శ్రేష్టమైనది. స్నేహితుల్లా ప్రకృతి మనమీద అప్పుడప్పుడు అలగదు. ఆత్మీయుల్లా మననుంచి అదీ ఇదీ కావాలని కోరదు. ఇస్తుందే తప్ప ఏదీ తీసుకోదు. చిన్నప్పటినుంచి ప్రకృతిని ప్రేమించడం నేర్చుకుంటే సగం బాధల నుంచి మనిషి బయటపడ్డట్టే. బంధమే బాధకు పునాది.

మనిషి యొక్క ఆనందం ఒక స్టేజ్ వరకూ పైకి వెళ్తూ వుంటుంది. ఆ పాయింట్ని 'బ్లిస్ పాయింట్' అంటారు. 'బ్లిస్ పాయింట్' యొక్క ఉనికిని మరచిన మనిషి క్రమక్రమంగా ఆ ఆనందాన్ని తన వ్యసనం చేసుకుంటాడు. అప్పుడు దానిలోని ఆనందం తగ్గిపోయి, అది వదిలించుకోలేని కొరకరాని కొయ్యలా తయారవుతుంది. తాగుడు, సిగరెట్ల లాంటి విషయాల్ని ఎప్పుడైతే ఒక వ్యసనంగా చేసుకున్నాడో, ఆ మనిషి క్రమక్రమంగా అధోగతి పాలవుతున్నాడన్న మాట. వ్యసనం (అడిక్షన్) అన్నపదం 'Addicere' అన్న లాటిన్ పదంలోంచి వచ్చింది. 'అడికేర్' అంటే 'లొంగిపో' అని అర్థం. వ్యసనం అంటే 'లొంగిపోవటం'. వ్యసనానికి మనిషి లొంగిపోవటం రెండు రకాలుగా వుంటుంది.

1. శరీరం దానిని అధికంగా కోరటం. అలా కోరటం ద్వారా అంతులేని ఆనందాన్ని పొందటం.
2. అది లేకపోతే శరీరమూ, మనస్సూ అదుపుతప్పి చిరాకు, డిప్రెషన్ లాంటి స్థాయీ భావాలకు లోనవటం.

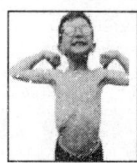

విద్యార్థులు చాలా మంది స్నేహితుల ప్రోద్బలం వల్ల ముందు ఒక అభిరుచి చేసుకుంటారు. స్నేహితుల ముందు గొప్పగా వుండడానికో, తామూ వారికేమీ తక్కువ కాము అన్న భావన కలుగ జేయడానికో మొట్టమొదటిసారి ఒక విద్యార్థి సిగరెట్ తాగుతాడు. ఆ అభిరుచి క్రమ క్రమంగా అలవాటు అవుతుంది. కొన్ని సార్లు ఆ అలవాటు వ్యసనంగా మారే ప్రమాదం కూడా వుంది. ఇదంతా ఒక విద్యార్థి యొక్క 'అయామ్ నాట్ ఓకే' అన్న స్థాయీ భావం వల్ల వస్తుంది.

మనిషి ఎప్పుడైతే తన వ్యసనంలో ఆనందం వెతుకున్నాడో, ఆ ఆనందం తనలోనే ఉంది అనే విషయం మర్చిపోతాడు. సాధ్యంకాని కలల్ని, నిరాశా పూరితమైన జీవిత విధానాన్నీ, అర్థం లేని మూఢ నమ్మకాల్నీ ఆశ్రయిస్తూ జీవితంలో సుఖాన్ని కోల్పోతాడు. సిగరెట్ తాగడం, డ్రింక్ చేయడం, జూదం ఆడటంలాంటివి మాత్రమే వ్యసనాలు కావు. విపరీతంగా ఫాస్ట్‌ఫుడ్స్ తినడం, గట్టిగా విజిల్ వేస్తూ నలుగురి మధ్య తిరగడం, ఏసీ లేకపోతే నిద్రపోలేకపోవడం, రాత్రిపూట చాలాసేపు టీవీ చూడటం, వారానికి రెండు సినిమాలు చూడకపోతే వెలితిగా వుండటం కూడా వ్యసనాలే.

కోపంలోగానీ, భయంలో గానీ మనం ఎంత తొందరపాటు నిర్ణయాలు తీసుకుంటామో ఉదాహరణగా ఈ యథార్థ సంఘటన చదవండి.

ఆమె ఆఫీసు నుంచి ఇంటికొచ్చేసరికి వంటింట్లో నుంచి పెద్దగా అరుపులు వినిపిస్తున్నాయి. ఆ గొంతు ఆమె భర్తది. కెవ్వుకెవ్వున అరుస్తున్నాడు. ఆమె పరుగెత్తుకుంటూ లోపలకెళ్లి అక్కడి దృశ్యం చూసి స్తంభించిపోయింది. ఒక్క క్షణం కాళ్లూ చేతులూ ఆడలేదు.

భర్త ఒక ఎలక్ట్రిక్ వైరు పట్టుకుని గజగజా వణికి పోతున్నాడు. కాఫీ కెటిల్ లోకి కరెంట్ వెళ్తోంది. కెటిల్ ముందు నిలబడి అరుస్తున్నాడు. ఆమెకి మొత్తం విషయం అర్థమై అటూ ఇటూ చూసింది. ఒక మూల బూజులు దులిపే కర్ర కనబడింది. చప్పున దాన్ని అందుకుని అతడి మణికట్టు మీద వెనుకనుంచి బలంగా కొట్టింది. ఎముక విరగటంతో అతడు ఆఖరిసారి గట్టిగా అరిచాడు.

వాక్‌మెన్ కిందపడటంతో టేప్ నుంచి వస్తూన్న పాట ఆగి పోయింది. ఆమె అతడిని తప్పుగా అర్థం చేసుకుంది! అప్పటి వరకూ అతడు టేప్‌లో పాట వింటూ వూగుతున్నాడన్నమాట!

కొంతమంది కాఫీలో సంతృప్తిని, మరి కొంతమంది సిగరెట్లో ఆనందాన్ని, ఇంకా కొంతమంది తాగుడులో ఉత్తేజాన్ని పొందుతూ తమ బాధల్ని మర్చిపోవడానికి ప్రయత్నిస్తున్నాం అంటారు. ఇది ఆత్మ వంచన. కాలక్రమేణా అవి లేకపోతే వుండలేని స్థితి వచ్చినప్పుడు 'నేను బాధల్లో వున్నాను' అన్న భ్రమ కల్పించుకుని మనిషి ఆ వ్యసనాన్ని కొనసాగిస్తాడు.

మనిషి బలహీనతల గురించి ఈ విధమైన పరిచయ వాక్యాలతో మనం మొట్టమొదటి విభాగమైన 'పుట్టుకతో వచ్చే బలహీనతలు' గురించి చర్చిద్దాం.

A. జనిత బలహీనతలు (ఇన్‌బోర్న్ వీక్‌నెసెస్)

భయం

 జరుగుతున్న– లేదా జరగబోతున్న విషయానికి సంబంధించిన పరిణామాల గురించి– ఏం జరుగుతుందో తెలియని అయోమయ పరిస్థితిలో పడినప్పుడు కలిగే (ఆదుర్దాతో కూడిన) భావస్థాయిని 'భయం' అంటారు. ఇది రెండు రకాలుగా వుంటుంది. శారీరకం! మానసికం!! మొదటిది ఫియర్! రెండోది టెన్షన్!! ఆకస్మాత్తుగా కాలికింద ఏదో జరజర పాకుతున్నట్టు అనిపించి కిందికి చూస్తే, అక్కడ పామో జర్రో కనబడగానే ఒక్కసారిగా శరీరం వణుకుతుంది. చప్పున అక్కడినుంచి కాలు తీసేస్తాం. క్షణాల్లో శరీరంలో ఉత్పన్నమయ్యే అడ్రినలిన్ అనే రసాయనం మనిషికి కావలసిన బలాన్నిస్తుంది. ఇంతశక్తి మనకుందా అని మనకే ఆశ్చర్యం కలిగేలా అక్కడి నుంచి పరిగెడతాం! ఇది ఒక తాత్కాలికమైన భయం. ఇది శారీరికం.

ఎప్పుడు ఎక్కడ నడుస్తున్నా కాలికింద పాము పడుతుందేమో అని నిరంతరం కలిగే భయం మానసికమైనది. మరోరకంగా చెప్పాలంటే దీన్నే ఆందోళన (టెన్షన్) అంటారు. టెన్షన్ అంటే... తర్వాత ఎప్పుడో భవిష్యత్లో నష్టం కలిగించే సంఘటన ఏదో జరగబోతోందని, ప్రస్తుత వర్తమానంలో భయపడటం. ఒక వ్యక్తి మొట్టమొదటిసారి ఇంటర్వ్యూకి వెళ్తున్నప్పుడు, లేదా ఒక విద్యార్థి పరీక్షలకోసం ప్రిపేర్ అవుతున్నప్పుడు, కొన్ని గంటల ముందు నుంచో, కొన్ని రోజుల ముందునుంచో ప్రారంభం అయ్యే దశని ఆందోళన అంటారు.

అధికమైన భయం వలన కొందరికి అరచేతిలో చెమట్లు పట్టడం, గుండెదడ, బ్లడ్‌ప్రెషర్ మొదలైన శారీరక రుగ్మతలు కూడా కలుగుతాయి. ఈ రకమైన భయం వలన చాలా నష్టాలున్నాయి.

కారణం లేని భయం నిలబడి వుండాల్సిన చోట పరిగెత్తేలా చేస్తుంది. అర్థం లేని భయం అయోమయాన్ని కలుగజేస్తుంది. చిన్నచిన్న విషయాల పట్ల భయం మనిషిని నిర్వీర్యం చేస్తుంది. ఓటమిపట్ల భయం రిస్క్ తీసుకోనివ్వకుండా చేస్తుంది. రిస్క్‌పట్ల భయం గెలుపు నుంచి దూరం చేస్తుంది.

మనిషికి భయం అంటే ఇంత భయం వున్నప్పుడు ఎందుకు హారర్ సినిమాలు చూస్తాడు? దీనికి కారణం చాలా చిన్నది. భయం కానీ దుఃఖం కానీ, నెగిటివ్ ఎమోషన్స్ కావు. వాటిని మనిషి కొంతవరకూ ఆనందిస్తాడు కూడా! అందుకే భయానకమైన లేదా దుఃఖభరితమైన సీరియల్స్లూ, సినిమాలూ చూడడానికి కొందరు ఇష్టపడతారు. తెరమీద కనబడుతున్న భయం తనకు సంబంధించినది కాదని తెలుసుకున్న మనిషి ఆ తాత్కాలిక భయాన్ని మనసారా ఆనందిస్తాడు. ఒక చిన్న పిల్లాణ్ణి గాలిలో ఎగరేసి తిరిగి పట్టుకున్నప్పుడు ముందు భయంగా మొహంపెట్టి ఆ తర్వాత రిలాక్సింగ్‌గా నవ్వటానికి ఇదే కారణం.

మనం భయాన్ని ఎదుర్కోగలమా? నిశ్చయంగా! గౌతమ బుద్ధుడు చెప్పిన నాలుగు అద్భుతమైన సూత్రాల్ని జీవితానికి అన్వయించుకోగలిగితే భయం నుంచి బయటపడొచ్చు. ఒకటి : భయం యొక్క కారణం (సమస్య ఎందుకు వచ్చింది అన్న మూలకం) కనుక్కోవడం. రెండు : దాని ప్రభావం (ఆ సమస్య వల్ల వచ్చే కష్టం) తెలుసుకోవటం. మూడు : ఆ పరిణామాన్ని (సమస్యని) తగ్గించడానికి ఏం చేయాలో శోధించడం. నాలుగు : పరిష్కార క్రమాల్ని ఆచరించటం. ఇదే ఒక వైద్యుడి పరిభాషలో చెప్పాలంటే... జబ్బు... దాని వెనకున్న అసలు కారణం... చికిత్స .... పునారారోగ్యం!

ఈ ప్రశ్నకి కాస్త ఆలోచించి సమాధానం చెప్పండి. మీరు ఏ విషయమై భయపడుతున్నారు? ఈ ప్రశ్నకి సమాధానం చెప్పిన తర్వాత మరో ప్రశ్నకి సమాధానం చెప్పండి. మీరు ఏమవుతుందని ఆ విషయమై భయపడుతున్నారు? దీనికి మీరు చెప్పే సమాధానం బహుశా మీకే సంతృప్తికరంగా వుండకపోవచ్చు.

కారణం వున్న భయాలకన్నా, కారణం లేని భయాలే మనిషిని ఎక్కువ ఆందోళనకి గురిచేస్తాయి. రేపు తిండి వుండదేమో అన్న దిగులుతో, ఈ రోజు తిండి వున్నా తినలేక పోవడం దీనికి వుదాహరణ! చాలా భయాలు సాధారణంగా భవిష్యత్తుని వూ.... హిం...చు....కు ని దిగులు చెందేవే అయివుంటాయి. అలాంటి భయాలవల్ల సాధించేదేమీ లేదని తెలిసి కూడా మనిషి భయపడుతూనే వుంటాడు. మన మీద మనకున్న అపనమ్మకమే మన భయానికి కారణం! భయాన్ని ఎదుర్కొనే ఆయుధం నమ్మకం! దీనికి ఉదాహరణగా ఈ క్రింది అద్భుతమైన సూక్తి చదవండి.

వెలుతురు చివరికంటూ వెళ్లిన తర్వాత... ఆ గాఢాంధకారంలో ఆఖరి అంచు తగిలినప్పుడు... ఆ చీకట్లో అలాగే నిలబడిపోవడం కన్నా నమ్మకంతో ఒక్కడుగు ముందుకు వేయడం మంచిది. నమ్మకం అంటే... ఈ కింది రెండు విషయాల్లో ఏదో ఒకటి జరుగుతుందని తెలుసుకోగలగటం. ఒకటి : కింద మరో మెట్టు తగలచ్చు. రెండు : గాల్లో ఎగరటం ఎలానో నేర్చుకోవచ్చు.

ఒక విద్యార్థి పరీక్షలో ఫెయిల్ అయ్యాడు అనుకుందాం. అతడు ఏ విధంగా ప్రతిస్పందిస్తాడు? ఒకటి : తాను మరింత శ్రద్ధగా చదవాలి అని అతను అనుకోవచ్చు. రెండు : భరించలేనంత నిస్పృహతో చదవటం మానేయవచ్చు. మూడు : భగవంతుడి పైనే పూర్తిగా భారంవేసి 'ఈసారి పాసయితే పలానా గుడికి వస్తాను' అని ఒట్టు వేసుకోవచ్చు. నాలుగు : మరీ అనుమానస్తుడైతే తాను క్రితంసారి ఫెయిలవ్వడానికి కారణం ఏమిటా? అని వచ్చే పరీక్షల వరకూ (చదువు మానేసి) ఆలోచిస్తూ గడపవచ్చు. ఐదు : ఆత్మహత్య చేసుకోవచ్చు. పై ఐదు కారణాలని పరిశీలిస్తే అందులో ఒకటి తప్ప మిగతావన్నీ నిరర్థకం అని తెలుస్తుంది. అంటే... తన భయానికి పరిష్కారం ఆలోచించడంలో మనిషి కేవలం ఇరవై శాతం మాత్రమే గడుపుతాడన్నమాట. దీనిని బట్టి 'విచారించడం వేరు- ఆలోచించడం వేరు' అన్న విషయం అర్థం అవుతోంది కదా!

"ధైర్యం అంటే భయం లేకపోవడం కాదు. భయాన్ని అధిగమించి పని చేయడం" అన్నాడు ఒక వేదాంతి. అయితే ఇక్కడ ఒక విషయం మనం గుర్తించాలి. భయం అనేది మన జీవితంలో తప్పనిసరి అయిన ఒకభాగం! **భయం, ఆందోళన, విషాదం అనేవి లేకపోతే, 'ఇంతకన్నా బాగా బ్రతకటం ఎలా?' అని మనం ఎప్పటికీ ఆలోచించే వాళ్లం కాదు.** మనిషి జీవితంలో కేవలం ఆనందం మాత్రం వుండి వుంటే, అతను ఇంత జ్ఞాని అయి వుండేవాడు కాదు అని ఆంత్రోపాలజీ చెప్తోంది కదా!

భయానికి కారణాలు :

నేను ఆరో క్లాసు చదివే రోజుల్లో మా టీచరు $2H_2 + O_2 \rightarrow 2H_2O$ అని చెబుతున్నప్పుడు నేను లేచి నిలబడి "సార్ అలా ఎందుకు? $H_2 + O$ కూడా H_2O అవుతుంది కదా" అన్నాను. అలా ఎందుకవదో కారణాలు వివరించకుండా ఆ మాస్టారు "ఒరే వెధవా! చొప్పదంటు ప్రశ్నలు వేయకుండా కూర్చో" అని తిట్టాడు.

ఆయన ఆ తరువాత మా అందరికీ, 'తాను కెమిస్ట్రీ టీచర్ అవటానికి ఎంత కష్టపడ్డాడో, అది ఎంత క్లిష్టమైన సబ్జెక్టో, ఎంత కష్టపడి చదివితే అది అర్థం అవుతుందో, ఆ ఫార్ములాలు గుర్తుపెట్టుకోవడానికి విద్యార్థి ఎంత కష్టపడాలో' వివరించాడు. అప్పటినుంచి కెమిస్ట్రీ నాకో భయంకరమైన పీడకలలా మారింది. ఆ తర్వాత పాతిక సంవత్సరాలకి కేన్సర్ సబ్జెక్టు ఆధారంగా 'ప్రార్థన' అనే పుస్తకం

రాయటంకోసం ఐజాక్ ఆసిమోవ్, ఆర్థర్ క్లార్క్ వ్రాసిన పుస్తకాలు చదువుతుంటే, పాతిక సంవత్సరాలుగా నేనెంత మంచి సబ్జెక్ట్‌ని దూరం చేసుకున్నానో అర్థం అయింది. ద్వారాలు తెరుచుకున్నట్టుగా అనిపించింది.

ఒక టీచర్ యధాలాపంగా అన్న మాటలు విద్యార్థి మీద ఎలాంటి ప్రభావాన్ని చూపిస్తాయో చెప్పటానికి ఈ ఉదాహరణ చాలు. ఒక విషయంపట్ల విద్యార్థి భయం, సంకోచం, ఆందోళన ఎందుకు ఏర్పడ్డాయో తెలుసుకోవటానికి దాని మూల కారణాన్ని కూలంకషంగా చర్చించాలి అని గతంలో చెప్పింది అందుకే! అయితే.... ఇదంతా చెప్పటం చాలా సులభం. ఆచరించటం కష్టం. ఆ విషయం నాకూ తెలుసు. కానీ ఎక్కడో ఒకచోట మన బలహీనతలని అధిగమించటానికి మనం ప్రయత్నం ప్రారంభించాలి కదా!

అన్ని భయాలు ఒక్క చిటికెలో పోవాలనుకోవటం అత్యాశ. పరీక్షలు దగ్గర పడుతున్న కొద్దీ కలిగే ఆందోళనని దూరం చేయటానికి మందులు గానీ, తాయెత్తులు కానీ ఏమీ లేవు. ఒక్కొక్క అంశాన్ని విశ్లేషించుకొని క్రమక్రమంగా ఆ ఆందోళన నుంచి దూరం కావాలి.

> *కార్లో ఒక తుమ్మెద ప్రవేశించింది అనుకోండి. ఒక కిటికీ అద్దం తెరిచి దాన్ని బయటికి తోలేద్దాం అని అనుకుంటాము. కాని మూసి వున్న మరో అద్దంవైపు అది వెళుతుంది. నాలుగు అద్దాలూ తెరిచిన తర్వాత కూడా, స్టీరింగ్ ముందు వున్న అద్దాన్ని కొట్టుకుంటూ అట్నుంచి బయటకు వెళ్లటానికి ప్రయత్నిస్తుందే తప్ప పరిష్కార మార్గాన్ని తెలుసుకోదు. కానీ మీరు నిశ్చయంగా ఆ తుమ్మెద కన్నా తెలివైనవారు.*

మీ మీద మీరు నమ్మకం వుంచు కోండి. మీ నమ్మకాన్ని మీరు అనుమానిస్తే అనుమానమే మీ నమ్మకం అవుతుంది. ప్రయత్నం చేయటానికి మీరు సంశయిస్తే సంశయమే మీ జీవితం అవుతుంది. చేయగలిగిన పనిని అసాధ్యం అనుకోకపోవటమే 'ధైర్యం'.

5. మన బలహీనతకి అసలు కారణం కనుక్కోలేకపోతే, ఏ తాయెత్తులూ మనని రక్షించలేవు. లోతుగా శోధించాలి. ప్రతిదాన్నీ తేలిగ్గా తీసుకుంటే అభాసుపాలువతాం.

విలన్ డెక్ దగ్గిర నిలబడి వున్నాడు జేమ్స్ బాండ్. ప్రవేశానికి 'కోడ్' కనుక్కోవాలని అతడి ఆలోచన. విలన్ అసిస్టెంట్ వచ్చాడు. గేట్ దగ్గిర వాచ్‌మెన్ "TWELVE" అన్నాడు. అసిస్టెంట్ "ఆరు" అన్నాడు. లోపలికి పంపాడు అతన్ని.

తరువాత మరొక అనుచరుడు వచ్చాడు. "సిక్స్" అన్నాడు వాచ్‌మెన్. అనుచరుడు "త్రీ" అన్నాడు.

బాండ్‌కి ట్రిక్ అర్థమైంది. ద్వారం దగ్గిరకి వెళ్ళాడు. "టెన్" అన్నాడు వాచ్‌మెన్. "ఫైవ్" అన్నాడు బాండ్. అందరూ కలిసి అతడిని చితకబాదారు.

ఎందుకు ? అసలు సంఖ్య ఏమిటి ? (జవాబు :3) ఎలా ?

ఆందోళన (టెన్షన్)

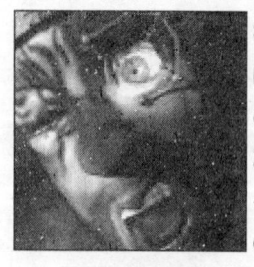

భయానికి, ఆందోళనకీ చాలా తేడా వుంది. అర్థరాత్రి ప్రయాణం చేస్తున్న రైలు పెద్ద చప్పుడుతో ఆకస్మాత్తుగా ఆగిపోతే కలిగేది భయం. కంపార్ట్‌మెంట్‌లో ఏదో చప్పుడు వస్తోందని దిగుల్తో రాత్రంతా పడుకోలేకపోవడం ఆందోళన. ఈ ఆందోళనలో చింత, విచారం, అత్రుత, బెంగ, కలత, అసంతృప్తి మిళితమై వుంటాయి.

నిద్రపట్టకపోవడం, మొహంలో నవ్వు మాయమవటం, పరధ్యానం ఎక్కువ అవటం, అరచేతులు వణకటం, మెడకింద చెమటలు పట్టడం ఈ అత్రుతకీ, చింతకీ నిదర్శనాలు. పరీక్షల సమయంలో సాధారణంగా విద్యార్థులకి ఇలాంటి అనుభవం ఎదురవుతూ వుంటుంది. ఆందోళనగా వున్నప్పుడు విద్యార్థి యొక్క జ్ఞాపకశక్తి కూడా తగ్గిపోతుంది. పరీక్షలు దగ్గరపడేకొద్దీ ఈ వ్యాకులం అయిదు దశల్లో పెరుగుతుంది.

1. పరీక్షలు ఇంకో నెలలో ప్రారంభమవుతాయనగా మొదటిదశ వస్తుంది. ఒక రకమైన అసౌకర్యం, ఒంటరితనం, అభద్రతాభావం ప్రారంభమవుతాయి. 'నాకు చేతకాదేమో' అన్న భయంతో మొదలైన 'ఏమవుతుందిలే' అన్న నిర్లక్ష్య భావం క్రమక్రమంగా రూపుదిద్దుకుంటుంది. పొద్దున్న లేవగానే ఎందుకో దిగులుగా వుంటుంది. ఎవరైనా మాటల సందర్భంలో చదువు ప్రసక్తి తీసుకొచ్చినప్పుడు ఒక రకమైన నిస్పృహతో కూడిన నిరాశాభావం మొదలవుతుంది.
2. పరీక్షలు ఇంకోవారం రోజుల్లో మొదలవుతాయనగా ఏదో తెలియని కలత ఆవరించుకుంటుంది. దిగులు, వ్యాకులత దీనికి తోడవుతాయి. రాత్రంతా సరిగా నిద్రపట్టదు. అనవసరమైన ఆలోచలన్నీ మనసును చుట్టుముడతాయి. కొద్దిగా తలనొప్పి, మెడలు లాగడం, అప్పుడప్పుడు చర్మం మీద ర్యాష్ రావడం ఈ కలత తాలూకు లక్షణాలు.
3. పరీక్ష మరుసటి రోజు ప్రారంభ మవుతుందనగా ఒక రకమైన స్తబ్ధత మనసంతా పరుచుకుంటుంది. ఇది మూడోదశ. పెదవుల మీద నవ్వు, మనసులో ఆనందం క్షీణిస్తాయి. ఎదురుగా ఎవరు మాట్లాడుతున్నా, ఆలోచనలు మాత్రం ఎక్కడో వుంటాయి.
4. ప్రశ్నాపత్రం తీసుకుంటున్న సమయంలో ఈ టెన్షన్ పరాకాష్ఠకి చేరుకుంటుంది. దీన్ని సరిగా కంట్రోల్ చేయక పోతే తెలిసిన విషయాలు కూడా మర్చిపోవడం జరుగుతుంది. ఆలోచనా క్రమంలో వివిధ రకాలైన బ్రేక్‌లు రావడం, పూర్తిగా అయోమయం చెందినట్టు అనిపించడం– ఈ స్థితి లక్షణాలు. తమమీద తమకు నమ్మకం లేని విద్యార్థులు, ఈ దశలో మెంటల్ బ్లాక్‌కి లోనవుతారు.

5. పై స్థితి పరీక్షలు రాస్తున్నంతసేపూ మాత్రమే కాకుండా, ఆన్సర్‌షీట్ ఇచ్చేసి బయటకు వచ్చేసిన తర్వాత కూడా కొనసాగవచ్చు. గుండె నీరసంగా కొట్టుకోవడం, ఇలాకాక ఇంకోలా రాసుంటే బావుండుననిపించడం, చదివినదంతా వృథా అయిపోయిందనే అసంతృప్తి – ఈ స్థితిలో కలగవచ్చు.

ఒక విద్యార్థి ఎంత సామర్థ్యం కలవాడైనా, ఎంత జ్ఞాపకశక్తి వున్నవాడైనా ఆందోళన చెందిన సమయంలో అతని సమర్థత తగ్గిపోతుంది! అలా అని మరీ ధైర్యంగా వుంటే ఆ మితిమీరిన ఆత్మవిశ్వాసం వల్ల నష్టం సంభవించవచ్చు.

ఈ గ్రాఫ్ చూడండి.

ఈ గ్రాఫ్ చెప్పేది ఏమిటంటే ఏదైనా పని ప్రారంభించే ముందు ఆందోళన వల్ల జాగ్రత్త పెరుగుతుంది. అందోళన వుండాల్సిందే కానీ ఆందోళన మితిమీరితే సమర్థత క్రమక్రమంగా సున్నా స్థాయికి వచ్చేస్తుంది. కొంతమంది విద్యార్థులు ఫెయిలౌతామేమో అన్న భయంతో పరీక్షలకి హాజరు కాకపోవ డానికి ఇదే కారణం.

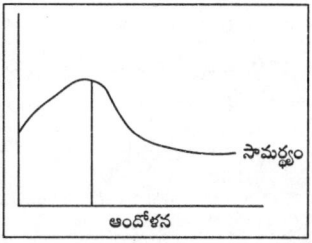

పరీక్షల ముందు టెన్షన్ పడకపోతే అదేదో తప్పుగా భావిస్తారు కొందరు విద్యార్థులు. ఇది సరియైన అభిప్రాయం కాదు. జాగ్రత్తగా చదవటం వేరు, కలతచెందటం వేరు. ఆందోళన నుంచి బయటపడడానికి ఈ క్రింది మార్గదర్శక సూత్రాలు విద్యార్థులకి సహాయపడతాయి.

❖ ఆందోళన వలన శ్రద్ధ పెరుగుతుంది. నిర్లక్ష్యం తగ్గుతుంది. క్లాస్ టెస్టులే కదా అని పట్టించుకోకపోతే ఆ అజాగ్రత్త పెద్ద పరీక్షల్లో ప్రతిబింబించవచ్చు. క్లాసు టెస్టులకి కూడా శ్రద్ధగా చదివితే పునాది బలంగా వుంటుంది. అందుకే చిన్న చిన్న మోతాదుల్లో అందోళన వుండటం ఆరోగ్యకరం.

❖ అనవసర విషయాలపట్ల ఆందోళన చెందటం మానేయాలి. 50 శాతం సమస్యలు ఊహాజనితమైనవి. 30 శాతం సమస్యలు మనకి ఎటువంటి నష్టం కలిగించవు. మిగతా 20 శాతం నిజమైన సమస్యలు. అంటే కొన్ని సబ్జెక్టులు సరిగ్గా అర్థం కాకపోవటం, కొన్ని జ్ఞాపకం వుండకపోవడం మొదలైనవి! మిగతా ఎనభైశాతం సమస్యల గురించి ఆలోచించటం మానేస్తే ఈ 20 శాతం సమస్యలను అధిగమించటం పెద్ద విషయం కాదు.

❖ విద్యార్థులు తమకు సూటయిన ఒక మంచి రిలాక్సేషన్ ప్రక్రియను ఎన్నుకోవాలి. శ్వాసమీద ధ్యాస నిలపడం (బ్రీతింగ్ ఎక్సర్‌సైజ్) కానీ, యోగాసనాలు గానీ,

మార్నింగ్ వాక్‌గానీ, అరగంట ఆడేగేమ్ గానీ, టెన్షన్ తగ్గించుకోవడానికి బాగా ఉపయోగపడతాయి.

- ❖ నిరంతరం ఆశావాదంతో ఆలోచించటం అలవాటు చేసుకోవాలి. 'ఇంతవరకూ ఏమీ చదవలేదు. ఇప్పుడెలా?' అనుకోకుండా, అంతవరకూ చదివిన దాన్ని బేరీజు వేసుకుని, ఇకముందు నుంచి ఎలా చదవాలో ప్లాన్ చేసుకుంటే మానసికంగా ధైర్యం వస్తుంది.
- ❖ వీలైనంతవరకూ చదివినదాన్ని తిరిగి రాత్రిళ్లు గుర్తుచేసుకోవడానికి ప్రయత్నించాలి. దీన్నే పునశ్చరణ అంటారు. పరీక్షలు దగ్గర పడుతున్న కొద్దీ **స్నేహితులతో మాట్లాడటం, కబుర్లు చెప్పడం తగ్గించి, లోలోపలే పునశ్చరణ అనే వ్యాయామాన్ని మొదలు పెడితే అది మంచి ఫలితాన్ని ఇస్తుంది.**
- ❖ పరీక్ష ప్రారంభానికి గంట ముందునుంచీ మౌనంగా, ప్రశాంతంగా వుండాలి. చిరునవ్వుతో ప్రశ్నాపత్రం తీసుకోవాలి. నవ్వేటప్పుడు మెదడులో విడుదలయ్యే 'డోపమైన్' అన్న న్యూరోట్రాన్స్‌మిటర్ మనల్ని మరింత శక్తివంతుల్ని చేస్తుంది.

ఉదాహరణకి ఈ క్రింది వాక్యంలో 'F' అనే అక్షరాలు ఎన్ని వున్నాయో లెక్క పెట్టండి. అయిదు సెకన్లలో లెక్కపూర్తి అవ్వాలి సుమా! Finished files are fine fruits of years of scientific deep study combined with the years of prolific effect. మీకు దాదాపు ఏడు ఎఫ్‌లు కనబడవచ్చు. దీన్నే A.D.D అంటారు. అటెన్షన్ డెఫినిట్ డిసార్డర్!! ఏ పనైనా వేగంగా పూర్తి చేసేయాలన్న తపన, తొందర దీని లక్షణాలు.

అయిదు సెకన్లలో పూర్తిచేయాలన్న టెన్షన్ కూడా దీనికి తోడవుతే పొరపాటు జరుగుతుంది. ఇప్పుడు మనస్థిమితంగా నవ్వుతూ తీరిగ్గా లెక్కపెట్టండి. అందులో ఎన్ని 'F' లు వున్నాయో సమాధానం ఈ పుస్తకం 11వ పేజీలో దొరుకుతుంది చూడండి.

ఒక విద్యార్థి టెన్షన్‌లో వున్నప్పుడు ఏ విధంగా సమాధానం ఇస్తాడో, మామూలు స్థితిలో ఎలా జవాబు చెప్తాడో సూచించడానికి ఈ ఉదాహరణ చాలనుకుంటాను!

దిగులు

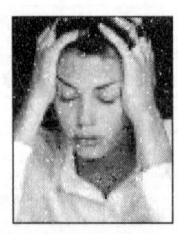

ప్రస్తుతం 'దిగులు' కూడా విద్యార్థుల సిలబస్‌లో చేర్చబడినట్లుంది. పెరిగిన సిలబస్‌లు, తీరికలేని తల్లిదండ్రులు, విపరీతమైన కాంపిటీషన్, రాంకుల కోసం వత్తిడి తీసుకొచ్చే విద్యాసంస్థలూ, గమ్యం తెలియని అభద్రతా భావం.... అన్నీ కలిసి విద్యార్థుల్లో ఎన్నడూ లేనంత దిగుల్ని పెంచుతున్నాయి.

సాధారణ తెలివి తేటలున్న ఎనిమి దేళ్ళ కుర్రవాడు చాలా స్లోగా చదువుతాడు. బాగా నెమ్మది మీద అర్థం చేసుకుంటాడు. బిగ్గరగా చదువుతున్నప్పుడు కొన్ని పదాల్ని వదిలేస్తూ వుంటే,అక్షరాల్ని అటు ఇటూగా చదువుతుంటే, దీన్ని, వయసు పెరిగే కొద్దీ తగ్గిపోయే అలవాటుగా భావించకూడదు. డాక్టర్‌కి చూపించాలి. కార్టికల్ బ్రెయిన్‌లో లోపంవుంటే దాన్ని "డైస్లెక్సియా" అంటారు. ఇది మొదటి రకం. అలాకాకపోతే, అది తప్పకుండా దృష్టి లోపమో, వినికిడి లోపమో అయివుండవచ్చు. దీనికి ట్రీట్‌మెంట్ చెయ్య వచ్చు. మొదటి దానికి చెయ్యలేం.

ప్రతి మనిషికీ ఆనంద విషాదాలు సహజమే. కానీ 'దిగులు' వేరు. దిగులు శాశ్వతం. దాని వయసు ఎక్కువ. తాత్కాలిక మైన విషాదం ఒక భావోద్వేగం. దాన్నే ఎమోషన్ అంటారు. అదేవిధంగా, పరీక్షల ముందు కలిగే టెన్షన్ కూడా స్వభావ సిద్ధమే. విషాదం, టెన్షన్ ఎక్కువ కాలం వుంటే అది దిగులుగా మారుతుంది. కానీ ఈ క్రింది పరిణామాలు దిగులుకి ఉదాహరణలు :

❖ పక్కమీద చేరిన గంటవరకూ నిద్రపట్టకపోవడం, చాలాసార్లు మధ్యలో మెలకువ రావటం, అవసరమైన సమయానికన్నా గంట ముందే మెలకువ రావటం, కలతతో కూడిన ఆలోచనల వల్ల తిరిగి నిద్రపట్టకపోవటం.
❖ అంతకుముందు ఉత్సాహంగా వుండే విషయాలు కూడా ప్రస్తుతం నిరాసక్తంగా తోచటం, ఏ విషయంలోనూ ఆసక్తి లేకపోవటం.
❖ తొందరగా అలసట చెందినట్టు అనిపించటం, కాస్తపని చెయ్యగానే చేస్తున్నపని పట్ల ఉత్సాహం పోవటం, 'చేసి ఏం లాభం?' అని తరచు అనిపించటం.
❖ **ఇంతకుముందు స్ఫురించినంత తొందరగా ప్రశ్నలకి సమాధానాలు తోచకపోవటం, గ్రహణశక్తి లోపించిందన్న భావన తరచూ కలుగుతూ వుండటం.**
❖ జీర్ణశక్తిలో విపరీతమైన మార్పు.
❖ ప్రతి చిన్న విషయానికీ అకారణమైన దుఃఖం కలగటం.

కొన్ని కొన్ని సందర్భాల్లో తలనొప్పి, తరచూ కలిగే చిరాకు కూడా దిగులుకి కారణ 'భూతాలు'గా దర్శనమిస్తాయి. పరీక్షల్లో సరీగ్గా రాయకపోవటం, ప్రేమలో విఫలం అవటం, ఒక్క మార్కులో రాంకు తప్పిపోవటం- మొదలైనవి ఏవైనాసరే దిగులు కలిగించే అంశాలు అయి వుండవచ్చు. మరీ సున్నిత మనస్కులైతే పెంపుడు కుక్కకి ఒంట్లో బాగో లేకపోయినా దిగులుతో ఆహారం మానేయవచ్చు. 'తమ మీద తప్పుడు ప్రచారం జరుగుతోంది'- అన్న విషయం కొందరు విద్యార్థుల్లో అమితమైన దుఖాన్ని కలగజేస్తుంది. ఒక లెక్చరర్ క్లాసులో తమపై చేసిన కామెంట్‌కి కూడా కొందరు విద్యార్థులు అమితంగా కృంగిపోతారు. ప్రాణస్నేహితురాలు కాస్త ముభావంగా వుంటే ఏడ్చేసే అమ్మాయిలు కూడా మనకి కొత్తకాదు.

పెద్దల బాధ్యత :

డిప్రెషన్ వున్న వారిని కనిపెట్టడం పెద్ద కష్టం కాదు. వారి పరధ్యానాన్ని నిరాసక్తతని సులభంగా పట్టుకోవచ్చు. తాము చేస్తున్న పనిమీద ఉత్సాహం లేని వారు తరచుగా ఈ స్థితికి లోనవుతూ వుంటారు. తల్లిదండ్రుల వత్తిడి మీద తమ కిష్టంలేని సబ్జెక్టులు (కోర్సు) చదివే వారు, ఇంటి మీద బెంగతో కృంగిపోతున్నవారు కూడా తొందరగా డిప్రెస్ అయ్యే అవకాశం వున్నది.

సబ్జెక్టు తాలూకు పునాది సరిగ్గా లేకపోతే, తరువాత చెప్పేది అర్థం కాదు. ఈ విధంగా డల్ అయిపోయిన విద్యార్థులకు ప్రత్యేకమైన శ్రద్ధతో ఎక్స్ట్రా శిక్షణ ఇవ్వవలసి వుంటుంది. తాను మిగతావారి కన్నా వెనుకబడి వున్నానన్న భావన విద్యార్థిని మరింత డిప్రెషన్‌కి గురిచేస్తుంది. క్లాసులో టీచర్లు ఇలాంటి విద్యార్థుల్ని తరచు సంభాషణలోకీ, తోటి విద్యార్థులతో డిస్కషన్‌లోకీ దింపుతూ వుండాలి. వ్యక్తిగత విషయాల్లోకి లోతుగా వెళ్లకుండా, వారి దిగులుకు కారణం తెలుసుకోవాలి.

అయితే టీచర్లకన్నా కుటుంబ సభ్యులే ఈ విషయంలో ఎక్కువ సాయపడగలరు. దిగులుతో వున్న వారిలో దాన్ని పోగొట్టడానికి ఒకటే మార్గం! ఎక్కువ మాట్లాడించటం!! ఎక్కువ మాట్లాడించాలంటే తల్లిదండ్రులు "శ్రద్ధగా వినటం" నేర్చుకోవాలి. సమస్యని తమ దృష్టితో చూడకుండా పిల్లల దృష్టితో చూడాలి. ఎలిమెంటరీ స్థాయిలో మంచిమార్కులు పొంది, ఆ పై స్థాయిలో రాంకులు తగ్గిపోయిన పరిస్థితి వస్తే దానిక్కారణం ఆ విద్యార్థి తాను చదివే సంస్థలో గానీ, కోర్సులోగానీ సరిగ్గా ఇమడలేక పోయాడన్న మాట. అది దిగులుకి దారితీస్తుంది. అదే విధంగా జనవరి నెలవరకూ ఆటపాటల్లో గడిపిన విద్యార్థి, తానంత వరకూ పుస్తకం ముట్టుకోలేదని గ్రహిస్తాడు. అప్పటికే చదవాల్సినది గుట్టగా పెరిగిపోయి వుంటుంది. ఎలా ప్రారంభించాలో తెలియని స్థితిలో అయోమయం చెందుతాడు. అది డిప్రెషన్‌కి దారితీస్తుంది. ఇది అన్నిటికన్నా ముఖ్య కారణం. లేదా మరేదైనా కారణం కావచ్చు. ప్రేమమీదో, ఆటల మీదో, సినిమాల మీదో పెరుగుతున్న ఉత్సాహం, చదువు మీద శ్రద్ధ తగ్గించి వుండవచ్చు. పరిశీలన (Observation) ద్వారా, సంభాషణ (Communication) ద్వారా అసలు విషయాన్ని తెలుసుకోవటం తల్లిదండ్రులకి పెద్ద కష్టం కాదు.

ప్రతి విషయాన్నీ విద్యాసంస్థలకే వదిలెయ్యకుండా (ముఖ్యంగా తండ్రులు) తాము కూడా పిల్లల వైఫల్యానికి బాధ్యత వహించాలి. డిప్రెషన్‌కి గురి అయినప్పుడు, ప్రతి విద్యార్థి మొట్టమొదట తన దిగులుకి అసలు కారణం వెదికి పట్టుకోవాలి. నిరంతరం దిగులుగా వుండటం వెనుక రెండు రకాలైన కారణాలు వుంటాయి. పరిష్కారాలు లేని కారణాలైతే, వాటి కోసం దిగులు చెందటం వృథాకదా. ఎలాగూ పరిష్కారం వుండదు. పరిష్కారం (Solution) వున్న కారణాలయితే దిగులు చెందటం మానేసి పరిష్కారదిశగా ఆలోచనలు సాగించాలి. వాటిని ఆచరణలో పెట్టాలి!

తనకన్నా మిన్నగా తన సమస్యల్ని పరిష్కరించగల సైకాలజిస్ట్ మరెవరూ లేరన్న విషయాన్ని గ్రహించాలి!!

దిగులుకి అత్యుత్తమ పరిష్కారం నిరంతరం పనిలో మునిగి తేలటం. ఏదో ఒక పని కల్పించుకోండి. తెలివైన వాళ్ల కంపెనీలో వుండడానికి ప్రయత్నించండి. పాత స్నేహ బృందాన్ని తాత్కాలికంగా మార్చడానికి ప్రయత్నించండి. కొంతకాలం కొత్త ప్రదేశాలకి వెళ్లి తిరిగిరండి. అన్నిటికన్నా ముఖ్యంగా, ముందే చెప్పినట్లు దిగులుకి అసలు కారణం వెతికి పట్టుకోండి. అప్పటికీ డిప్రెషన్ తగ్గకపోతే మంచి మోటివేటర్‌ని కలిసి సలహా తీసుకోండి. అలాగని అర్హతలేని సైకాలజిస్టుల దగ్గరకి మాత్రం వెళ్లొద్దు.

కొత్త వాతావరణం :

దిగులు, భయం, ఆందోళన... వీటన్నిటికీ కారణం కొత్త వాతావరణం కూడా కావొచ్చు. వేసవి శలవుల తరువాత కొత్త హైస్కూలు...కొత్తకాలేజీ...లేదా కొత్త ఉద్యోగం! కానీ 'కొత్త' అనేది జీవితానికి తప్పనిసరి. తల్లిఒడి భద్రతనుంచి మొట్ట మొదటిసారి స్కూలుకి వెళ్లే పిల్లవాడు ఆ కొత్తని భరించక తప్పదు. అత్తవారింటికి వెళ్లిన ఆడపిల్లకి కూడా అది కొత్త అనుభవమే. తెలుగు చదివిన విద్యార్థికి ప్రొఫెషనల్ కాలేజీలో చెప్పే ఇంగ్లీషు భయంకరమైన కొత్త!!

ఈ 'కొత్త' అనేది జీవితంలో ఒక భాగం. దీనికి భయం, అందోళన, దిగులు అనవసరం. ప్రతిదానికీ మొదలనేది ఒకటుంటుంది. పాతపడేవరకూ అది కొత్తే. శ్మశానంలో చితిమీదకెక్కటం ఈ జీవిత ప్రయాణపు చిట్టచివరి కొత్త!

6. ఒక సమస్య వచ్చినప్పుడు – ఇక దానికి పరిష్కారం లేదనుకుంటాం. కోపం మనకి పుట్టుకతో వచ్చిందనీ, దాన్నించి బయటపడే మార్గమేలేదనీ భావిస్తాం. కానీ జాగ్రత్తగా ప్రయత్నిస్తే ప్రతిదానికీ ఒక పరిష్కారం దొరుకుతుంది. ఈ సమస్య చూడండి.

ఒక రాజు గారికి తన రాజ్యంలో వున్న పిల్లలందరికి ఒక బంగారు నాణెం బహుమతిగా ఇవ్వాలన్న కోర్కె కలిగింది. ఆ పనికి పదిమంది కంసాలుల్ని నియమించాడు. ఒక్కో రోజుకి ఒక కంసాలి యాభై నాణెల్ని తయారు చేస్తాడు. ఒక్కో నాణెం బరువు పదిగ్రాములు. నెల రోజులు గడిచాయి. అయితే రాజు గారికి అందులో ఒక కంసాలి పది గ్రాములకి బదులు, 9 గ్రాముల్తో నాణెం తయారు చేసి, ఒక గ్రాము చొప్పున దొంగిలిస్తున్నాడని అనుమానం కలిగింది.

రాజు గారి దగ్గిర పెద్ద త్రాసు, తూనిక రాళ్ళు వున్నాయి. ఒక్కొక్క కంసాలి నుంచీ ఒక్కోక నాణెం తీసుకుని పదిసార్లు తూస్తే, దొంగ దొరికిపోతాడు.కానీ రాజు తెలివైన వాడు. ఒక్కసారి మాత్రమే తూసి, దొంగని పట్టుకున్నాడు. ఎలా?

ఒక కుగ్రామంలో ఒక విద్యార్థి అత్యంత తెలివైనవాడు! స్కూల్లో అన్నిటా ఫస్టే! ఊళ్లో వాళ్లందరూ తమ పిల్లలు అతనిలా తయారవాలని కోరుకుంటారు. టీచర్లు అతడిని చాలా మెచ్చుకుంటారు. కలెక్టర్ వచ్చినా, ఏ ఫంక్షన్ జరిగినా, అతడినే ముందు నిలబెడతారు. అటువంటివాడు పట్నంలో ప్రొఫెషనల్ కాలేజీకొచ్చాడు. అంతా ఇంగ్లీషే! చకచకా మాట్లాడే అబ్బాయిలూ, అమ్మాయిలూ, తనకన్నా మంచి మార్కులు వచ్చిన వాళ్లూ, తెలివైనవాళ్లూ... దాంతో డిప్రెషన్‌కి లోనయ్యాడు. మెచ్చుకోలు స్థాయినుంచి ఒక్కసారిగా అనామకస్థాయికి దిగిపోవటం కన్నా భయంకరమైన బాధ మరేముంటుంది? దీనికి తోడు ఇంటిమీద బెంగ. మరోవైపు ర్యాగింగ్! అభద్రతా భావం!

ఈ సమయంలో అతడు కొందర్ని స్నేహితులుగా చేసుకుంటాడు. కానీ క్రమేణా వారిలో కొన్ని నచ్చని గుణాల్ని గమనిస్తాడు. లేదా వారిలో కొందరు తనని ఎమోషనల్‌గా కంట్రోల్ చేస్తున్నారని తెలుసుకుంటాడు. అయినా ఏమీ చేయలేని నిస్సహాయస్థితిలో వుండి పోతాడు. తనచుట్టూవున్న వాళ్లు తననో అసమర్ధుడిగానో, జోకర్‌గానో భావిస్తూ నవ్వుకుంటారని అనుకుంటాడు. ఒక తెలివైన కుర్రాడు డిప్రెషన్‌కి గురి అవటానికీ, మార్కులు తగ్గిపోవడానికీ ఇంతకన్నా పెద్దకారణాలు మరేమీ కావాలి?

ఇదే పరిస్థితుల్లో మరికొందరు మరొకవిధంగా ప్రవర్తిస్తారు. తమ ఓటమికి నెపం మరొకరి మీద వేస్తారు. "*... మా కుటుంబంలో అంతగా తెలివైనవారు లేరు. ఆ జీన్స్ మా రక్తంలో లేవు.... నా తల్లిదండ్రులు నన్నిలా పెంచారు... నేనేమీ చేయలేను... స్టాండర్డ్ ఉన్న స్కూల్లో నేను చదువుకోకపోవడం వల్లనే నేనిలా తయారయ్యాను... నేను నా మంచితనం వల్ల ఇలా దెబ్బతింటున్నాను...నేను వద్దని చెప్పినా మా పెద్దలు వినలేదు*" ఈ విధంగా తమ బలహీనతల్ని ఇతరుల తప్పులుగా చిత్రీకరిస్తారు. కొందరైతే దేశాన్ని కూడా తప్పుపడతారు. మరికొందరు వ్యవస్థమీద నెపం వేస్తారు.

మనం ఇతరుల్ని మార్చలేం. వ్యవస్థ మారదు. మరేం చెయ్యాలి? మనం మారాలి! అంతే. అదొక్కటే మనం చెయ్యగలిగేది! మొదట్లో కష్టం. తరువాత అదే అలవాటయిపోతుంది.

పరిస్థితులను బట్టి మారగలగటం అనేది కేవలం కొందరికే సాధ్యమవుతుందనీ, అది జన్మతః రావలసిన విద్య అని కొందరంటుంటారు. తప్పు! మారాలనుకుంటే ఎవరయినా మారొచ్చు. "నువ్వు చెయ్యాలనుకున్నా, చెయ్యలేననుకున్నా... రెండూ కరెక్టే" అన్నాడో మేధావి.

నీ సీనియర్లు నిన్ను ర్యాగ్ చేస్తున్నప్పుడు కలతచెంది, నీ జూనియర్లని ర్యాగ్ చెయ్యటం ద్వారా ఆ కసి తీర్చుకోవటం కాదు జీవితమంటే! నీకు రెండు మార్గాలున్నాయి. ఓడిపోతూ, దిగులు చెందుతూ, నీ చర్యలపై నీకే కంట్రోలు లేక, నీ దినాన్ని దుఃఖభరితం చేసుకోవచ్చు. లేదా నిశ్చయమైన దృక్పథంతో, చిరునవ్వుతో, ఆశావాదంతో

నీ ఉదయాన్ని ఆనందంతో నింపుకోవచ్చు! ఈ రోజు ఆనందంగా సాగబోతుందా? దిగులుగా వుండబోతుందా? అన్నది పొద్దున్న నీవు నిద్రలేస్తూనే అనుకునే విధానం మీద ఆధారపడి వుంటుంది.

ఛాయిస్ నీదే!

దిగులుకి తిరుగులేని మందు చిరునవ్వు. నీకు తెలుసా? భూమికూడా నవ్వుతుంది. అవే లతలకి పూలుగా వికసిస్తాయి. ప్రాణం లేని భూమే అంతహాయిగా నవ్వుతున్నప్పుడు నిన్ను నవ్వనీకుండా ఆపగలిగే హక్కు ఏ 'దిగులు'కీ లేదు.

B. సహజ బలహీనతలు

దుఃఖం, భయంలాంటివి పుట్టుకతోవచ్చే జనితబలహీనతలైతే, మరికొన్ని గుణాలు వయసుతో పాటూ వస్తాయి. కోపం, ఆత్మన్యూనత (ఇన్‌ఫీరియారిటీ కాంప్లెక్స్) మొదలైనవి దీనికి ఉదాహరణలు. అప్పుడే పుట్టిన పిల్లవాడికి భయం, దుఃఖం వుంటాయిగానీ, కోపం వుండదు కదా!

ఇటువంటి బలహీనతగూర్చి చర్చించేముందు, అసలు వీటిని జయించగలమా. అన్న విషయం ఆలోచిద్దాం! నిశ్చయంగా జయించగలం! అయితే ఒక్కొక్క రోగానికీ ఒక్కొక్క మందు వున్నట్లే, ఒక్కొక్క బలహీనతని ఒక్కొక్క రకంగా అధిగ మించాలి. ఈ ఉదాహరణ చదవండి.

జపనీయులకి చేపలంటే ప్రీతి. అయితే వారికిష్టమైన ఒకరకం చేపలు సముద్రంలోకి చాలాదూరం వెళ్తేగానీ దొరకవు. వాటిని వలవేసి పట్టి తెచ్చేలోపులో మరణించి రుచి కోల్పోయేవి. ఐసులో పెట్టిన చేపలకి సహజసిద్ధమైన రుచి రాదని తెలుసు కున్న మత్స్యకారులు తమ ట్రాలర్లలోనే పెద పెద్ద నీటి టాంకులు నిర్మించుకున్నారు. వలలోపడిన వందలాది చేపల్ని ఈ నీళ్ల టాంకుల్లో వదిలి, తీరానికి తీసుకొచ్చి అమ్మేవారు. అయితే దీనివల్ల సమస్య తీరలేదు. టాంకుల్లో వుండటం వల్ల చేపలు స్థబ్దుగా అయిపోయేవి! ఈదేవి కావు! దాంతో వాటిరుచిలో తేడా వచ్చేది. కష్టమర్లు కూడా ఈ తేడాని గమనించారు. మార్కెట్టు పడిపోసాగింది. ఏం చెయ్యాలో ట్రాలర్ యజమాను లకు పాలుపోలేదు. ముందే చెప్పినట్టు ఒక్కొక్క సమస్యనీ ఒక్కోరకంగా ఎదుర్కోవాలి. ఆ సమయంలో ఒకరికి ఒక ఆలోచన వచ్చింది. నీళ్లటాంకుల్లో కొన్ని షార్క్‌లని వదలటం ద్వారాచేపల్ని క్షణకాలం కూడా ఆగనివ్వకుండా పరుగెత్తించవచ్చని...! షార్కులు కొన్ని చిన్న చేపల్ని తినొచ్చుగాక. కానీ మత్స్యకారుల సమస్యమాత్రం తీరిపోయింది.

ఈ అంశంలోని నీతి ఆధారంగా ఇప్పుడు మనం మన సహజ బలహీనతల్నీ, వాటిని జయించే మార్గాల్నీ చర్చిదాం!

కోపం

విద్యార్థి చదువుకీ, కోపానికీ దగ్గిర సంబంధం వుంది. క్లాసులలో ఫస్టుమార్కు వచ్చే పిల్లలు ఒద్దికతో నెమ్మదస్తులుగా వుండటం సాధారణంగా గమనిస్తాం! ఒక వ్యక్తి ఆగ్రహం చెందినప్పుడు అతడి శరీరంలో రిలీజయ్యే అడ్రినలిన్, దాంతో పాటు మరికొన్ని స్ట్రెస్ హార్మోన్లు మెదడు యొక్క సమతుల్యాన్ని దెబ్బతీస్తాయి. ఈ కారణంగానే కొందరు కోపం వచ్చినప్పుడు 'ఖరీదైన వస్తువు' అనైనా చూసుకోకుండా బద్ధలుకొట్టేస్తూ వుంటారు. అంతవరకూ ఎందుకు? మొన్నమొన్నటి వరకూ నాకూ విపరీతమైన కోపం వస్తూ వుండేది. అయితే స్టీఫెన్ కోవే రాసిన పుస్తకం చదివి, అందులోని అంశాల్ని ఆచరించటం ద్వారా ప్రస్తుతం కోపం మొత్తం పోయిందని నిశ్చయంగా చెప్పగలను. కోపాన్ని తగ్గించుకోవడానికి సాయపడే పద్ధతు లన్నిటినీ ఇదివరకే '<u>విజయానికి ఐదుమెట్లు</u>' అనే పుస్తకంలో వివరించాను. దాన్నే 'ట్యూనింగ్' అంటారు. మనం మెదడుని ఎలా ట్యూన్ చేసుకుంటే అది అలా వింటుంది. దగ్గిరవారు మరణించినప్పుడు కొందరు గంభీరంగానూ, మరి కొందరు గుండెలు బాదుకుంటూనూ దుఃఖించటం మనకు తెలిసిందేగదా! కొన్ని తెగల్లో అయితే, ఎవరైనా మరణించినప్పుడు దుఃఖిస్తే వారి ఆత్మనరకానికి వెళుతుందని బలంగా నమ్ముతారు. అందుకే మరణించిన వారి ఆత్మశాంతి కోసం ఆనందంతో నృత్యం చేస్తారు. అదే ట్యూనింగ్ అంటే.

అవతలి వారి చర్యకి మన 'ప్రతిచర్యే' కోపం ...! అవతలివారి చర్యకీ మన ప్రతిచర్యకీ మధ్య ఖాళీ పెంచటం ద్వారా (అంటే...వెంటనే ఎదురుదాడి చేసెయ్యకుండా కాస్త ఆలోచించి) అద్భుతమైన ఫలితాలు సాధించవచ్చునంటాడు కోవే! ఆ ఖాళీలో నాలుగు అంశాలు ఆలోచించాలి.

1) **ఆత్మవిమర్శ** : అవతలి వారి వలన ఏం తప్పు జరిగింది? దానివల్ల నాకేం నష్టం వచ్చింది? అది వారితప్పా? లేక పొరపాటా? ఇటువంటి తప్పు (లేక పొరపాటు) నేను గతంలో ఎన్నిసార్లు చేశాను? నేను చేసిన పొరపాటు మరొకరు చేస్తే నాకెందుకీ అసహనం? <u>నాకోపం వలన ఎవరికయినా ఏదైనా లాభం జరుగుతుందా?</u> లేక 'కోపిష్టి' అని నవ్వుకుంటున్నారా? నాకు వారు శత్రువులవుతున్నారా? లేక నేను జోకర్‌గా మిగులుతున్నానా?

2) **ఆత్మపరిశీలన** : నేను కోపాన్ని కేవలం ప్ర...ద....ర్శి...స్తు...న్నా... నా? లేక నేనే స్వయంగా ఫీలవుతున్నానా? ఒక్కోసారి కోపాన్ని ప్రదర్శించక తప్పదు. కాని దాన్ని 'అనుభవించటం' వల్ల బి.పి., అసిడిటీ, కిడ్నీ సమస్య నాకే కదా వచ్చేది! నా కోపం వలన అవతలి వారు మారతారనుకోవటం పొరపాటు.

3) **ఆత్మసాక్షి** : చేసిన తరువాత విచారించేలాటి పనులు చేయకుండా వుండటమే ఆత్మసాక్షి. ఒక మాట అనటం వలన అవతలివారి మనసు విరిగిపోతే, దాన్ని అతికించడానికి ఈ ప్రపంచంలో ఏ సిమెంటూ లేదని నేను తెలుసుకోవటమే నా ఆత్మసాక్షి.

4) **ఆత్మశోధన** : నాకుతరచూ ఎందుకు కోపం వస్తోంది? నాలో 'నవ్వు' ఎందుకు తగ్గిపోతోంది? తాత్కాలిక కారణాలు కాకుండా నా అసహనానికి శాశ్వత కారణాలు ఏమైనా వున్నాయా?

కోపం రాగానే ఒక క్షణం ఆగి, పై నాలుగు విభాగాల గురించి ఆలోచిస్తే, మన ప్రతిచర్య మరింత హుందాగా వుంటుంది. మొదట్లో కోపాన్ని కంట్రోలు చేసుకోవటం కష్టంగా వుండవచ్చు గానీ స్వానుభవంతో చెప్తున్నాను- కాస్త ఆచరణ లో పెడితే సత్ఫలితాలు సాధించవచ్చు.

ప్రతి వ్యక్తీ తన దగ్గర ఒక అదృశ్య సూట్‌కేసు వుంచుకొంటాడు. తన దుఃఖం, చిరాకు, ఓటమి, ఈర్ష్యలాటి అసంతృప్తు లని అందులో పెట్టుకుంటాడు. అది పూర్తిగా నిండిపోయి వున్నప్పుడు ఏమాత్రం ఒత్తిడి వచ్చినా 'కోపం' రూపంలో అది బయటపడుతూ వుంటుంది.

తన కోరిక తీర్చుకోవటానికి కోపాన్ని ఆయుధంగా వాడటం ప్రారంభించిన పిల్ల వాడు క్రమక్రమంగా వయసు పెరుగు తున్న కొద్దీ బయట ఒత్తిడుల వల్ల తరచు

7. ఒక్కోసారి మనం చాలా చిన్న విషయాలకే కోపం తెచ్చుకుంటాం. జీవితంలో ఎక్కడో అసంతృప్తి వుంటే తొందరగా మనిషి కోపం వస్తుంది అంటారు సైకాలజిస్టులు. చిన్న చిన్న సమస్యలకి కూడా కోపం తెచ్చు కోవటం అనర్థం. ఆవేశంలో మాట మీద మాట పెంచకుండా, ఒక్క క్షణం ఆగి ఆలోచిస్తే ఎన్నో గొడవలు జరక్కుండా ఆపవచ్చు.

ఒక కొండ పక్కనుంచి పొడవైన దారి వుంది. చాలా ఇరుకు దారి. దానికి ఒకవైపు ఎత్తయిన అడ్డుగా కొండ, మరొక వైపు లోయలో ఉధృతంగా పారుతున్న నది.

ఆ బాట మీద ఒక కాపరి గొర్రెల మందని జాగ్రత్తగా తోలుకెళ్తున్నాడు. ఏ మాత్రం గొర్రెలు బెదిరినా అగాధంలోకి జారటం ఖాయం.

ఆ సమయంలో వెనుక నుంచి ఒక వ్యాన్ వచ్చింది. విపరీతంగా హారన్ కొడుతున్నారు. కాపరికి కోపం వచ్చింది. ఆ శబ్దానికి గొర్రెలు బెదిరి పోతున్నాయి. డ్రైవర్ దగ్గిరకి వెళ్ళాడు. తీరా చూస్తే డ్రైవరు 14 ఏళ్ళ కుర్రవాడు. అతడి తల్లి వెనుక సీట్లో ప్రమాదస్థితిలో వుంది. అర్జెంటుగా ఆస్పత్రికి తీసుకెళ్ళాలి. గొర్రెల్ని ఎడమవైపు నిలబెట్టటానికి లేదు. అటు అడ్డుగా కొండ వుంది. కుడివైపు నిలబెడితే, వ్యాన్ ఓవర్ టేక్ చేసే సమయంలో, ఆ శబ్దానికి బెదిరి అవి లోయలోకి జారి పోతాయి. పోనీ గొర్రెల వెనుకే వెళ్ళొచ్చు- అనుకుంటే, ఆ దారి వెడల్పు అవటానికి ఇంకో అరగంట ప్రయాణం చెయ్యాలి. ఎలా? అప్పుడా కాపరికి ఒక ఆలోచన వచ్చింది. ఏమిటది?

చిరాకులకి లోనవుతాడు. తనకన్నా తన స్నేహితులు జీవితాన్ని బాగా ఎంజాయ్ చేస్తున్నారని అసూయగా వుండటం, తన తల్లిదండ్రులు తనకి అన్నీ కొనిపెట్టటం లేదన్న కసి, తాను అనుకున్న కోరికలు తీరకపోవటం, చదువులో తన కన్నా కొందరు విద్యార్థులు ముందుండటం, తన చదువుపట్ల తల్లిదండ్రుల అసంతృప్తి తనకి తెలుస్తూ వుండటం- ఇవన్నీ అంతర్గతంగా అలజడికి లోను చేసి విద్యార్థి కోపాన్ని పెంచుతాయి.

తల్లిదండ్రులు తమని తరచు ఇతరులతో పోల్చడం విద్యార్థులని కోపానికి గురిచేస్తుంది. తాము ఏ మంచిపని చేసినా తల్లిదండ్రులు గుర్తించటం లేదనీ, తాము ఏ పని చేసినా ఫలితం కరెక్టుగా రావటం లేదనీ, దురదృష్టం తమని వెంటాడుతూ వుందని బాధపడతూ వుంటారు. ఈ భావం నుంచి బయటపడడానికి ఒకటే మార్గం!

ప్రతిరంగంలోనూ మీతో పోటీపడేవారు కొందరుంటారు. మీకన్నా ముందున్నవారు కూడా వుంటారు. అది వారి అదృష్టం కాదు. మీ దురదృష్టం అంతకన్నా కాదు. మీరు నిరంతరం వారి గురించీ, మీ దురదృష్టం గురించీ ఆలోచించడం వల్ల మీకు మరింత చికాకూ, కోపం ఎక్కువ అవుతాయే తప్ప లాభమేమీ వుండదు. మీరు పోల్చుకోవలసింది వారితో కాదు, మీ 'నేటి'ని మీ 'నిన్నటి' తో...! నిన్నటికన్నా ఈ రోజు మరింత జ్ఞానవంతంగా, మరింత ఆనందంగా వుండటం కన్నా మనిషిక్కావలసింది మరేమీ లేదు. దీన్నే టి-వై (టుడే-మైనస్-ఎస్టర్‌డే) కాన్సెప్ట్ అంటారు.

కోపాన్ని తగ్గించుకునే ప్రక్రియకి డాక్టర్ రాబర్ట్‌నజ్మే 'ఆప్టిట్యూడ్ థెరపీ' అని పేరు పెట్టాడు. మన ఆరోగ్యాన్నీ, దుఃఖాన్ని, సమస్యల్నీ మనమే సృష్టించుకుంటాము. ఎక్కువ తినటం - లేదా - సరిగా తినకపోవటం; అతినిద్ర - లేదా - సరిగ్గా నిద్రపట్టకపోవటం; సమస్యల్ని పట్టించుకోకపోవటం - లేదా - వాటిగురించి ఎక్కువ ఆలోచించటం - ఈ మూడు అలవాట్లూ మన శారీరక, మానసిక సమతుల్యాన్ని దెబ్బతీస్తాయి అంటాడీ శాస్త్రవేత్త. '....నా ఆనంద విషాదాలకు నేనే కారణం' అని నమ్ముతూ, తాను చేయగల శారీరక, మానసిక వ్యాయామాల్ని చేస్తే కోపం దానంతట అదే తగ్గుతుందంటాడు.

ఆత్మన్యూనత

ఒకమ్మాయి క్రికెట్ కామెంటేటర్ అవ్వాలన్న ఆశయంతో వుంటుంది. కానీ నల్లగా వున్న కారణంగా ఆ కోరిక తీరదు. అప్పుడు స్నేహితురాలు ఒక క్రీమ్ ఇస్తుంది. అది రాసుకుని ఆ అమ్మాయి వారం రోజుల్లో తెల్లబడుతుంది. ఆమె కామెంటరీ చెబుతూ వుండగా టీవిలో తల్లి చూసి ఆనందంతో ఏడుస్తుంది.

మొహాన్ని ఈ క్రీములు ఎలా మారుస్తాయో తెలీదు గానీ మనసులో మచ్చల్ని చెరపటానికి మాత్రం ఏ క్రీములూ లేవు. మనమే వాటిని చెరుపుకోవాలి. అటువంటి మచ్చల్లో ఆత్మన్యూనత (ఇన్‌ఫీరియారిటీ కాంప్లెక్స్) ఒకటి.

బాల్యంలో ఈ న్యూనత ఎవరికీ వుండదు. బుగ్గలపై మొటిమలొచ్చినట్టే, వయసుతోపాటూ అది వస్తుంది. మనసులో ఈ అభద్రత పెరుగుతుంది. '... అవతలి వారికన్నా నాకేదో తక్కువ వుంది ... ఆపోజిట్ సెక్స్‌ని ఆకర్షించలేకపోతున్నాను ... అందరూ నా గురించే మాట్లాడుకుంటున్నారు... నేను అందరిలా ధైర్యంగా వుండలేకపోతున్నాను...' లాంటి అనుమానాల తోరణమే ఆత్మన్యూనతా భావం. నల్లగా వుండటం, లావుగా గానీ, సన్నగా గానీ వుండటం, నత్తి, చిన్నవయసులోనే కళ్లజోడు, తెల్లవెంట్రుకలు, మొటిమలు, జుట్టు వూడిపోతూ వుండటం మొదలైనవి ఈ అభద్రతా భావానికి మూలకారణాలు.

ఒక వ్యాపారి తన భార్య పుట్టిన రోజునాడు ఒక పక్షిని కొని బహుమతిగా ఇంటికి పంపాడు. అది పద్నాలుగు భాషల్లో మాట్లాడగల అపురూపమైనది.

ఆ సాయంత్రం వ్యాపారి తన షాపు కట్టేసి ఇంటికి వెళ్ళేసరికి, అతడి భార్య దానిని కూర వండేసింది. వ్యాపారి అప్రతిభుడై, "అయ్యో! అది 14 భాషల్లో మాట్లాడగలిగే పక్షి. దాన్ని కూరవండేవా? ఎంతో ఖరీదు పెట్టికొన్నానే" అన్నాడు. జరిగిన దానికి భార్య కూడా దిగులు చెందింది. అయితే కాస్సేపటికి తేరుకుని అన్నది- "ఆ పక్షికి అన్ని భాషలు తెలుసునని కనీసం ఒక భాషలోనైనా చెప్పి వుంటే, అది తన ప్రాణాలు రక్షించుకోగలిగేది కాదా!"

ప్రతి విద్యార్థీ తెలుసుకోవలసిన సత్యం ఇది- కేవలం విషయ (సబ్జెక్టు) తెలిస్తే ఏం లాభం? పరీక్షలో వ్రాయగలిగిన ... లేక ఇంటర్వ్యూలో చెప్పగలిగిన సామర్థ్యం లేకపోతే?

ఆత్మన్యూనతా భావానికి అద్భుతమైన మందు సానుకూల ఆలోచనా ధోరణి. తనకు లేని దాని గురించి బాధపడుతూ ఆలోచించడం కన్నా వున్నదాన్ని అభివృద్ధి చేసుకోవాలన్న ఆలోచనే పాజిటివ్ థింకింగ్. ప్రతివారూ జీవితంలో ఏదో ఒక స్టేజిలో ఈ న్యూనతా భావానికి కాస్తోకూస్తో లోనవుతారు.

పొట్టిగా వున్నానన్న భావన కాలేజీరోజుల్లో నాకెక్కువ వుండేది. పొడుగ్గా వున్న వారినే అందరూ గుర్తిస్తారు- అన్న దిగులుని రచనలు చేయటం ద్వారా అధిగమించటం జరిగింది. దిగులుని కసిగా, న్యూనతాభావాన్ని కోర్కెగా మార్చుకోవటమే సానుకూల ఆలోచన! ఇంకో రెండంగుళాలు పొడవుండి వుంటే, రచయితనై ఈ పుస్తకాన్ని మీ ముందుంచే వాడిని కాను.

'గులాబీకి కింద ముల్లు వున్నందుకు నిరాశావాది బాధపడతాడు. పైన లేనందుకు ఆశావాది సంతోషిస్తాడు' అన్నది ఒక సూక్తి. ఈ రకమైన ఆశావాదం ఆధారంగా ఇన్ఫీరియారిటీ కాంప్లెక్స్ పోగొట్టుకోవడానికి ఈ కింది ఎనిమిది అంశాలు తోడ్పడతాయి.

1) అన్నిటికన్నా మొదటిదీ, ముఖ్యమైనదీ– మీ గురించే అందరూ ఆలోచిస్తూ వుంటారనీ, మాట్లాడుకుంటూ వుంటారనీ అనుకోవడాన్ని మానివేయటం...! మీకన్నా అవసరమైన పనులు వారికి చాలా వుంటాయి. ప్రతిమనిషీ తన సమయంలో వంద మంది ఇతరుల గురించి పదిశాతం మాత్రమే ఆలోచిస్తాడు. ఈ వందమంది ఇతరుల్లో మీరూ ఒకరు. అంతే! మిమ్మల్ని నిరంతరం గమనించేటంత తీరిక ఎవరికీ లేదు. మీకు నాట్యం చేయాలని వుంటే బరిలోకి దిగి నాట్యం చేయండి. మీ స్నేహితులకి మీ నాట్యం ఎలాగూ నచ్చుతుంది. నచ్చని వాళ్లు ఎలాగూ చూడరు. అంతేకదా! ఈ సూత్రం మీ కాంప్లెక్సులకూ వర్తిస్తుంది. అందరూ అందరికీ నచ్చరు. మీరు నల్లగా వున్నారనుకుందాం. తెలుపు నచ్చేవాళ్లెందరున్నారో, నలుపు నచ్చేవారూ అందరుంటారు.

2) ఆత్మన్యూనత భావం వల్ల 'అందరితో మంచి' అనిపించుకోవాలన్న కోరిక పెరుగుతుంది. అది మొహమాటానికి దారి తీస్తుంది. అవతలి వారు ఏమనుకుంటారో అనుకోవటమే మొహమాటం. మనం ప్రపంచాన్ని ఏ దృష్టితో చూస్తే, అది మనకి అలాగే కనబడుతుంది.

ఇద్దరు ఫైర్‌మెన్‌లు అడవిలో మంటలార్పటానికి వెళ్లారు. మంటలార్పుతున్న వ్యక్తి మొహం మసిబారింది. నీళ్లు అందిస్తున్న వ్యక్తి మొహం మామూలుగా వుంది. పని పూర్తయ్యాక సెలయేటి దగ్గరికి వెళ్లారు. ఎవరు ముందు మొహం కడుక్కుంటారు? మసి వున్న వ్యక్తి కాదు. మసిని 'చూసిన మనిషి!'. అది చూసి తన మొహం కూడా అలాగే వున్నదని అతననుకుంటాడు.

ఎదుటి వ్యక్తిలో ఏ అవకరమూ చూడని మనిషికి తన గురించి ఏ అనుమానమూ వుండదు. ఈ చిన్న రహస్యం తెలుసుకుంటే, మన అనవసర ఆందోళనల్నీ, మొహమాటాల్నీ వదిలేసుకోవచ్చు.

3) అవకాశం దొరికినప్పుడల్లా మిమ్మల్ని మీరు అభినందించుకుంటూ వుండండి. మిమ్మల్ని మీరే ప్రేమించుకోకపోతే మిమ్మల్నెవరు ప్రేమిస్తారు? ప్రకృతిని ప్రేమించండి. సంగీతం వినండి. పుస్తకాలు చదవండి.

4) ఇన్ఫీరియారిటీ కాంప్లెక్సు వున్న వ్యక్తులు ఏదైనా ఒక అభిరుచి పెంపొందించుకోవటం ద్వారా తమలోపాన్ని మర్చిపోవచ్చు. చిత్రలేఖనం నుంచీ మ్యూజిక్ వరకూ ఏ అభిరుచి అయినా సరే ...! మరోలా చెప్పాలంటే, ఇన్ఫీరియారిటీ

కాంప్లెక్స్ వున్న వ్యక్తులు గుర్తింపుకోసం తహతహలాడుతూ వుంటారు కాబట్టి తమ రంగంలో చాలా కష్టపడతారు. తొందరగా పైకివస్తారు. బయట ప్రపంచంతో సంబంధాలు తగ్గించుకోవటానికి ఇష్టపడతారు. అది కూడా వీరి విజయానికి ఒక కారణమే. అన్నిటికన్నా ముఖ్యమైన మరో లాభం ఏమిటంటే, మనకి ఇష్టమైన రంగంలో నిమగ్నమై వున్నప్పుడు మన న్యూనతల గురించి ఆలోచించి విచారించే టంత తీరిక వుండదు.

> కొందరు పిల్లలు రాత్రిళ్ళు పక్క తడుపుతూ వుంటారు. ఆడపిల్లల కన్నా మొగవారిలో ఇది ఎక్కువ. వీరిని 'ఎనూరెటిక్' పిల్లలంటారు. 75% పిల్లల రక్తసంబంధీకులకి, వారి చిన్నతనంలో ఈ అలవాటు వుండి వుంటుంది. ముఖ్యంగా తండ్రికి ఈ అలవాటు గతంలో వుంటే మొగపిల్లల్లో ఒకరికి సంక్రమిస్తుది. వయసుతోపాటూ ఇది తగ్గిపోతుంది.
>
> పదేళ్ళ వయసు దాటాక ఇది కొత్తగా సంక్రమిస్తే, వారికి మానసికమైన వ్యధ ఏదో వున్నదన్న మాట. సాధారణంగా నిద్ర ప్రారంభించిన 30 ని॥ – 3 గంటల మధ్యకాలంలో ఇది సంభవిస్తుంది. పిల్లలు ఈ అలవాటువల్ల మానసికంగా కృంగిపోకుండా చూడవలసిన బాధ్యత పెద్దలది. దీని గురించి పదిమందిలో, ముఖ్యంగా బంధువుల్లో ప్రచారం చెయ్య కూడదు. ఎగతాళి అస్సలు చెయ్యకూడదు. పిల్లవాడు సెల్ఫ్-ఎస్టీమ్ పెంచుకోవటానికి సాయపడాలి.

5) 'ఇతరులకి నష్టం కలిగించకుండా, నాకు కష్టం కలగకుండా నా ఇష్టం వచ్చినట్లు బతికే హక్కు నాకువున్నది...' అన్న ఆలోచనని స్వంతం చేసుకోండి. ఆత్మ న్యూనతకి అదే గొప్ప మందు! మిమ్మల్ని ఇష్టపడేవారు మీతో వుంటారు. లేనివారు దూరంగా వెళ్ళిపోతారు. మీకు వచ్చే నష్టం ఏమీ లేదు. ఇంకొకరికోసం మిమ్మల్ని మీరు కష్టపెట్టుకోవటం అలవాటు చేసుకుంటే, కష్టపడటమే మీకు అలవాటుగా మారుతుంది. ఇలాంటి బలహీనత వున్నవారు తమ చేతకాని తనానికి మంచితనం అని పేరు పెట్టుకుంటారు. దీన్నే 'గుడ్ సామర్టాన్ సిండ్రోమ్' అంటారు.

6) గాసిపింగ్ మానెయ్యండి. ఆత్మన్యూనతా భావం అత్యధికంగా వున్నవారే తమ లోపాల్ని కవర్ చేసుకోవడానికి ఇతరుల గురించి మూడోవారి దగ్గర చర్చిస్తారు. రూమర్లు వ్యాప్తిచేస్తారు.

7) అన్నిటికన్నా ముఖ్యం మీ అవలక్షణాల్నీ, బలహీనతల్నీ నిరంతరం ఎత్తిచూపేస్నేహబృందంలోంచి బయటకు రండి. మిమ్మల్ని 'స్కేప్‌గోట్' చేసి తమ 'ఆనందానికీ' జోకులకి మిమ్మల్నో వస్తువుగా వాడుకుని నవ్వుకునే వారినుంచీ, హేళన చేసేవారినుంచీ దూరంగా వుండండి. ఇంకొకరి మీద మానసికంగా ప్రతిదానికీ ఆధారపడటం అన్నిటి కన్నా గొప్ప బలహీనత.

8) ఆత్మన్యూనతా భావాన్ని పోగొట్టు కోవటానికి ఒక అద్భుతమయిన దారి వున్నది. కేన్సర్ ఆస్పత్రిని దర్శించటం, వృద్ధాశ్రమంలో అనాథలైన పెద్దల్ని పరామర్శించటం, అంగవైకల్యురికి సాయం చేయటం.... అప్పుడప్పుడు ఇలా చేస్తే ఈ లోకంలో ఎంతమందికన్నా మీరు అదృష్టవంతులో అర్థం అవుతుంది. మీ ఆత్మన్యూనత అలవోకగా అదృశ్యమవుతుంది.

నాయకత్వ లక్షణాలు :

జీవితంలో అన్నిటికన్నా ముఖ్యంగా కావలసింది నిర్మాణాత్మక స్వార్థం. 'ముందు నీవు పైకిరా!తర్వాత మిగతావారికి చేయి అందించు...' అన్న థియరీ ఇది. జీవితం ఒక సైకిల్ చక్రంలాంటిది. మధ్యనుంచి అన్ని వైపులకీ ఊచలు విస్తరించినట్టే, ఆరోగ్యం, ఆత్మనియంత్రణ, చిరునవ్వు, సమయపాలన, వ్యసన నిబద్ధత, ఏకాగ్రత మొదలైనవన్నీ మనిషిలోనుంచి విస్తరించి బయటకువచ్చి అతడి జీవితాన్ని ఆహ్లాదంవైపు నడిపిస్తాయి. ఇందులో ఊచలు విరిగిపోయేకొద్దీ జీవితం అనే సైకిల్ చక్రం అస్తవ్యస్థమవుతుంది. సర్కిల్ గుండ్రంగా వుండదు.

ఆత్మన్యూనతా భావాన్ని పొగొట్టుకోవడానికి ఏకైకమార్గం నాయకత్వ లక్షణాన్ని పెంచుకోవటం...! నాయకుడంటే చరిత్రని మార్చగలిగే వాడు. స్వతంత్ర సమరం నుంచి మహాత్మాగాంధీ విరమించివున్నా, బిల్‌గేట్స్ అకస్మాత్తుగా మైక్రోసాఫ్ట్‌ని మూసివేసినా చరిత్రపై దాని ప్రభావం తప్పక వుంటుంది. మనందరం అంతగొప్పవాళ్లం కాలేకపోవచ్చు గానీ, మన వ్యక్తిగత చరిత్రని మార్చగల ఏకైక వ్యక్తి మనమే!

ఇంతకీ గొప్పవారిలో వున్న గొప్పతనం ఏమిటి? వాళ్లు నిరంతరం ఆలోచిస్తూనే వుంటారు... '*ఏమి కావాలి? దానికి ఏమి చేయ్యాలి? ఎలా మారాలి? ఎలా మార్చాలి? ఇతరుల్ని ఎలా ప్రభావితం చేయాలి? ఎప్పుడు మనం ప్రభావితం కావాలి?*' అని యోచిస్తారు. మనం కూడా "ఇంతకన్నా బావుండాలంటే నేనేం చెయ్యాలి? ఎలా మారాలి? ఎలా ప్రభావితం కావాలి?" అని ఆలోచించాలి. ఈ 'ప్రభావితం' అన్న పదం గొప్పది. ఒక విద్యార్థి తన స్నేహితుల వలన ప్రభావితం అవుతాడు. వాళ్లు పనికి రాని వారయితే అతడూ పనికిరాని వాడుగానే తయారవుతాడు.

ఆత్మగౌరవం :

ప్రతి విద్యార్థి సెల్ఫ్-రెస్పెక్ట్ పెంచుకోవాలి! న్యూనతకి ఇదే మంచి మందు! తాను బతుకుతూన్న విధానం పట్ల ఇష్టం, తన విలువల పట్ల నిబద్ధత, తన నిజాయితీ పట్ల నమ్మకం- ఇవే ఆత్మగౌరవాన్ని పెంచే అంశాలు. తనలోని కొన్ని విషయాలు తనకి నచ్చకపోయే కొద్దీ మనిషికి తన మీద తనకి ఇష్టం తగ్గిపోతుంది. ఉదాహరణకి

ఒకవిద్యార్థికి పొద్దున్నే అయిదింటికి లేచి చదువుకోవాలని వుంటుంది. ఎంత ప్రయత్నం చేసినాలేవ(లే)డు. తన మీద తనకే చిరాకేస్తుంది. తనని తాను తిట్టుకుంటాడు– ఇష్టం తగ్గిపోవడం అంటే అదే...!

> కొందరు పిల్లలు మాట్లాడే ముందు తరచు గొంతు సర్దుకోవటం, రకరకాలు, శబ్దాలు చెయ్యటం, మధ్య మధ్యలో మాటలాపి దగ్గటం, తల ఇటూ అటూ కదపటం, కనురెప్పలు వేగంగా అల్లలా డించటం చేస్తూ వుంటారు. ఒకే పదాన్ని నాలుగైదుసార్లు రిపీట్ చేస్తారు (నత్తి కాదు). కంగారు ధ్వనిస్తూ వుంటుంది. దీన్ని "టౌరెట్స్ సిండ్రోమ్" అంటారు. దీనికి ట్రీట్‌మెంట్ వున్నది.

మీ జీవితంలో మీకు కొందరు ఎదురై వుంటారు. వారు ఎప్పుడూ తమ దురదృష్టాన్నీ, జీవిత విధానాన్నీ తిట్టు కుంటూనే వుంటారు. తమ కష్టాలన్నిటికీ తమ బలహీనతల మీదా, స్నేహబృందం పైనా నెపం వేస్తూంటారు. అంతే తప్ప మార టానికి ప్రయత్నించరు. మరికొందరు తలవాల్చటానికి మరోభుజాన్ని నిరంతరం ఆశ్రయిస్తూ వుంటారు. అదేవిధంగా తమ అభిమాన నటుడి సినిమా మొదటి రోజు చూడటం కోసం పోలీసులతో లాఠీ దెబ్బలు తినే విద్యార్థులు క్రమక్రమంగా ఆత్మ గౌరవం కోల్పోతారు. తాత్కాలిక విజయాల్ని (టికెట్టు సంపాదించటం వగైరా...) గెలుపుగా భావిస్తారు.

సూచనలు ఎవరివైనా కావొచ్చు. నిర్ణయం మాత్రం నీదే! నువ్వేమీ అవ్వాలని ఇతరులు అనుకుంటున్నారో అలా కాకుండా, నువ్వేమి అవ్వాలను కుంటున్నావో అలా అవటానికి ప్రయత్నించటమే ఆత్మ గౌరవాన్ని నిలుపుకోవటం. ఆత్మ గౌరవం నీకు గెలుపునివ్వకపోవచ్చు. కానీ నిశ్చయం గా నీ ఓటమిలో నీకు ధైర్యాన్ని ఇస్తుంది!

ఎల్లప్పుడూ నిన్ను ప్రభావితం చెయ్యగల ఒక వ్యక్తి వుండాలి. అతడు వినాలి. పరిష్కారం చెప్పాలి. అతడి తోనే నీవు ఎక్కువ కాలం గడపాలి. అతడు రకరకాల ఆకర్షణలకిలోనై ఆ ప్రభావంతో నీకు తప్పుడు సలహాలిచ్చే వాడైవుండకూడదు. అతడు నిన్ను విపరీతంగా ప్రేమించాలి. తప్పుచేస్తే హెచ్చరించాలి. అతడెవరో కాదు.... 'నువ్వే'!

నీలో ఒక నాయకుడున్నాడా? దీనికి ఒకటే ఉదాహరణ. నీ స్నేహ బృందంతో ఏ సినిమాకి వెళ్లాల్సి వచ్చినా వారి మాటే చెల్లుతుందా? నీకిష్టమైన సినిమాని చూడడానికి కనీసం ఒక్కసారయినా వారిని ఒప్పించలేకపోతున్నావా? ప్రతినిర్ణయానికీ ఇతరులపైనే ఆధారపడటం నీ వ్యక్తిత్వ లేమికి నిదర్శనం. నీలో నాయకుడు లేడన్నమాట. నాయకత్వ గుణాలు మూడురకాలుగా వస్తాయి.

1) **వారసత్వం ద్వారా** : రాజుల కొడుకులు రాజులు, యోధుల కొడుకులు యోధులు అవటం దీనికి ఉదాహరణ. 'ఆ లక్షణం వాడి రక్తంలోనే వుంది' అని తరచు అందుకే అంటూ వుంటారు.

2) **పరిస్థితుల ద్వారా** : ఒక్కసారిచుట్టూ వున్నపరిస్థితులుగానీ, చారిత్రక పరిణామాలు కానీ సామాన్యుణ్ణి లీడర్ని చేస్తాయి. మహాత్మగాంధీ నుంచీ మార్టిన్ లూథర్ కింగ్ వరకూ ఆ విధంగా నాయకులుగా తయారైన వారే.

3) **పరిణామక్రమం ద్వారా** : ఇదే అన్నిటికన్నా కరెక్టయినదని ఇటీవలి మానసిక శాస్త్రవేత్తలు భావిస్తున్నారు. నిరంతర ఆత్మశోధన, పట్టుదల, వ్యూహం- వీటి ద్వారా ఎవరయినాసరే, కనీసం తన వరకూ తానొక నాయకుడు అవ్వొచ్చని వీరు చెప్తున్నారు.

లావుగా ఎత్తుగా బలంగా వుంటేనే నాయకులు అవరని పొట్టి శ్రీరాములు, లాల్‌బహదూర్‌శాస్త్రి నిరూపించారు కదా! నాయకులు జన్మతః పుట్టరు. తయారవుతారు.

చివరగా ఒకమాట. జన్మతః వచ్చిన భయాన్నీ, దుఃఖాన్నీ పోగొట్టుకోవడం కాసింత కష్టమైతే అవ్వొచ్చేమోగానీ, వయసుతోబాటూ వచ్చేకోపమూ, ఇన్ఫీరియాటీ కాంప్లెక్స్‌లని కాస్త శ్రమపడితే సులభంగా పోగొట్టుకోవచ్చు. ఆటల్లోనూ, మిగతా కళల్లోనూ, జ్ఞానాన్ని సంపాదించటంలోనూ సమయం ఎక్కువ గడిపే కొద్దీ మనకేదో తక్కువ అన్న దిగులు తగ్గిపోతుంది.

మిమ్మల్ని పక్కవారితో పోల్చుకోవద్దు. మీకన్నా గొప్పవారు చాలా మందివుండవచ్చు. నిన్నటి మీకన్నా, ఈ రోజుమీరు గొప్పవారు అయ్యారా లేదా?అన్నది ఆలోచించండి. అది జ్ఞానంలోగానీ, ధనంలోగానీ, కీర్తితోగానీ, ఆత్మసంతృప్తిలోగానీ- దేనిలో అయినా సరే- కాసింతయినా అభివృద్ధి కనబడకపోతే ఆ రోజు ఒక జంతువులా బ్రతికినట్టే...!

జనిత బలహీనతలూ, సహజ బలహీనతలూ అయిన తరువాత 'ఆకర్షణీయ బలహీనత'ల గురించి చర్చిద్దాం. బద్ధకం, ఏకాగ్రత లేకపోవటం మొదలైనవి ఈ విభాగంలోకి వస్తాయి. గమ్మత్తేమిటంటే, ఇవి సమస్యలని ప్రతివిద్యార్థికీ తెలుసు. ఇందులోంచి బయటపడాలంటే పెద్ద కష్టంకాదు కూడా! కానీ దాన్ని తిట్టుకుంటూ (దాలిగుంట వ్యవహారంలా) దానిలోనే వుండటానికి ప్రయత్నం చేస్తాం. అందుకే వీటికి ఆ పేరుపెట్టడం జరిగింది.

C. ఆకర్షణీయ బలహీనతలు

బద్ధకం

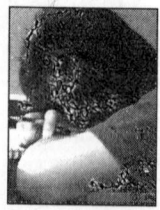

ఒక వ్యక్తి ఒక డాక్టర్ వద్దకు వెళ్లి తనకి ఏ పనీ చేయబుద్ధి అవటం లేదనీ దానికి కారణం ఏమిటో చెప్పమనీ అడిగాడట. డాక్టర్ రకరకాల ప్రశ్నలు వేసి చివరికి "మీకే రోగమూ లేదు. మీకున్నది బద్ధకం. అంతే!" అన్నాడట. పేషెంట్ ఒక్క క్షణం మవునంగా వుండి, "అద్సరే డాక్టర్, దీనిని మెడికల్ పరిభాషలో ఏమంటారో చెప్పండి. మా అవిడకి చెప్పాలి. ప్రతిపనీ

వాయిదా వేస్తున్నానని తిడుతోంది" అన్నాడట. డాక్టర్‌కి ఎంత ఆలోచించినా ఏం చెప్పాలో తోచలేదట!

పైకి జోకులా కనపడుతుంది కానీ ఇందులో చాలా అర్థముంది. మనిషికి రెండో శత్రువు 'కోపం' అయితే, ప్రథమ శత్రువు 'బద్ధకం'. బద్ధకానికి సరి అయిన పదం ఏ మెడికల్ డిక్షనరీలోగానీ, మానసిక శాస్త్రంలోగానీ లేదు. బద్ధకం అనేది రోగం కాదు. బద్ధకం అంటే '..ఇబ్బందికరమయిన సౌఖ్యం'. ఇంతకన్నా వేరే నిర్వచనం లేదు. అనుభవిస్తున్నంతసేపూ బాగానే వుంటుంది. ఆ తరువాత బాధగా వుంటుంది. <u>ఇష్టమైన పనికోసం అవసరమైనది వదిలిపెట్టటమే బద్ధకం</u>. స్కూలు నుంచి వచ్చి (అవసరమైనది) బట్టలు మార్చుకోకుండా ఆడుకోవటానికి వెళ్ళిపోవటం, చదువుకో వలసిన టైమ్‌లో (ఇష్టమైనది) నిద్రపోవటం, బద్ధకానికి నిదర్శనాలు.

బద్ధకం రెండు రకాలు : శారీరకం, మానసికం. మొదటి దాన్ని <u>అలసట</u> (టైర్‌సమ్), రెండోదాన్ని <u>విసుగు</u> (బోర్‌డమ్) అంటారు. చాలా మంది ఈ రెండిటి మధ్య కన్‌ఫ్యూజ్ అవుతూ వుంటారు. అరగంట చదివిన కుర్రాడు 'అలసిపోయాను మమ్మీ' అంటాడు. కాస్త రెస్ట్ తీసుకొమ్మంటే వెళ్లి టీవీ చూస్తాడు. అలసిపోయిన కళ్లకి టీవీ చూసేశక్తి ఎలా వచ్చింది? అది కేవలం విసుగు మాత్రమే!! అలసటకీ విసుగుకీ తేడా అదే!!

జోధామస్ వాక్చతురుడు. తన వాదనని కరెక్టుగా చెప్పగలడు. ఫ్రెండ్‌ని వప్పించగలడు. "జీవితంలో కనీసం ఒక సిగరెట్ కూడా తాగకుండా నేను మరణించదల్చుకోలేదు. జీవితం అవకాశం ఒక్కసారే వస్తుంది". అందరూ ఆ మాటలకి కన్విన్స్ అయి సిగరెట్‌లు మొట్ట మొదటిసారి వెలిగించారు. విష్ణు తప్ప!

"ఏం? నేను చెప్పింది సరిగ్గా లేదా?" జో అడిగాడు విష్ణుని.

"చాలా కరెక్టు!" అన్నాడు విష్ణు. "ప్రతీ అక్షరాన్నీ వప్పుకుంటున్నాను".

"కానీ నీకు ధైర్యం లేదు. ఏదైనా మొదలు పెట్టాలంటే సాహసం వుండాలి" జో మాటలకి అందరూ చప్పట్లు కొట్టారు.

మూడు సంవత్సరాల తరువాత వేదిక మీద బంగారు పతకం అందుకుంటూ, "... జీవితంలో అవకాశం ఒకేసారి వస్తుంది. యూనివర్సిటీ టాపర్‌గా వుండే ఆ అవకాశంకోసం ఎందుకు ప్రయత్నించకూడదనిపించింది. ఒక్క అనుభవం కూడా లేకుండా నేను మరణించదల్చుకోలేదు. నన్ను ఈ విధంగా ప్రభావితం చేసినందుకు నీకు థాంక్స్ జో..." అన్నాడు విష్ణు.

పుస్తకాందోళన :

ఈ సమాసం చాలా ఇబ్బంది కరమైనది. కానీ అర్థవంతమైనది. మనకిష్టంలేని పనులు చేయవలసి వచ్చినప్పుడు విసుగు తొందరగా వస్తుంది. అందుకే- చదువుతున్నప్పుడల్లా, దాన్ని ఏ కారణంగా ముగిద్దామా అని మనసు తొందర

పెడుతూ వుంటుంది. దీన్నే పుస్తకాందోళన (బుక్-ఏంగ్జయిటీ) అంటారు. దీన్ని తగ్గించటానికి ఈ కింది సూచనలు తోడ్పడతాయి.

- ❖ చదువు ప్రారంభించటానికి ముందు రీడింగ్ టేబుల్ దగ్గర రెండు నిమిషాలు మవునంగా నిలబడాలి. ఇది మెదడుని శుభ్రం చేసే ప్రక్రియగా తోడ్పడుతుంది.
- ❖ పుస్తకం ముందు కూర్చుని 'ఎందుకొచ్చిన చదువురా భగవంతుడా...' అనో 'లాభం లేదు. ఇది నావల్ల కాదు' అని మీలో మీరే వాపోవద్దు. అలా చేసే కొద్దీ పుస్తకం ఒక శత్రువులాగా కనబడటం ప్రారంభ మవుతుంది.
- ❖ ఆలోచనలు పక్కకి వెళ్ళినప్పుడూ, చదువుపట్ల విసుగు కలిగినట్టు అనిపించి నప్పుడూ లేచి నిలబడి పచార్లు చేయండి. పుస్తకం ముందేసుకుని కూర్చుంటే ఇక ఆ ఆలోచన్లకి అంతుండదు. కూర్చుని వుండటం పగటి కలలకి కంఫర్ట్ జోన్! ఆలోచన పక్కదారి పట్టినప్పుడల్లా 'లేవాలి' అన్న హెచ్చరిక వాటిని అదుపులో వుంచు తుంది. రూమ్ బయటికి వెళ్ళొద్దు. కిటికీలోంచి బయటకు చూడొద్దు. రూమ్‌లోనే నడవండి! *'నడవటం కన్నా చదువే బాగుంది'* అనిపించి నప్పుడు మళ్ళీ పుస్తకం ముందు కూర్చోండి.
- ❖ చదవటం బోరు కొట్టినప్పుడల్లా, రాయడమో-కంప్యూటర్ ముందు కూర్చోవటమో చేయండి. నేను సాధారణంగా ఇలాగేచేస్తాను. చదువుతున్నప్పుడు విసుగొచ్చి ఇతరులతో మాట్లాడటమో, టీవీ చూడటమో ప్రారంభిస్తే, ఇక దానినుంచి బయటపడటం కష్టం. ఈ ప్రపంచంలో 'పుస్తకం కన్నా మిగతా అన్ని విషయాలూ ఆసక్తికరంగా కనబడటం' కొందరు విద్యార్థులు చేసుకున్న దురదృష్టం.
- ❖ గెలిచే వారితో కాలం గడపండి. బద్ధకస్తులు బద్ధకస్తులతోనే వుంటారు. గెలిచేవారిని గమనించండి. వారికంత శక్తి, ఓర్పు, పనిమీద శ్రద్ధ ఎలా వస్తున్నాయో చూడండి. గెలుపు ఇచ్చే సంతృప్తి మరేదీ ఇవ్వదు. బాగా చదివిన రోజు సంతృప్తి వల్ల బాగా నిద్రపడుతుంది. ఇది మీకూ అనుభవం అయ్యే వుంటుంది. గెలుపు పరిమళం అంటే అదే!

క్లాసుఫస్టు వచ్చే విద్యార్థిని ఉదాహరణగా తీసుకుందాం. తన స్థానాన్ని నిలబెట్టుకోవడానికి అతడు ఎప్పుడూ ప్రయత్నిస్తూనే వుంటాడు. తల్లిదండ్రుల కళ్ళల్లో మెరుపు, గర్వం, ఉపాధ్యాయుల అభినందన, పక్కింటివాళ్ళు తనని ఆదర్శంగా తీసుకొమ్మని వాళ్ల పిల్లలకి సూచించటం- మొదలైనవన్నీ అతడికి ఉత్తేజాన్ని కలిగిస్తాయి. శక్తి నిరంతరం అతడిలోకి ప్రవహిస్తూనే వుంటుంది. అదే అతడి బద్ధకాన్ని పోగొడుతుంది.

అలసట- ఆరోగ్యం :

బద్ధకానికి మరో కారణం శరీరాకృతి. చిన్న వయసులో ఊబ శరీరంపైకి స్పష్టంగా కనపడదు. 'మా పిల్లలు బొద్దుగా వున్నారు' అంటూ తల్లిదండ్రులు ఆనందించటం పరిపాటే! కానీ బొద్దుగా వుండటం వేరు, ఆరోగ్యంగా వుండటం వేరు.

స్థూలకాయం అనేది పిల్లల్లో అయిదారేళ్ల వయసులో మొదలవుతుంది. చిన్నప్పుడు లావుగా వుండే పిల్లల్లో అరవైశాతం, పెద్దయ్యాక స్థూలకాయులవుతారని అంచనా. కాబట్టి... ఒకరకంగా చెప్పాలంటే అలాటి పిల్లల్ని తయారు చేసేది తల్లిదండ్రులే! ఊబశరీరం శారీరకంగానే గాక, మానసికంగా కూడా ప్రభావం చూపిస్తుంది. ఇది ఆత్మన్యూనత కయినా, లేదా నిర్లక్ష్యానికి (అవును! వున్నాను! అయితేనేం...?) అయినా దారితీయవచ్చు. మరి ఈ ఒబెసిటీకి కారణాలేమిటి...? స్కూల్‌కి పూర్వం పిల్లలు నడిచి వెళ్లేవారు. బస్, ఆటోకల్చర్ వచ్చి నడక తగ్గింది. ఇదొక కారణం. పెద్దలకి పిల్లల ఆరోగ్యం కంటే వారి చదువు మీద శ్రద్ధ ఎక్కువ అవటం రెండో కారణం. టీవీ చూస్తూ టిఫెన్లూ, స్నాక్సూ తినే అలవాటు బాగా పెరిగింది. ఇదే అన్నిటికన్నా ముఖ్యమైన, అపాయకరమైన కారణం.

అమెరికన్లు రోజుకి సగటున పద్దెనిమిది ఎకరాల పిట్జా తింటారుట. పిట్జాలు, ఆయిల్‌ఫుడ్స్, చాక్‌లెట్‌లు బద్ధకాన్ని పెంచుతాయి. ఆహారనియమాల్ని కాస్త పాటిస్తే బద్ధకాన్ని వదుల్చుకోవటం పెద్దకష్టం కాదు.

మెడ నరికినప్పుడు గానీ, బాణంతో కొట్టి చంపినప్పుడు గానీ జంతువు విలవిలా కొట్టు కుంటూ బాధతో మరణిస్తుంది. ఆ సమయంలో దాని శరీరంలో విడుదలయ్యే హార్మోన్లు, ఆసిడ్‌లూ, జ్యూస్‌లూ శరీరం అంతా పాకుతాయి. దానివల్ల మాంసానికి రుచి వస్తుంది. పొట్టేలు పందేలు, కోడి పందేల్లో ఆ మాంసానికి అందుకే ధర ఎక్కువ పలుకుతుంది.

కొన్ని మతాల అనాగరిక తెగల్లో ఒక జంతువు నవరంధ్రాల్లో మసాలా కారం జొప్పించి అది హృదయ విదారకంగా నేలమీద అటూ ఇటూ పొర్లుతూ, భరించ లేని బాధతో గిలగిలా కొట్టుకుంటూ మరణించేలా చేస్తారు. క్రూరత్వానికి ప్రతీక అయిన ఈ చర్యకి కారణం, ఆ విధంగా చేయడం వలన దాని మాంసానికి అదనంగా వచ్చే రుచే....! అడ్రినలిన్ రిలీజయ్యే కొద్దీ మాంసం రుచి బావుంటుంది. అయితే ఈ విధమైన మాంసం ఆరోగ్యానికి మంచిది కాదు. మరణించే ముందు శరీరంలో చేరిన అడ్రనలిన్, దాన్ని తిన్న విద్యార్థుల్లో అలసత్వం పెంచుతుంది. వీలైనంతవరకూ మాంసా హారానికి విద్యార్థి దశలో దూరంగా వుంచటం మంచిది. తర్కానికి నిలదక పోయినా, శాకాహారుల్లోనే ఎక్కువ మంది మేధావులు, పండితులు వుండటం మనం గమనించవచ్చు.

1) చదువుకునేటప్పుడు, పక్కనే నీళ్ల బాటిల్ పెట్టుకుని (మళ్లీ లేవనవసరం లేకుండా) ప్రతి అర గంటకూ తాగండి. అది ఫ్రెష్‌గా వుంచుతుంది.
2) మన శరీరానికి దాదాపు 22 అమినో ఆసిడ్స్ కావాలి. అందులో ఎనిమిదింటిని శరీరం స్వయంగా తయారు చేసుకోలేదు. వాటిని ఆహారం ద్వారా అందించాలి. 'సోయాబీన్ పౌడర్' అని బజార్లో దొరుకుతుంది. రోజుకి రెండుసార్లు మజ్జిగలో కలుపుకుని తాగాలి. అదే విధంగా రొట్టెల్లో గోధుమపిండితో పాటు ఇది కూడా కలిపి (75 :25 నిష్పత్తిలో) తింటే మరీ మంచిది.

3) చిక్కుడు, పప్పులు, కోడిగుడ్లు చురుకుదనాన్ని పెంచుతాయి. మాంసాహారులైన విద్యార్థులకు కోడికన్నా, ఫిష్ మంచిది. పొట్టేలు, మేక మాంసం బద్ధకాన్ని పెంచుతుంది. చదువుకు ముందు పాలు, అరటిపళ్లు తీసుకోకూడదు. అవి నిద్రకి మంచివి. పడుకునే ముందు గ్లాసు పాలు శ్రేయస్కరం.

4) అమితంగా భోజనం చేసినప్పుడు నిద్రవచ్చేలా వుంటుంది. జీర్ణావయవాలు ఎక్కువ ఆక్సిజన్ కోరటం దీనికి కారణం. భుక్తాయాసం బద్ధకానికి ఆప్తమిత్రుడు. బ్రేక్‌ఫాస్ట్, లంచ్,సాయంత్రం స్నాక్స్, డిన్నర్ 30:25:20:25 నిష్పత్తిలో తినాలి. దీన్నే అమెరికన్ బ్రేక్‌ఫాస్ట్ అంటారు. ఎక్కువ ఫలహారం పొద్దున్నే తినటం రోజునంతా చురుగ్గా వుంచుతుంది. మనం దురదృష్టవశాత్తూ భోజనానికి ఎక్కువ ప్రాముఖ్యత ఇస్తాం. “ఫలహారాన్ని మహరాజులాగా, మధ్యాహ్న భోజనాన్ని సామంతుడిలా, రాత్రి డిన్నర్ బిచ్చగాడిలా తిను” అని ఒక ఇంగ్లీష్ సామెత కూడా వున్నది.

5) ఎక్కువ తినటం వేరు. ఎక్కువ కాలరీలువున్న పదార్థాలు తినటం వేరు. ఇడ్లీలో 60 కాలరీలు వుంటాయి. దాంతోపాటు కొబ్బరి/వేరుశెనగ చట్నీ తింటే 120 కాలరీలు అవుతుంది. మరో రకంగా చెప్పాలంటే పోపుపెట్టని సాంబారు తో గానీ, కారప్పొడితో గానీ తినే టట్టయితే, చట్నీ మానేసి రెండు ఇడ్లీలు తినవచ్చు. ఈ విధంగా లెక్క వేసుకోవాలి.

6) మనిషికి రోజుకి దాదాపు 2500 కాలరీలు కావాలి. వందగ్రాముల చిప్స్ పాకెట్ (450), బట్టర్ కుకీ (450) చాక్‌లెట్ బార్ (300), ఐస్‌క్రీమ్ కప్ (350), పిజ్జా (600), చిన్నకోక్ (150) కాలరీలు శరీరానికిస్తాయి.

7) చదువుకి గంట ముందు చాక్‌లెట్స్, కూల్‌డ్రింక్‌లు, ఫాస్ట్‌ఫుడ్స్, ఐస్ క్రీములు, కేకులు తినకూడదు. మన శరీరం వీటిని గ్లూకోజ్‌గా మార్చకపోతే- దాన్ని ‘డయాబిటిస్’ అంటారు. శరీరంలో ఉత్పన్నమయ్యే ఇన్సులిన్, ఈ విధంగా మనం తినే కొవ్వునీ, షుగర్‌ని గ్లూకోజ్‌గా మారుస్తున్నప్పుడు, ఆక్సిజన్ విపరీతంగా ఖర్చు అవుతుంది. అందుకే ఆ సమయంలో నిద్ర, బద్ధకం, కాస్త తలనొప్పి, దాహం ఎక్కువగా వుంటాయి. పరీక్షల ముందు పదిహేను రోజుల్నుంచి వీటిని మానెయ్యటం మంచిది.

8) తింటున్నప్పుడు నాలుకపై వుండే రిసెప్టర్స్ ‘ఇకచాలు’ అనే భావాన్ని మెదడుకు పంపుతాయి. ఈ విధంగా నరాల్నీ పనిచేయకుండా చేసే నెగటివ్ గుణం కొన్ని పదార్థాలకి వుంది. ఉదాహరణకి మీరు అయిదు లడ్డూలు గానీ, నాలుగు మైసూర్‌పాక్ ముక్కలు గానీ ఏకబిగిన తినలేరు. ఒకటి తినగానే, నాలుకపైన వుండే “ఎండార్ఫిన్స్” సంతృప్తిని కలిగించే భావాన్ని మెదడుకి ట్రాన్స్‌మిట్ చేస్తాయి. కానీ పచ్చిమిరపకాయబజ్జీ (మిర్చీ బజ్జీ) ఒకటి తినగానే మరొకటి

తినాలనిపిస్తుంది. మరోలా చెప్పాలంటే ఆ పులుపు, కారంలో వుండే రసాయనం (దీన్ని కాప్సాకైసిన్ అంటారు) నాలుక పైన ఎండార్ఫిన్ ప్రభావాన్ని తాత్కాలికంగా తగ్గిస్తుంది. ఎంత తిన్నా తనివి తీరదు. ఆలాటి పచ్చిమిరపకాయ బజ్జీలూ, నిమ్మకాయ, చింతచిగురు, మామిడికాయ, టమోటా పప్పుల్ని రాత్రిళ్లు మితంగా తినాలి. చదువుకి ముందు వీటిని తింటే అయాసం వస్తుంది. అంటే ప్రేవులు, మెదడునుంచి మరింత గాలి (ఆక్సిజెన్)ని కోరుకుంటు న్నాయన్నమాట. ఆహారం జీర్ణం అవటాన్ని గ్లూకోజ్‌గా మార్చటాన్ని ఆక్సిడైజేషన్ అంటారు. ఆక్సిజెన్ ఆ విధంగా ఖర్చయ్యే కొద్దీ నిద్రవస్తుంది. దాన్నే భుక్తాయాసం అంటారు.

సమయ నిబద్ధత లేకపోవటానికి సెకండ్ షో సినిమాలూ, నిద్ర లేనిరాత్రిళ్లూ, కబుర్లూ కారణం అయితే అయ్యుండ వచ్చేమో కానీ అంతకన్నా ముఖ్యమైనది మరొకటి వుంది. తిండి!

తిండికీ, సమయపాలన (టైమ్ మేనజ్‌మెంట్)కీ దగ్గర సంబంధం వుంది. చిరుతిళ్లు తినే విద్యార్థుల్లో ఈ లోపం ఎక్కువగా కనపడుతుంది. అరగంట కొకసారి ఆకలేసినట్లు అనిపిస్తుంది. చిరుతిండి అరిగిపోగానే మళ్ళీ కడుపు ఏదో ఒకటి కోరుతుంది. దాంతో చదువు మీద ఏకాగ్రత చెదిరి వంటింట్లోకో, బేకరీకో వెళ్లాలనిపించింది. అందువల్ల సమయం తాలూకు సమతౌల్యం (బాలెన్స్) దెబ్బతింటుంది. రైళ్లలోనూ, సినిమాహాళ్లలోనూ, ఎగ్జిబిషన్స్‌లోనూ తినటం తగ్గించాలి. వీలైనంతగా నీళ్లు తాగాలి. పళ్ల రసాలు అలవాటు చేసుకోవాలి. ముఖ్యంగా సమయానికి సరి అయినంత ఆహారం తీసుకోవాలి. మొదట్లో కష్టమైనా అలవాటయ్యాక ఇక దృష్టి చిరుతిళ్ల వైపు పోదు.

9) సాధారణంగా మనం పొద్దున్న అన్నం, రాత్రిళ్లు చపాతీలు తింటూ వుంటాం. అన్నం తొందరగా జీర్ణం అవుతుంది. కానీ, మొదట్లో బరువుగా వుంటుంది. రొట్టెలు నెమ్మది నెమ్మదిగా జీర్ణం అవుతాయి. కానీ తిన్నప్పుడు కడుపుని తేలికగా వుంచుతాయి. అందుకని (ముఖ్యంగా విద్యార్థులు) పగలు రొట్టెలు, రాత్రిళ్లు అన్నం తినటం మంచిది.

10) చిన్న చిన్న పనులు చేసేటప్పుడు, 'ఇదిగో ఈ పని చేయటం వలన నేను కొన్ని కాలరీల్ని కరిగించగలుగుతున్నాను' అనుకుంటూవుంటే, ఆ పనులు చేయడానికి ఉత్సాహం వస్తుంది. అవసరం తీరాక గ్లాసులూ ప్లేట్లూ వాటి స్థానంలో పెట్టటం, లిఫ్ట్ కాకుండా విద్యార్థులు మెట్లు ఉపయోగించటం, పెద్దలు పిల్లల్తో కూరగాయలు తెప్పించటం, తన రూమ్ తనే తుడిచే అలవాటు చెయ్యడం, పొద్దున్నే ముగ్గులు వేయించటం ... ఇవన్నీ బద్ధకాన్ని తొలగిస్తాయి. రోజంతా హుషారుగా వుంచుతాయి.

నాలుగుసార్లు మెట్లెక్కి దిగటం వలన 120 కాలరీలూ, గంటసేపు గోడకేసి తలబాదుకోవటం వలన 150 కాలరీలూ ఖర్చవుతాయి. ఒక పిట్జా తింటే 600

కాలరీలు పెరుగుతాయి. అవి ఖర్చవటానికి నాలుగు గంటలపాటు తలబాదుకోవాలి. ఏది బెటరో నిర్ణయం మీదే...!

ఇదంతా చదివాక 'ఎందుకిక బతకటం' అని మీకు అనిపించవచ్చు. 'విద్యార్థి జీవితంలో తప్ప మరెప్పుడు ఇంత హాయిగా తినగలం?' అని మీరు వాదించవచ్చు. అందుకని వారానికి ఒక రోజు చదువుకీ, తిండి నిబంధనలకీ శలవు తీసుకోండి. ఆ రోజు మీ ఇష్టం. అయినా **'ఈటింగ్ ఎథిక్స్' అంటే తక్కువ తినటం, రుచిలేని తిండితినటం కాదు. సరి అయిన నిష్పత్తిలో, సరి అయిన సమయంలో తగినంత తినటం...!** ఫ్రూట్‌సలాడ్ తింటున్నప్పుడు అందులో ఐస్‌క్రీమ్ తక్కువగానూ, పళ్లముక్కలు ఎక్కువగానూ వుండేటట్టు జాగ్రత్త తీసుకోవటం కూడా ఇందులో భాగమే. "ఆకర్షణ నుంచి బయటపడండి. ఆరోగ్యంగా వుండండి-" అన్న నినాదం స్వంతం చేసుకోండి. ఒకసారి అలవాటు పడితే, ఈ హాయి (తేలిక) మీకే తెలుస్తుంది.

మనల్ని ఎంతో టెంప్ట్ చేసే కూల్‌డ్రింక్స్ శరీరం లోపలికి వెళ్లాక దారుణంగా హాని చేస్తాయి. కొన్ని డ్రింకుల్లో వాడే పోలిథిన్ గ్లైకోల్, వాహనాల ఇంజిన్ ఆయిల్‌లో వాడబడేది! అందమైన నురగలు రావడానికి కలిపే ఫాస్ఫరిక్ ఆసిడ్ కడుపులో గ్యాస్‌నీ, మంటనీ పెంచుతుంది!! బద్ధకమూ, అసిడిటీ, తలనొప్పి, నిద్రలేమి- వీటి వెనుకున్న కారణాల్లో కూల్‌డ్రింక్ కూడా ఒకటి.

ఎప్పుడూ ఒకే టైమ్‌లో, ఒకే పద్ధతిలో తినటం శరీరానికి మంచిది. తెల్లవారు జామున లేవగానే రెండు గ్లాసుల నీళ్లూ, లేక వాటర్‌మెలన్ ముక్కలూ, కాసిని ఆపిల్ ముక్కలు, నల్లద్రాక్ష కలిపి తింటే మంచిది. రెండు గంటలు చదువుకుని బ్రేక్ ఫాస్ట్ (600 కాలరీలు) చేసి స్కూల్‌కో, కాలేజీకో వెళ్లాలి. లంచ్ టైమ్‌లో రెండు చపాతీలు, కూర, వీలైతే ఒకగుడ్డు తినాలి. నూనె వస్తువులు దూరంగా వుంచితే మంచిది. సాయంత్రం స్నాక్స్ కూడా అంతే. సాండ్ విచెస్, బిస్కెట్స్ మొదలైనవి మంచిది. డిన్నర్‌లో పప్పుకన్నా రసం, పెరుగు మొదలైనవి తొందరగా జీర్ణమయి, రాత్రిచదువుకునే సమయంలో లైట్‌గా వుంచుతాయి. చదువు మధ్యలో మంచి నీళ్ళు ఒక గ్లాసు, (సోయాపౌడర్ కలిపిన) మజ్జిగ, పడుకోబోయేముందు పాలు, అరటిపండు మంచివి. పంచదార కలపని పళ్లరసాలు తాగటం పిల్లలకి చిన్నతనం నుంచే అలవాటు చేస్తే మంచిది. **ఈ అలవాటు వల్ల జంక్ ఫుడ్, ఫాస్ట్‌ఫుడ్‌లు అమితంగా తినే కోరిక తగ్గుతుంది.** తినడం కోసం బతక్కూడదు. బతకటం కోసం తినాలి.

ప్రపంచ ఆరోగ్య సంస్థ అంచనా ప్రకారం వచ్చే ఇరవై సంవత్సరాల్లో ఇండియాలో స్థూలకాయులు రెట్టింపు అవుతారు. వారిలో సగం మందికి హృద్రోగాలు వచ్చే అవకాశం వుంది. ముప్పాతిక వంతుకి మధుమేహవ్యాధి రావొచ్చు. వారిలో తమ పిల్లలు ఒకరు కాకుండా చూసే బాధ్యత పెద్దలపైనే వుంది. పిల్లలు ఎంత తింటే అంత మంచిది అన్నభావం పోవాలి. బాగా చదివించి వృద్ధిలోకి తీసుకురావటం ఒకటే

కాదు పెద్దల బాధ్యత. ఆహారపుటలవాట్లు కూడా పిల్లల భవిష్యత్తుని నిర్దేశిస్తాయి. పిల్లల తలరాతను రాసేది పెద్దలే.

పనివాయిదా : విద్యార్థుల కోసం నేను నిర్వహించే క్లాసుల్లో 'బద్ధకం అంటే ఏమిటి?' అని ప్రశ్నించినప్పుడు పని వాయిదా వేయటం అంటారు వాళ్లు. బద్ధకం అంటే పని వాయిదా వేయడం కాదు. బద్ధకంవలన పని వాయిదా వేయటం జరుగుతుంది. జ్వరం అంటే వళ్లు వెచ్చబడడం కాదు. జ్వరం వలన వళ్లు వెచ్చబడుతుంది.

'అవసరమైన పని మానేసి ఇష్టమైన పని చేయడం బద్ధకం' అని చదువుకున్నాం. టివి చూసే అలవాటు పెరిగేకొద్దీ, అది ఇష్టమై, మిగతా పనులు చేయడం కష్ట మవుతుంది. అనవసరమైన ఇష్టాలు పెరిగే కొద్దీ, అవసరమైనవి కష్టాలవుతాయి. చిన్నతనం నుంచి పిల్లలకు ఒక అలవాటు నేర్పాలి. రిమోట్ చేతికివ్వకూడదు. టివి చూడడానికి ఫిక్స్‌డ్ టైమ్ పెట్టాలి. తల్లి తండ్రులిద్దరిలో ఎవరో ఒకరు పక్కన కూర్చుని అనిమల్ ప్లానెట్, స్పోర్ట్స్ ఛానెల్ లాటివి చూపిస్తూ, వాటి వివరాలు చర్చిస్తూ వుంటే, ఒక ఆరోగ్యకరమైన బంధం పెరుగుతుంది. జ్ఞానం వస్తుంది. ముఖ్యంగా పిల్లల్లో భద్రతా భావం బలపడుతుంది. ఉద్వేగపూరితమైన ప్రోగ్రామ్స్ (ఉదాహరణకి డబ్ల్యూ.డబ్ల్యూ. ఎఫ్.లాటివి) చూసేటప్పుడు విడుదలయ్యే అడ్రినలిన్‌కి పిల్లలు ఒకసారి అలవాటు పడితే ఆపైన మానుకోవటం కష్టం.

వాయిదా వేయటాన్ని ఇంగ్లీషులో ప్రోక్రాస్టినేషన్ అంటారు. ప్రో–అంటే 'కి'. క్రాస్– అంటే రేపు. పనిని రేపటికి వాయిదా వేయటమే ప్రొక్రాస్టినేషన్, ఈ క్రింది బొమ్మ చూడండి. బద్ధకం వల్ల పని వాయిదావేయటం అనేది రెండు కారణాలుగా జరుగుతుంది. అలసట (శారీరికం), విసుగు (మానసికం).

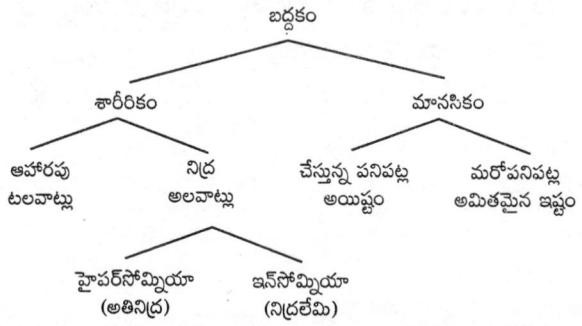

బద్ధకం అంటే, పనిచేస్తున్నప్పుడు– అది పూర్తికాకముందే విశ్రాంతి తీసుకోవా లనిపించటం... ఆహారపుటలవాటు సరిగ్గా లేకపోతే బద్ధకం ఏ విధంగా వస్తుందో వివరంగా చదువుకున్నాం. నిద్రని ఎలా నిబద్ధతలో పెట్టుకోవాలో తరువాత చర్చిద్దాం. ఇదంతా శారీరికం.

మానసికమైన బద్ధకం రెండు రకాలుగా వస్తుంది. చేస్తున్నపని పట్ల ఇష్టం లేకపోవటం, లేదా... పక్కనే మరో ఇష్టమైన పని వుండటం.

మానసికంగా అలసిపోయేవారు, పని వాయిదా వేయటం కోసం లక్ష కారణాలు చెబుతారు. "ఇది బోరు... ఇంకా టైముంది... నాక్కాస్త వత్తిడికావాలి... సాయంత్రమైపోయింది. రేపట్నుంచి ప్రెష్‌గా ప్రారంభిస్తాను..." మొదలైనవి చాలా వుంటాయి వారి లిస్టులో...!

రాయటంకోసం గానీ.... చదవటం కోసం గానీ ...ఏ పనీ చేయటానికయినా సరే... ప్రారంభించటానికి కష్టపడటమే బద్ధకం! బద్ధకంతో బాధ పడే వ్యక్తులు, <u>'సరిఅయిన సమయం కోసం వేచి చూస్తున్నాను'</u> అనే నెపంతో బతుకుతూ వుంటారు. <u>'కొంచెం సేపయ్యాక మూడ్ బావుంటుంది. అప్పుడు ప్రారంభిస్తాను'</u> అన్న నినాదాన్ని తరచు ఆలపిస్తారు.

బద్ధకం అనేది సమస్యా? బలహీనతా? దీన్ని 'బలహీనత వల్ల వచ్చే సమస్య' గా చెప్పుకోవచ్చు. ఏ పనీ చేయకుండా వుండటం బద్ధకం కాదు. అలా ఎవరూ వుండరు కూడా! నా వ్యక్తిత్వ శిక్షణా తరగతుల్లో తమకు బద్ధకం వుందనుకున్న విద్యార్థుల్ని చెయ్యి ఎత్తమన్నప్పుడు దాదాపు అందరూ చెయ్యి ఎత్తుతారు. బద్ధకం వల్ల ఏ రోజుఅయినా షర్టు వేసుకోకుండా స్కూలుకి వచ్చారా అంటే ముసిముసి నవ్వులు నవ్వుతారు.

పొద్దున్నే నాలుగింటికి బ్రహ్మసమయంలో చదివితే మంచిదని ప్రతి విద్యార్థికీ తెలుసు. అయినా నిద్ర పట్ల ఇష్టం ఆ బాధ్యతని డామినేట్ చేస్తుంది. అదే అర్ధరాత్రి వచ్చే క్రికెట్ మ్యాచ్ చూడలన్న కోరిక నిద్రని డామినేట్ చేస్తుంది. <u>ఒక కోరికని మరోకోరిక డామినేట్ చేయడమే బద్ధకం!</u>

వాయిదా వేయటమనే అలవాటుని తగ్గించుకోవటానికి ఈ కింది సూత్రాలు సహాయపడతాయి- ముఖ్యంగా విద్యార్థులకు.

❖ చదువుని ఒక మహత్కార్యంగా ప్రారంభించే ప్రయత్నం చెయ్యకండి. దాని గురించి గొప్ప ప్రిపరేషనూ, మంచి మూడ్ వుంటేనే సాధ్యం అన్న ఆలోచన మానుకోండి.

❖ 'ఇక కాసేపట్లో చదవాలి' అన్న భావం, సమయం దగ్గరపడే కొద్దీ దాన్ని ఎలా వాయిదా వెయ్యాలా అన్న కారణాల్ని వెతుకుతుంది. ఆహ్లాదకరమైన విషయాల్తో ప్రారంభించి క్రమంగా చదువులోకి ప్రవేశించండి. నాన్ డిటెయిల్డ్ కథతో ప్రారంభించి, సబ్జెక్టులోకి రావటంలాగా అన్నమాట!

❖ పనంతా అనుకున్నట్లు పూర్తవుతే, ఏ గిల్ట్ ఫీలింగూ లేకుండా పక్కమీదకు చేరటాన్ని ఊహిస్తూ పని ప్రారంభించండి. గడువుకి ముందే చదవాలనుకున్న సిలబస్ అయిపోతే ఆ రాత్రి ఎంత హాయిగా నిద్రపోవచ్చో ఒకసారి అనుభవంలోకి వస్తే ఇహ ఆ అలవాటు వదలరు.

❖ ఒక పని ప్రారంభించటానికి కొన్ని ఆటంకాలుంటాయి. వీటిని ఇంగ్లీషులో 'రోడ్‌బ్లాక్స్' అంటారు. ఇవి శారీరకం కావొచ్చు. మానసికం కావొచ్చు. చదువుకి ముందు తలనొప్పిగా అనిపించటం, ఇంకేదో పని దీనికన్నా ముందు చెయ్యాలనిపించటం, గదివేడిగా వుందన్న ఇబ్బంది- ఇవన్నీ ఉదాహరణలు. తరచు అడ్డుపడుతున్న రోడ్‌బ్లాక్‌ను వెతికి పట్టుకుని తొలగించాలి. దీన్ని ఎంత తొందరగా నిర్మూలించగలిగితే అంత మంచిది.

❖ బద్ధకానికీ, పని వాయిదా వేయటానికీ ముఖ్య కారణం- మీరు చదువుతున్న కోర్సుగానీ, అందులో ఒక సబ్జెక్ట్‌గానీ అయి వుండవచ్చు. వీలైతే కోర్సు మార్చటానికి ప్రయత్నం చేయండి. సబ్జెక్టు ఇష్టం లేకపోతే, దాన్ని ఇంకా ఎంతకాలం చదవాలో చూడండి. ఉదాహరణకి మీరు పదో తరగతి చదువుతూ, మీకు లెఖ్ఖలు కష్టమవుతే, ఇంకో ఆర్నెల్ల తరువాత ఇంటర్మీడియట్‌లో సైన్స్ కోర్స్‌లో మీకు లెఖ్ఖల బెడద వుండదన్న ఫీలింగ్, ఈ సంవత్సరపు లెఖ్ఖల్ని చేసేయటానికి కావలసిన శక్తినిస్తుంది.

క్రమక్రమంగా మార్కుల లిస్టులో మీ పేరు పైకి వెళ్ళటాన్ని వూహించండి. పరీక్షలు దగ్గిర పడుతున్న కొద్దీ చదవాల్సింది టన్నుల కొద్దీ మిగిలిపోకుండా, తెల్లవారే వరకూ చదివే అవసరం లేకుండా ఉండేస్థితిని వూహించండి. అది అంతర్గత శక్తిని పెంచి హుషారిస్తుంది.

వీలైనంత తొందరగా మీ బద్దకానికి వెనుకవున్న అసలు కారణం పట్టుకోండి. అసలది విసుగా, అలసటా? అన్న విషయం ముందు కనుక్కోండి. ఈ పని తొందరగా చెయ్యండి. **ఆలస్యం అయ్యేకొద్దీ బద్ధకం అలవాటుగా మారి, ఆ తరువాత వ్యాధిగా పరిణమిస్తుంది.** ఒక్కసారి దాన్ని వదుల్చుకుంటే, ఎంతో ఫ్రెష్‌గా వుంటుంది. నా అనుభవంతో చెబుతున్నాను- ఒక పత్రికకి ఆ వారపు స్క్రిప్ట్ అందజేసినప్పుడుగానీ, ఒక దర్శకుడికి కథ రాసిచ్చిన తరువాత గానీ కలిగే ఫీలింగ్ నాకు చాలా సంతృప్తిగా వుంటుంది. చెయ్యవలసిన పనిని సంతృప్తిగా చేసేమన్న ఆలోచనకన్నా మెరుగైనది ఏమున్నది? బద్ధకస్తులు ఎప్పుడూ, చిరాగ్గా, లేక నిర్లిప్తంగా, అసహనంగా వుండటానికి కారణం అదే. చెయ్యవలసిన పని తలమీద కత్తిలా వేలాడుతూ వుండటం...! ఆ అపరాధ భావం మనసులో తొలిచేస్తూ వుండటం...!

నిద్ర

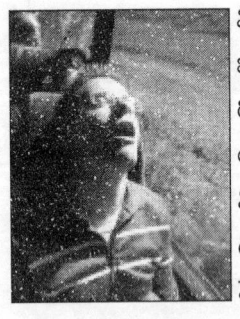

మీకు తెలుసా? నత్త మూడు సంవత్సరాలు ఏకబిగిన నిద్ర పోగలుగుతుంది. మనం నిశ్చయంగా నత్తలం కాము. రోజుకి సగటున ఏడుగంటల నిద్రచాలు మనకి! డాక్టర్ల అంచనా ప్రకారం ప్రపంచంలో అరవైశాతం మంది పైగా విద్యార్థులు నిద్ర తాలూకు సమస్యలతో బాధపడుతున్నారు. దీనికి కారణం వారి ఆహార అలవాట్లు, లేట్ సినిమాలు మొదలైన అభిరుచులు... అన్నిటికన్నా ముఖ్యంగా టెన్షన్లు...!

వీటివల్ల నిద్ర సరిగ్గా పట్టదు. దీనినే నిద్రలేమి అంటారు. అయితే చాలా మందికి తెలియనిది, కొందరు గుర్తించనిది, ఇంకా ప్రమాదకరమైనదీ మరొకటి వున్నది. అది అతి నిద్ర (హైపర్ సోమ్నియా). ఈ విధమైన 'తొందరగా నిద్ర పోయి ఆలస్యంగా నిద్ర లేచే అలవాటు' వున్నవారు- **అనుకున్న సమయానికి లేవలేక పోవటం, బలవంతంగా లేపితే చిరాకు, లేచిన తరువాత చాలాసేపటి వరకూ మత్తులోనే వుండటం** మొదలైన లక్షణాల్తో బాధపడుతూ వుంటారు.

నిద్ర ఆరుస్థాయిల్లో జరుగుతుంది. మైకం, ప్రవేశం, గాఢం, తంద్రిలం (క్రమంగా బయటకు రావడం), మత్తు (డ్రౌజీనెస్), పూర్తి స్పృహ. నిద్రలోకి ప్రవేశించిన వెంటనే నిద్రపోయి, తంద్రిలస్థాయినుంచి ఫ్రెష్‌గా, తొందరగా మేల్కొనగలిగే విద్యార్థులు అదృష్టవంతులు. మొదటిస్థాయిలోనూ, అయిదో స్థాయిలోనూ ఎక్కువ సేపు వుండే విద్యార్థులు ఈ నియమాల్ని పాటించాలి.

1) ముందే చెప్పినట్లు స్వీట్లు, చాక్‌లెట్లు, కూల్‌డ్రింకులూ సాయంత్రంపూట తగ్గించాలి.
2) రాత్రి భోజనం అయిన తరువాత పదినిమిషాలు (ఒంటరిగా) నడవాలి.
3) ఇష్టంలేని సబ్జెక్టుని, రెండు ఇష్టమైన సబ్జెక్టుల మధ్యలో చదవాలి.
4) కనీసం పదినిమిషాలయినా పొద్దున్నపూట గానీ, సాయంత్రం గానీ గ్రౌండ్‌లో ఆడాలి. ఆడపిల్లలు కనీసం ఫ్రిజ్‌బీ అన్నా ప్రాక్టీస్ చెయ్యాలి. దీనివల్ల కచ్చితంగా ఎనర్జీ స్థాయి పెరుగుతుంది.
5) తెల్లవారు జామునే చదవటం మంచిది. పొద్దున చదవలసిన పుస్తకాలూ, నోట్సూ, పెన్నూ మొదలైనవి రాత్రే సర్దుకుని వుంచుకుంటే, పొద్దున్నే శ్రమ, అలసట, ముఖ్యంగా విసుగు వుండదు.
6) చదవాల్సినది పూర్తి అయ్యాక ఉత్సాహభరిత కార్యక్రమాలు పెట్టుకుంటారు కొందరు. **అది తప్పు.** ముఖ్యంగా చదువు విషయంలో! అందుకే, **"ఫలానా**

టైమ్ వరకూ చదువుకుంటే, తర్వాత టీ.వి. చూపిస్తాను..." అని పిల్లల్తో ఎప్పుడూ అనకూడదు. వ్రాత పూర్వక హోమ్‌వర్క్ దీనికి మినహాయింపు.

7) ఏయే పని ఎంతసేపు చేయాలి; ఎంతసేపు ఏ సబ్జెక్టు చదవాలి అన్నది ముందే నిర్ణయించుకుని, వీలైతే ఒక కాగితం మీద రాసుకుంటే మంచిది.

మొదట్లో ఇదంతా కాస్త కష్టంగా అనిపించవచ్చు. కానీ ప్రారంభిస్తే ఒక గమ్యమూ, దాని డైరెక్షనూ కనపడుతుంది. మబ్బులు విడిపోయినట్టు ఐర్థకం దూర మవుతుంది. సంతృప్తి శక్తిని ఇస్తుంది.

శనివారం రాత్రి : దురదృష్టవశాత్తూ కొందరు తల్లిదండ్రులు తమ పిల్లల్ని, 'రేపు ఆదివారమే కదా' అని శనివారం అర్ధరాత్రి వరకూ టీవీ చూడనిస్తారు. దాని ప్రభావం రెండు మూడురోజుల దాకా పోదు. మధ్యాహ్నం నిద్ర కేవలం పదిహేను నిమిషాలు మాత్రమే వుండేలా చూసుకోవాలి. మధ్యాహ్నం పూట (శలవురోజున) గంటల తరబడి నిద్రపోవటం మంచిదికాదు. ముఖ్యంగా ఆదివారం పూట అలా నిద్రపోవటం వలన నిద్ర–సైకిల్ దెబ్బతింటుంది.

కొందరికి రాత్రిళ్ళు తొందరగా నిద్రపట్టదు. రాత్రి ఎక్కువగా మెలకువగా వుండి, పొద్దున ఆలస్యంగా నిద్రలేవటం జరుగుతుంది. దానివల్ల మరుసటిరోజు రాత్రి తొందరగా నిద్రపట్టదు. దీన్ని బద్దలుకొట్టడం కోసం ఒకరోజు ఎన్నుకోండి. అలారం దూరంగా పెట్టుకోండి. దాని పక్కనే గ్లాసుతో నీళ్ళు, గుడ్డ వుంచుకోండి. తెల్లవార్నే గడియారం వరకూ నడిచివెళ్ళి, మొహం తడిచేసుకోటం ద్వారా నిద్రనుంచి బయటకురండి. ఎంత నిద్ర వచ్చినా ఆ రోజు రాత్రివరకూ పడుకోకుండా ఏదైనా వ్యాపకం కల్పించుకోండి. అయిదురోజుల్లో మీ నిద్ర గాడిలో పడుతుంది.

నిద్రపట్టకపోవటాన్ని 'ఇన్‌సోమ్నియా' అంటారు. పరీక్షల ముందు వచ్చే టెన్షన్ వల్ల ఇది కలగవచ్చు. లేదా కొందరికి జన్మతః ఇది వుండవచ్చు. ఆహార, మిగతా అలవాట్ల నిబంధన ద్వారా దీన్నుంచి బయటపడచ్చు...

పరీక్షలు సమీపిస్తున్నకొద్దీ ఈ అలజడి ఎక్కువ అవుతుంది. అకస్మాత్తుగా పరిస్థితి మారిపోతుంది. 'చేస్తావా–ఛస్తావా' అన్న స్థితి దిగులు కలగజేస్తుంది. టీవీ, సినిమాలు దూరమై పుస్తకాలు దగ్గిరకొస్తాయి.

తెల్లవారే వరకూ చదవటం, ఆదరాబాదరా స్నానం, చివరికి ఆటోలో కూడా చదవటమే....! క్వశ్చన్ పేపర్‌లో ప్రశ్నలన్నీ తెలిసినట్టే కనబడతాయి. సమయానికి ఒక్కటీ గుర్తు రాదు. 'అంతకుముందు రాత్రి చదివిందే కదా' అన్నట్టుగా వుంటుంది. కానీ నిద్రలేమి వల్ల, చాలా సబ్జక్టు చివర్లో మెదడులో కుక్కెయ్యటం వల్ల ఏదీ స్ఫురణకు రాదు. ఇది చాలా దురదృష్టకరమైన స్థితి.

దీనికి ఒకటే మార్గం! మొదటిరోజునుంచీ కనీసం గంటసేపు చదవటం, దాన్నొక అలవాటుగా చేసుకోవటం!! పరీక్షల ముందు రోజుల్ని కేవలం 'రివిజన్' కి మాత్రమే వుండేలా చేసుకొవటం!!

స్లీప్‌గేట్స్ : 'రోజు గడుస్తున్నకొద్దీ క్రమంగా మనం అలసట చెంది, చీకటి పడ్డాక నిద్రలోకి జారుకుంటాం' అన్న అభిప్రాయం తప్పు. నిజానికి సాయంత్రం అయ్యేసరికి మరింత హుషారుగా వుంటాం. కేవలం మధ్యాహ్నం పూటే మనకి నిద్ర వచ్చినట్టు బద్ధకంగా వుంటుంది. మనిషిలో స్లీప్‌గేట్స్ ప్రతి నాలుగు గంటలకూ ఒకసారి తెరచుకుంటాయని శాస్త్రజ్ఞులు చెబుతున్నారు. మధ్యాహ్నం భోజనం తరువాత అవి మరింత ఒత్తిడి తెస్తాయని అంచనా. అందువల్ల విద్యార్థులు లంచ్ అయిన తరువాత కబుర్లలోకి దిగకుండా ఏ కాలేజీ లైబ్రరీలోనో పావుగంట కళ్ళు మూసుకుని విశ్రాంతి తీసుకుంటే, ఆ తరువాత రోజంతా ఉత్సాహంగా వుంటుంది. దీన్నే 'ఒకరోజు – రెండు ఉదయాల థియరీ' అంటారు. దీని గురించి 'చదువు-ఏకాగ్రత' అన్న పుస్తకంలో వివరంగా చర్చించాను.

అయిదు అడ్డుగోడలు :

ఒక విద్యార్థి 'రోజుకి రెండు గంటలపాటు చదవటం' అనే టైమ్ టేబిల్ వేసుకుని, దాన్ని ఈ రోజు నుంచే ప్రారంభిద్దామనుకుంటాడు. వాయిదావేస్తాడు. ఒకమ్మాయి సన్నబడటం కోసం నేటి నుంచి స్వీట్లు తినటం తగ్గించాలనుకుంటుంది. వాయిదా వేస్తుంది. ఒక చిన్నకుర్రవాడు టీవి చూడటం మానెయ్యాలనుకుంటాడు. మానెయ్యలేదు. ఎందుకు? మనకి '... ఫలితం' మీద వున్న ఉత్సాహం '... పని' మీద వుండదు కాబట్టి. పెద్దలు విల్ పవర్‌నీ, పట్టుదలనీ పెంచుకోమ్మంటారు. చెప్పటం చాలా సులభం. చెయ్యటం కష్టం. అదంత సులభం అయితే ఆ పని వారు తమ చిన్నతనంలో ఎందుకు చెయ్యలేదు? లావుగా వున్న తల్లి, తనా పని చెయ్యకుండా వ్యాయామం చెయ్యమని కూతురికి సలహా ఎందుకు చెబుతుంది? అందరు తండ్రులకీ ఫస్ట్‌క్లాస్ ఎందుకు రాలేదు? మన మనోశక్తిని పెంచుకోకుండా అయిదు గోడలు అడ్డుపడుతూ వుంటాయి. అనుకున్నది సాధించాలంటే వాటిని అధిగమించాలి.

1) పరిసర పరిస్థితులు : మన చుట్టూ వున్న పరిస్థితులు, వాతావరణం, మన స్నేహం- మన అభిరుచులపైనా, అలవాట్లపైనా గొప్ప ప్రభావాన్ని చూపిస్తాయి. అందరు స్నేహితులూ ఐస్‌క్రీమ్ తింటూ వుండగా, లావు తగ్గాలనుకున్న పద్నాలుగేళ్ల పాప తన మనసుని ఎలా నిర్దేశించుకోగలుగుతుంది? అందులో ఒక్క స్నేహితురాలు "ఈ ఒక్క రోజుకీ పర్వాలేదులే" అన్నదనుకోండి. ఈ పాప నిభాయించుకోగలదా? "... నువ్వొక నిర్ణయం తీసుకున్నావు. దానికి కట్టుబడివుండు" అనే స్నేహితులు ఎంతమంది వుంటారు? తాము చేస్తున్నపనే ఇతరుల్తో చేయించటానికి స్నేహితులు ఇష్టపడుతూ వుంటారు. అదే విధంగా మరి కొందరు స్నేహితులు కొత్త అలవాట్లని థ్రిల్ పేరిట నేర్చుకొమ్మంటారు. అందరూ మొదటిరోజు సినిమాకి వెళ్తున్నప్పుడు 'ఆ రోజు నుంచీ' చదువుకోవాలనుకున్న కుర్రవాడు ఆగిపోగలడా?

మీకు చదువు సరిగ్గా రాక పోయినా, ఏకాగ్రత సరిగ్గా కుదరక పోయినా, మంచి అలవాట్ల నుంచి దూరమవుతున్నారన్న అనుమానం కలుగుతున్నా, బద్ధకం ఎక్కువ అవుతున్నా, దిగులుగా వుంటున్నా వెంటనే మీరు చెయ్యవలసింది– మీ గది వాతా వరణాన్ని, అలవాట్లనూ పున్నర్నిర్మించు కోవటం! దాని కన్నా ముఖ్యమైనదీ, కష్ట మైనదీ మరొకటి వున్నది. దీని గురించి ముందే చర్చించాం. అయినా మళ్ళీ చెప్తు న్నాను. ఎంతో ముఖ్యమైనది ఇది. ఒకటే మార్గం...! మీ స్నేహ బృందాన్ని వెంటనే మార్చెయ్యటం..! ఒక్కసారి ఆలోచించి చూడండి. కొత్త వాతావరణం, కొత్తపరిస్థితులు, కొత్త స్నేహితులు.... మీ కొత్త నిర్ణయాన్ని అమలు జరపటానికి ఈ మార్పు చాలా సహాయపడుతుంది. మిమ్మల్ని టెంప్ట్ చేసేవారూ, మీ కొత్త నిర్ణయంపై జోకులు వేసేవారూ ఎవరూ వుండరు. అదేవిధంగా అప్పటివరకూ కిటికీ దగ్గర కూర్చుని చదవటం మీ అలవాటయి, ఏకాగ్రత సరిగ్గా కుదరటం లేదని మీకనిపిస్తే – గోడవైపు తిరిగి చదివేలా టేబుల్ మార్చి చూడండి. తేడా తెలుస్తుంది.

ఎనిమిదేళ్ళ పాప స్కూల్‌కి వెళ్ళగానే కడుపు నొప్పి అని కంప్లైయింట్ చేస్తుంది. కాస్త జ్వరం, తలనొప్పి కూడా రావొచ్చు. అకారణంగా ఏడుస్తుంది. ఒక్కోసారి బాధ ఎక్కువై, తల్లి స్కూల్‌నించి పాపని ఇంటికి తొందరగా తీసుకు వచ్చెయ్యల్సిన పరిస్థితి కూడా ఏర్పడవచ్చు. ఇంట్లో ఒంటరిగా పడుకోవటానికి నిరాకరిస్తుంది. దీన్ని "సెపరేషన్–ఆంగ్జైయిటీ డిజార్డర్" అంటారు. 1–3 క్లాసుల మధ్య పిల్లల్లో ఇది సామాన్యం. వయసు పెరిగేకొద్దీ ఇది తగ్గకపోతే సైకాలజిస్టుకి చూపించాలి.

2) అంతర్గత పరిస్థితులు : ఒక్కోసారి మన బలహీనతలకీ, సమస్యలకీ, ఓటములకీ మనం మరెక్కడో కారణాలు వెతుక్కుంటాం! అనాటమీలో తక్కువ మార్కులు వచ్చిన విద్యార్థి 'ఇందులో నా తప్పేంలేదు. నాకసలు ఈ మెడికల్ కోర్సే ఇష్టం లేదు. నన్ను డాక్టర్‌ని చెయ్యాలని మానాన్న బలవంతంగా ఇందులో చేర్పించాడు' అంటాడు. వ్యాపారంలో నష్టం వచ్చిన వాడు తన జాతకానికో, వ్యాపారం ప్రారంభించిన దుర్ముహూర్తానికో, వాస్తుకో, తన పేరులోని అక్షరాలకో ఆ నష్టాన్ని ఆపాదిస్తాడు...! భవిష్యత్తు గురించి ఆలోచించకుండా గతం గురించి ఆలోచించటం, అసలు కారణం వెతక్కుండా సాకుల్ని వెతకటం, ఈ రకమైన సమస్యలకి మూలకారణం. ఇదొక రకమైన 'మెంటల్ బ్లాక్'. ఈ అడ్డంకి నుంచి బయటపడాలంటే విద్యార్థులు తార్కికంగా (లాజికల్‌గా) ఆలోచించటం నేర్చుకోవాలి. ఇతరులపై నెపాలు వెయ్యటం బలహీనుడి లక్షణం అని తెలుసుకుని, ఆ బలహీనత నుంచి బయటపడాలి.

3) ఆత్మనింద : పై రకం మనుషులు తమ సమస్యలకి ఇతరుల మీదో, పరిస్థితుల మీదో నెపం వేస్తే, ఈ విభాగంలో వ్యక్తులు తమ మీదే వేసుకుంటారు. ఆత్మ విమర్శ వేరు, ఆత్మనింద వేరు. నిత్యమూ నిరాశతోనూ, నిరాసక్తతతోనూ "... ఇదంతా

నా ఖర్మ...నన్నెవరూ బాగుపర్చలేరు... నా జీవితం ఇంతే ..." అనుకుంటూ గెలుపుకి రాజీనామా చెయ్యటం ఈ రకం విద్యార్థుల లక్షణం. లేనిదాని గురించి ఆలోచించటం మానేసి, వున్నదాన్ని అభివృద్ధి చేసుకోవటం ఎలా అని ఆలోచించటం ద్వారా ఆత్మనింద నుంచి బయటపడే ప్రయత్నం చెయ్యాలి. విద్యార్థుల్లో 'నిస్పృహ' అన్నిటికన్నా ప్రమాదకరమైన మెంటల్ బ్లాక్.

4) ఇష్టాలూ - అలవాట్లు : అర్థరాత్రి వరకూ కబుర్లూ, రెస్టారెంట్లూ, గంటల తరబడి టీవీ చూడటంలో వుండే ఆనందం, క్రికెట్‌లో వుండే థ్రిల్స్ - ఏకాగ్రతని ఎంత దెబ్బతీస్తాయంటే, అందులోనుంచి బయట పడటం దాదాపు అసాధ్యంగా అనిపిస్తుంది. అనుభవిస్తున్నంతసేపు ఆనందంగానే వుంటుంది కానీ, సరిగ్గా చదవటంలేదనే అసంతృప్తి మనసులో ఏ మూలనో వేధిస్తూనే వుంటుంది. దీన్నించి బయట పడడానికి ఒకటే మార్గం. ఈసారి టీవీ ప్రోగ్రాం చాలా ఇంటరెస్టింగ్‌గా వున్నప్పుడు, వున్నట్లుండి సడెన్‌గా అక్కణ్ణుంచి బయటకురండి. ఒంటరిగా కూర్చుని '... నేనింతకన్నా బాగా వుండటానికి ఏం చెయ్యాలి?' అని ఆలోచించండి. ఆ నిశ్శబ్దం మీకు సాయం చేస్తుంది. మీ తప్పుల్ని మీకు చెబుతుంది. చేస్తున్న పనిమీద ఏకాగ్రత నిలపటం తెలుస్తుంది. కొద్దికొద్దిగా ఫలితం కన పడటం మొదలవగానే, మీ పాత అలవాట్లు మీకే రోతగా అనిపిస్తాయి. మీలోని 'కొత్త నువ్వు' ని మీరు ఇష్టపడటం ప్రారంభిస్తారు.

5) కృత్రిమ ఆనందాలు : ఒక స్టేజిలో కొన్ని అలవాట్లు, నిరపాయకరమైనవి అనుకున్నవే తరువాత రోడ్‌బ్లాక్స్‌గా మారతాయి. పరీక్షల ముందు ఎక్కువసేపు మెలకువగా వుండటం కోసం తాగే టీ, కాల్చిన సిగరెట్టూ తరువాత వ్యసనాలుగా మారటం దీనికి ఉదాహరణ. బాధలో తాగుడిని ఆశ్రయించి, ఆ తరువాత తాగుడులో ఆనందం పొందటం కూడా ఆ విభాగంలోకే వస్తుంది. అదే విధంగా అంతర్గత భయాలున్న తల్లిదండ్రులు, ప్రేమ పేరిట తమ పిల్లల్లో ఆధారపడే గుణాన్ని నేర్పుతారు. ఆ పిల్లలు పెద్దయ్యాక కూడా ఆధారపడటంలో కృత్రిమ ఆనందం పొందుతారు.

పై అయిదు రకాల అడ్డంకులే అభివృద్ధికి ఆటంకాలు. మీరు మారాలనుకుంటున్నారా? నిజంగా బాగుపడాలనుకుంటున్నారా? అయితే మళ్ళీ ఒకసారి పై అయిదు అంశాల్నీ చదవండి. మీరు వెనుకబడి వుండటానికి కారణం అందులో ఒకటి తప్పక వుండి వుంటుంది. దాన్ని తెలుసుకుని మారండి.

టైమ్ అండ్ ప్లేస్ :

జాన్ గ్రే అనే మానసిక శాస్త్రవేత్త- అందరు గొప్ప వాళ్లలోనూ కామన్‌గా వుండే ఒకే ఒక గుణం గురించి ఆశ్చర్యకరమైన వివరణ ఇచ్చాడు. పట్టుదల, నమ్మకం, కమ్యూనికేషన్ నైపుణ్యం, నాయకత్వ లక్షణాలూ, తెలివితేటలూ- ఇవేవీ కావుట! అవన్నీ వారిని గొప్ప వారిగా చెయ్యటానికి వేర్వేరుగా వుపయోగపడితే పడివుం

70 యండమూరి వీరేంద్రనాథ్

డొచ్చేమో గానీ, ఏకైక లక్షణం మాత్రం '...ఏ పని ఎందుకు? ఎలా? ఎప్పుడు? చెయ్యాలో' తెల్సి వుండడమేనట...! ఏ పని కోసం ఏ పని వాయిదా వెయ్యాలో తెలిసినవారు జీవితంలో సగం అభివృద్ధిని సాధించినట్టే అంటాడీయన. "...ప్రతి దానికీ ఒక స్థానం, నిర్ణయింపబడిన స్థానంలో అది. ప్రతిదానికీ ఒక సమయం, ఆ సమయంలో అది...!" అన్న ప్రిన్సిపుల్ సొంతం చేసుకున్న వ్యక్తికి జీవితంలో చాలా వరకూ ఇబ్బందులుండవు.

> *చిన్నస్థలంలో ఎక్కువ వస్తువులు అమర్చుకోగలిగేవాడు తక్కువ సమయంలో ఎక్కువ పనులు చేయగల్గుతాడు. దీన్నే 'జీవిత నిబద్ధత' అంటారు. దువ్వెన దగ్గర్నుంచీ, తాళంచేతుల వరకూ దేనిస్థానంలో దాన్ని వుంచటంతో ఈ నిబద్ధత ప్రారంభమవుతుంది. లేవగానే బెడ్‌షీట్ సర్దటం నుంచీ పదిరోజులకోసారి ఫాన్ తుడవటం వరకూ ఇందులోకే వస్తాయి. ఒకసారి ఇది అలవాటయితే, మిగతా జనం తమ జీవితాల్లో 'నిబద్ధత' కోల్పోవటం వలన ఎంత సమయాన్ని వృథా చేస్తున్నారో, ఎంత అలజడి చెందుతున్నారో అర్థం అవుతుంది.*

చదువుకీ-చెల్లికీ...ఆటలకీ-స్నేహితులకీ... టీ.వి.కీ-నిద్రకీ...ఇలా ప్రతిదానికీ సరి అయిన సమయాన్ని కేటాయించ గలిగిన విద్యార్థి, తన స్వంత ఇంటిని తానే ఒక ఆర్కిటెక్ట్‌లా ప్లాన్ చేసుకుని సంతోషాన్ని పొందగల్గుతాడు.

సమయ నిబద్ధత :

ఇంట్లోగానీ, స్కూల్లోగానీ ఎవరూ చెప్పని విషయం ఇది. ఇది అలవాటు కాకపోవడానికీ, అనుకున్న పనులు అనుకున్నట్లు అవకపోవటానికీ మూడు ముఖ్య కారణాలున్నాయి.

1) అవసరాన్నిబట్టి పనుల్ని ఒక వరుస క్రమంలో పెట్టుకోలేకపోవటం.
2) అనవసర విషయాలపట్ల ఆకర్షణ.
3) చేస్తున్న పని పూర్తయ్యేవరకూ దానిపై శ్రద్ధలేకపోవటం.

మళ్ళీ ఒకసారి చదవండి. ఏ విద్యార్థి ఓటమికయినా ఇవే కారణాలు. మీరు నిజంగా జీవితంలో పైకి రాదల్చుకున్నారా? ఇవే... ఇవే... ఇవే... గెల్చేవాడికీ, ఓడే వాడికీ మధ్య మూడు తేడాలు. ఈ కారణాలు ప్రాతిపదికగా, పనులని నాలుగు రకాలుగా విడగొట్టవచ్చు.

ఎ. వెంటనే చెయ్యవలసిన అవసరమైనవి (పరీక్షల ముందు రోజు చదువు. పంటినొప్పికి డాక్టర్ వద్దకు వెళ్లడం వగైరా)
బి. అనవసరమైనవే గానీ వెంటనే చెయ్యవలసినవి (మొదటిరోజు మొదటిఆట సినిమా, ఆఖరిరోజు ఎగ్జిబిషన్, వన్ డే మ్యాచ్ ఆఖరి పది ఓవర్లూ చూడటం,

స్నేహితు (రాలు)డి పుట్టినరోజు, రోజంతా వారితో గడపటం–ఇవి ఆ టైమ్‌లో వెంటనే చేయకపోతే ఇక కుదరదు).

సి. <u>అవసరమైనవే గానీ, తొందరలేనివి</u> (ఇంకా పదిరోజులు గడువున్న కరెంటుబిల్లు, సోమవారం చూపించవలసిన నోట్సు శనివారం పూర్తిచెసెయ్యటం వగైరా).

డి. <u>అవసరమూ తొందరాలేనివి</u> (హారిపోటర్ నవల కథాచర్చ, అక్కడ లేని వ్యక్తి గురించి డిస్కషన్ వగైరా).

సమయ నిబద్ధత లేని వ్యక్తులు ఎ.బి.సి.డి./ బి.డి.ఎ.సి./ డి.బి.ఎ.సి. వరుస క్రమంలో పనులు చేస్తూ వుంటారు. కరెక్టుగా అమలు జరుపవలసిన వరుస క్రమం ఎ.సి.బి.డి.

<u>'అవసరం' అనుకున్న ప్రతిదీ ఎప్పటికో ఒకప్పటికి 'వెంటనే చెయ్యవలసింది' అవుతుందని తెలుసుకుని ఆచరించటమే సమయ నిబద్ధత</u>. జాగ్రత్తగా పై వుదాహరణలు గమనిస్తే, 'సి' క్రమ క్రమంగా 'ఎ' అవుతుంది. ఎ.సి.ల్ని అదుపులో వుంచుకునే వ్యక్తి జీవితంలో 'బిజి' అన్న మాట వుండదు.

ఒక సబ్జెక్టును మీరు సాయంత్రం లోపులో పూర్తి చేయాలనుకున్నారనుకుందాం. మధ్యాహ్నం మీ స్నేహితుడు వచ్చి కబుర్లలోకి దిగాడు. మీ నిర్ణయం గురించి అతడికి తెలీదు. మీరు సాయంత్రం వరకూ అతడితో కబుర్లు చెపుతూనే వున్నారు. దీనికి కారణాలు రెండు వుండవచ్చు. ఒకటి : కబుర్లంటే మీక్కూడా ఇష్టం. రెండు : మొహమాటం.

మొదటిదాన్ని జయించాలంటే, ఒకవైపు మీ పని అనుకున్నట్లు పూర్తవుతే వచ్చే 'సంతృప్తి' గొప్పదా? మరోవైపు మీ తాత్కాలిక 'ఇష్టం' గొప్పదా? అని ఆలోచించాలి. రెండోదాన్ని (మొహమాటాన్ని) జయించాలంటే ఏం చెయ్యాలో కొంచెం వివరణ కావాలి.

"నేను ఈ రోజు ఈ పని పూర్తి చేయాలనుకుంటున్నాను. ఓ పది నిముషాలు మాత్రమే మాట్లాడగలను" అని మృదువుగా, స్నేహంగా అతనికి చెప్పారనుకోండి. మీ మిత్రుడు ఏం చేస్తాడు? మీతో మాట్లాడటం తగ్గించవచ్చు. లేదా మీ స్నేహం వదులుకోవచ్చు. అదీ మీ భయం.

దీన్నే ఇంకో కోణంలోంచి ఆలోచిద్దాం. ముందు చెప్పకుండా మీరు మీ స్నేహితుడి వద్దకు వెళ్లారు. అతడు అదే మాట అన్నాడు. మీరెలా ఫీలవుతారు? 'అయ్యో తప్పు చేసాను' అనుకుంటారు. <u>అతడి నిబద్ధత పట్ల మీకు గౌరవం కలుగుతుంది.</u> ఈసారి వెళ్లేటప్పుడు ముందే అతడి అపాయింట్‌మెంట్ తీసుకుని వెళ్తారు. అతడి సమస్య మీరు అర్థం చేసుకోగలిగానని అనుకుంటారు.

మరి మీరు అలా అనుకున్నప్పుడు అతడు కూడా అలాగే అనుకోడని మీరెం దుకు భావిస్తున్నారు? మీరొకరేనా ఇతరుల్ని అర్థం చేసుకునేది? ఇతరులు కూడా మిమ్మల్ని అర్థం చేసుకుంటారు. అలా చేసుకోలేని వారు మీ స్నేహితులు ఎలా అవుతారు? అలాటివారిని వదిలెయ్యండి.

మిమ్మల్నీ, మీ పాలసీల్నీ ఇష్టపడే వారే మీతో వుంటారు. అదే మీ వ్యక్తిత్వం. పెర్సనాలిటీ!! అలాటి వ్యక్తిత్వాన్ని నిర్మించుకున్న రోజు 'మొహమాటం' అన్న రాక్షసిని జయించటానికి మీకు శక్తి వస్తుంది.

ఈ అలవాటు కారణంగానే, మెగా స్టార్ సినిమా దర్శకత్వం వహిస్తూ కూడా క్రమం తప్పకుండా వారం వారం పత్రికకి సీరియల్ వ్రాసి ఇవ్వగలిగాను. నువ్వు ఇల్లు కట్టదల్చుకుంటే అందరికన్నా బిజీగా వున్న ప్లానర్ వద్దకు వెళ్లు – అని సామెత! ఓటమి తాత్కాలికం. దానికి భయపడి పనిని వదిలి వెయ్యటం మూర్ఖత్వం. ప్రొద్దున్నలేవగానే, ఈ రోజుకి 1440 నిముషాలే వున్నాయి– అనుకుంటూ దిన చర్య ప్రారంభించండి. విజయం మీదే!

సమయం ఏ వేళ్లసందుల గుండా జారిపోతోంది? ఇది తెలుసుకోవటానికి ఒక కొత్త పద్ధతి వున్నది. ఇంతకాలం వ్యక్తిత్వ వికాస నిపుణులు సమయపాలన ఏ విధంగా చెయ్యాలో చెప్పారు. ఈ కొత్త పద్ధతిని స్వీయ సమయప్రణాళిక (పెర్సనల్ టైమ్ సర్వే) అంటారు. <u>ఒకటి</u> : మీరు రోజులో ఎంత సమయం నిద్రపోతారు? <u>రెండు</u> : తిండికీ మిగతా కాలకృత్యాలకీ ఎంతకాలం వెచ్చిస్తారు. <u>మూడు</u> : టీవి, ఆటలు మొదలైన వాటిలో ఎంతకాలం గడుపుతారు? <u>నాలుగు</u> : స్కూలు / కాలేజీ ప్రయాణం, అక్కడ గడిపే కాలం ఎంత?

ఈ నాలుగూ కలిపి ఆరుతో హెచ్చవే యండి. సినిమా, శలవు సాయంత్రాల కార్యక్రమాలు దానికి కలపండి. వారానికి 168 గంటలు. దాంట్లోంచి మొదటి మొత్తాన్ని తీసెయ్యండి. దాదాపు 50 గంటలు తేడా వస్తే అది ఎటు వెళ్తోందో పునరాలోచించండి. ఆ విధంగా చేయడం వలన మీ సమయం ఎక్కడ వృథా అవుతోందో తెలుసుకుని దాన్ని తొలగించే ప్రయత్నం చెయ్యమని నిపుణులు సలహా ఇస్తున్నారు.

మానసిక ఒత్తిడి (స్ట్రెస్)

బద్ధకానికీ, పని వాయిదా వెయ్యటానికీ ఆఖరి కారణం మానసిక ఒత్తిడి. వత్తిడి ఎక్కువ అయ్యేకొద్దీ–విశ్రాంతి తీసుకోవాలనిపిస్తుంది. దీన్నే ఇంగ్లీషులో స్ట్రెస్ అంటారు. మరి దీన్ని ఎదుర్కోవటం ఎలా?

1+2+3+....+ 8 = ఎంత? 36. అదే విధంగా 1+2+3...+199 ఎంత? జవాబు కొన్ని వేల సంఖ్యలో వుంటుంది. కానీ రెండింటిలో ఏది సులభమైన లెఖ్ఖ? రెండోలెఖ్ఖచేయాలంటే బుర్రబద్దలు కొట్టుకోవాలనుకుంటాం. ట్రిక్ తెలిస్తే అదేసులభం. 199×100 దాని ఆన్సరు. సమస్య పెద్దది కాదు. మన అయోమయం దాన్ని పెద్దది చేస్తోంది.

మానసిక ఒత్తిడికి కూడా ఇదే సమాధానం. సమస్యని పరిష్కారం దృష్టితో కాకుండా, మన (బలహీనత) దృష్టితో చూసి అశక్తులమవుతాం. చిన్న సమస్యల్ని భూతద్ధంలో చూస్తూ మరింత పెద్దవి చేసుకుంటాం. జీవితపుస్తకంలో 'నవ్వు' అనే పదాన్ని చెరిపేస్తాం.

వత్తిడి నుంచి బయటపడటానికి ఈ విధంగా చెయ్యండి. ఒక త్రిభుజం Δ, ఒక చతురస్రం ❑, ఒక వృత్తమూ ○ గీయండి. అనారోగ్యం, ఏకాగ్రత కుదరక పోవటం, కాంప్లెక్సులు, మతిమరపు, పది మందిలో మాట్లాడ లేకపోవటం లాటి మీ అన్నీ బలహీనతలూ త్రిభుజంలో రాయండి. ఇది మొదటిమెట్టు.

ఈ పుస్తకంలో బలహీనతలు జయించటానికి వివిధ మార్గాలు సూచించ బడ్డాయి. వాటి ఆధారంగా మీరు 'జయించ గలిగే' సమస్యల్ని త్రిభుజంలోంచి తీసేసి, చతురస్రంలో రాయండి ఇది రెండో మెట్టు. వాటికోసం మీరు చేపట్టవలసిన పనుల్ని వృత్తం (0)లో రాసుకోండి ఇది మూడో మెట్టు. ఇప్పుడు మీ దగ్గర మూడు వేర్వేరు పట్టికలున్నాయి.

ఇక చివరిమెట్టు....! త్రిభుజంలోని సమస్యల గురించి మర్చిపోండి. దాని గురించి మనం ఏమీ చెయ్యలేం...! వాటి గురించి ఆలోచించటం మానేస్తే, చతురస్రం లోని బలహీనతల గురించి శ్రద్ధ తీసు కోవచ్చు. వృత్తంలోని పరిష్కార మార్గాల ద్వారా విజయం సాధించ వచ్చు. మరింత బాగా అర్థం అవటంకోసం ఇదే పేజీలో వున్న బాక్స్ అయిటమ్‌లో వివరణ చూడండి.

ఒక్క విషయం బాగా అర్థం చేసు కోండి. సమస్య, బలహీనత ఒక దానిమీద ఒకటి ఆధారపడివుంటాయి. కేన్సరు, వరదల్లో ఇల్లు కొట్టుకుపోవటంలాంటి

ఒక విద్యార్థి బద్ధకం, నత్తి, ఆత్మ న్యూనతా భావం అనే మూడు సమస్యల వల్ల మానసిక ఒత్తిడి (స్ట్రెస్)తో బాధపడుతు న్నాడనుకుందాం. ఈ మూడూ త్రిభుజం (Δ)లో రాసుకోవాలి.

బద్ధకం తగ్గించుకోవటానికి మార్గాలు వున్నాయి కాబట్టి ఆ మార్గాన్ని వృత్తంలో రాసుకుని, బద్ధకం అనే అంశాన్ని చతురస్రంలోకి తోసెయ్యాలి.

నత్తి రెండు రకాలు. టెన్షన్ వల్ల వచ్చేది, నాలుక లోపం వల్ల వచ్చేది. అచి తూచి మాట్లాడటం ద్వారా, మనసులో భావం ఒక స్పష్టమైన రూపు దాల్చే వరకూ మాట్లాడకుండా వుండటం ద్వారా, అద్దం ముందు ప్రాక్టీస్ చెయ్యటం ద్వారా 'టెన్షన్' వల్ల వచ్చే 'నత్తి'ని తగ్గించవచ్చు. నాలుక లోపం వల్ల వచ్చే నత్తి అయితే ఏమీ చెయ్యలేం....! అది త్రిభుజంలోనే వుండి పోతుంది. దాని గురించి ఆలోచించటం మానెయ్యాలి.

ఇక ఇన్ఫీరియారిటీ కాంప్లెక్స్....! అది నత్తి వలన వచ్చింది. కేవలం మాట్లాడ గలిగితేనే మనిషి గొప్పవాడవడు. రచయిత అవ్వొచ్చు. ఆటల్లో ప్రావీణ్యం సంపాదించ వచ్చు. మైమ్ నిపుణుడు కావొచ్చు. అప్పుడు ఆత్మన్యూనతాభావం చతురస్రం లోకి వెళ్తుంది.

త్రిభుజం, చతురస్రం, వృత్తం టెక్నిక్ ఈ విధంగా స్ట్రెస్ మానేజ్‌మెంట్‌లో చాలా ఉపయోగపడుతుంది.

సమస్యల్ని మనం ఎలానూ దాటలేం కానీ అలాంటివి జీవితంలో ఎన్ని వస్తాయి? చాలా వరకూ మన సమస్యలు, మన బలహీనతల వల్ల వచ్చేవే. వాటిని విద్యార్థి దశలో దాట(లే)కపోతే ఆ తరువాత అవే పెనుభూతాలవుతాయి.

విద్యార్థుల్ని తమ ముఖ్య సమస్య ఏమిటంటే 'నెగిటివ్ థింకింగ్' అంటారు. దాని అర్థం తెలియక, సరీగ్గా వివరించమంటే వారూ అమోమయం చెందుతారు.

'నెగిటివ్ థింకింగ్' అన్న సమస్యగానీ, బలహీనతగానీ ప్రత్యేకంగా ఏదీ లేదు. అందమైన అమ్మాయి మొహంమీద ఆసిడ్ పోయాలనిపించటం, పూల తోట ధ్వంసం చెయ్యాలనిపించటం, సరదాగా ఒకటి రెండు మర్డర్లు చెయ్యాలని అప్పుడప్పుడూ అనిపించటం... ఇవీ నెగిటివ్ ఆలోచనలంటే! ఇలాటివి మీకు కలుగుతాయని నేను అనుకోవటం లేదు.

బహుశ మీ వుద్దేశ్యంలో "... నేను పరీక్ష పాసవలేను... నా భవిష్యత్తు బావోదు... నేను దేన్నీ సాధించలేను" లాటి భావాలు బహుశ నెగిటివ్ థింకింగ్‌కి ఉదాహరణలు అయివుండవచ్చు. మానసిక వత్తిడికి ఇటువంటి ఆలోచనలే కారణం. వీటిని జాగ్రత్తగా ఒక్కొక్క దాన్నే తొలగించుకుంటూ రావాలి. అందుకే ఈ అధ్యాయం ఇంత విపులంగా వ్రాయాల్సి వచ్చింది.

*   *   *

జీవితంలో సమస్యల దశ, అవకాశాల దశ అని రెండు రకాల దశలుంటా యని చదువుకున్నాం. కోపం, కాంప్లెక్స్, భయం, బద్ధకం లాంటి సమస్యల దశ గురించి ఇప్పటివరకూ చర్చించాం. ఇప్పుడిక ఏకాగ్రత, తెలివి, జ్ఞాపకశక్తి పెంచుకోవటం లాటి అవకాశాల దశ గురించి తెలుసుకుందాం.

సంక్షిప్తంగా ...

❖ బలహీనతలు మూడు రకాలు. పుట్టుకతో వచ్చేవి. వయసుతో పెరిగేవి. ఆకర్షణీయమైనవి.

❖ భయం శారీరికం. ఆందోళన మానసికం. కారణాలు వెతికి, వాటిని నాశనం చేయటం ద్వారా దిగులు, ఆందోళనల నుంచి దూరం కావొచ్చు.

❖ అవతలివారి చర్యకి వెంటనే ప్రతిస్పందించకుండా, ఒక క్షణం ఆగటం ద్వారా మన కోపాన్ని కంట్రోల్ చేసుకోవచ్చు.

❖ అన్నిటికన్నా పెద్ద బలహీనత బద్ధకం. ఆహార, నిద్ర నియమాల ద్వారా, చేస్తున్న పనిపట్ల ఇష్టం పెంచుకోవటం ద్వారా దీన్ని జయించవచ్చు.

❖ బలహీనతల్నించి బయటపడటానికి జీవిత విధానాన్నీ, స్నేహితుల్నీ, ఆహారపుటలవాట్లనీ, ఇష్టాల్నీ మార్చుకోవటం ఒక్కటే మార్గం.

❖ నెగెటివ్ థింకింగ్ అన్నపదం ఏదీలేదు. టెన్షన్ వలన కలిగే నిరాశ అది.

నాలుగు అవకాశాలు

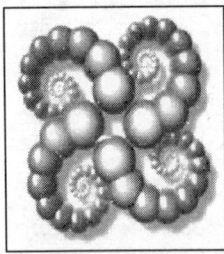

డెన్మార్క్ దేశపు కోపెన్ హాగన్ యూనివర్శిటీ ఫిజిక్స్ పరీక్షలో "....పదిహేను అంతస్థుల భవనపు ఎత్తుని భారమితి (బారామీటర్) ద్వారా ఎలా ఎనుక్కోవచ్చో వివరింపుము" అన్న ప్రశ్నకి ఒక విద్యార్థి–"భారమితిని తాడుకి కట్టి పైనుంచి నేలకు తగిలేలా వేలాడదీయుము. ఆ తాడు పొడవే భవనము ఎత్తు...." అని రాశాడు.

అతి వాస్తవమైన, సులభమైన ఈ సమాధానం ఎగ్జామినర్‌ని చాలా ఇరిటేట్ చేసింది. విద్యార్థికి 'సున్నా' మార్కులు వేశాడు. విద్యార్థి అప్పీలు చేసుకొనగా, యూనివర్సిటీ యదార్థ నిర్ధారణ కోసం ఒక సింగిల్ మాన్ కమిటీని నియమించింది.

విద్యార్థి రాసింది కరెక్టేనని కమిటీ మెంబర్ భావించాడు. కానీ పరీక్ష 'ఫిజిక్స్' కి సంబంధించింది కాబట్టి దాని ఆధారంగానే సమాధానం చెప్పాలని అయిదు నిమిషాలు సమయం ఇచ్చాడు.

విద్యార్థి తలపట్టుకుని కూర్చున్నాడు. నాలుగు నిమిషాలు గడిచాయి. "ఏం సైన్సు ఆధారంగా సమాధానం రావటంలేదా!" అని యూనివర్సిటీ నియమించిన అధికార కమిటీ మెంబరు అడిగాడు. ఇబ్బంది అది కాదన్నట్లుగా తల అడ్డంగా వూపి, "....చాలా వచ్చాయి. అందులో ఏది చెప్పాలో తెలియటం లేదు" అని జవాబు ఇచ్చాడు విద్యార్థి. ఆ జవాబు అర్థంకాక కమిటీ మెంబరు కాస్త కంగారు పడి, టైమ్ అయిపోతోందనీ, ఏదో ఒకటి చెప్పమని కోరగా, ఆ కుర్రవాడు ఈ విధంగా సమాధానం చెప్పాడు.

"ముందుగా భారమితి బరువుతూచాలి. ఆ తరువాత పైనుంచి దాన్ని క్రిందకు జారవిడవాలి. అది కింద పడటానికి ఎంత టైమ్ తీసుకుంటుందో చూడాలి. భవనం ఎత్తు 0.5 GxT (జి ఇంటూ టి) స్క్వేర్... " నిర్ఘాంతపోయిన పరీక్షకుడితో ఆ విద్యార్థి ఇంకా ఈ విధంగా అన్నాడు. "...లేదా ఆ రోజు వెలుగు బావుంటే బారామీటర్ నీడ, భవంతి నీడా కొలిచి, బరామీటర్ పొడవుకీ, నీడపొడవుకీ నిష్పత్తి కట్టి భవంతి ఎత్తు తెలుసుకోవచ్చు. అయితే ఈ పద్ధతిలో భవంతిపై చివరి అంతస్తుపై పెంట్‌హవుస్ వున్న పక్షంలో దాని నీడ నేలమీద పడక– లెక్క తప్పుతుంది ...." వింటున్న

వాళ్లందరూ స్టన్ అయారు. ఆ నిశ్శబ్దం లోంచి విద్యార్థి ఇంకా ఈ విధంగా చెప్పాడు. "....పాత పద్ధతి ఒకటున్నది. భూమ్మీదా, భవనం మీద గాలి ఒత్తిడిని భారమితి ద్వారా కనుక్కొని ఆ మిల్లి- బార్ల తేడాని మీటర్లుగా మార్చుకోవచ్చు. దీనికన్నా తేలిక పద్ధతి ఏమిటంటే, భారమితిని స్కేలుగా మార్చుకుని భవంతి ఎత్తు కొలవచ్చు. లేదూ చాలా శాస్త్రీయమైన పద్ధతిలో కావాలంటే దానికి చిన్నదారం కట్టి నేలమీదా, భవనం పైనా అటూ ఇటూ గడియారం పెండ్యూలంలా వూపాలి. ఎత్తు పెరిగేకొద్దీ భూమ్యాకర్షణ తగ్గుతుంది. T=PI Sq root (1/g)".

ఆ విద్యార్థి సమాధానానికి అక్కడివారు అప్రయత్నంగా చప్పట్లు కొట్టారు. ఆ కుర్రాడి పేరు నీల్ భోర్...! డెన్మార్క్ దేశం నుంచి మొట్టమొదటి నోబెల్ బహుమతి పొందిన శాస్త్రజ్ఞుడు అతడే!

అంతచిన్న వయసులో అతడిచ్చిన సమాధానంలో నాలుగు అంశాలున్నాయి. **తెలివితేటలూ, జ్ఞాపకశక్తీ, ప్రతిస్పందన, ఏకాగ్రత!** ఏ విద్యాలయంలోనూ చెప్పనివీ, ప్రతి విద్యార్థీ తప్పక పెంచుకోవలసినవీ అయిన ఈ నాలుగు అంశాల గురించీ ఇప్పుడు తెలుసుకుందాం...!

1. తెలివి

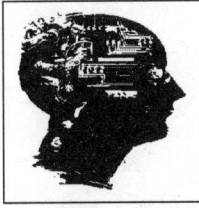

తెలివంటే, **"అనుకున్న గమ్యానికి అందరికన్నా తొందరగా వెళ్లగలగటం".** అడిగిన ప్రశ్నకి సమాధానం చెప్పటం నుంచీ, ఆఫీసులో పనివాడిగా మంచి పేరు సంపాదించటం వరకూ ఈ నిర్వచనం వర్తిస్తుంది. ఇందులో మళ్లీ మూడు అంశాలు ఇమిడి వున్నాయి.

1) సరి అయిన గమ్యాన్ని దృష్టిలో వుంచుకుని దానికి కావలసిన సబ్జెక్ట్ మాటర్ స్వీకరించటం.
2) దాన్ని జాగ్రత్తగా మెదడులో భద్రపరచుకోవటం.
3) అవసరమైనప్పుడు కరెక్టు విషయాన్ని **'తొందరగా'** బయటికి తీసి, కరెక్టుగా వుపయోగించి, కరెక్టు ఫలితాన్ని రాబట్టుకోగలగటం.

ఒక ఫాన్ తిరగటం లేదు అనుకుందాం. 1) ప్లగ్ దగ్గర వైరు పాడయిందా? ఫాన్ పాడయిందా తెలుసుకోవాలి. 2) ఫాన్‌లో ఎక్కడ సమస్య వుందో చూడాలి. దానికన్నా ముఖ్యంగా 3) కరెంట్ వున్నదో లేదో ముందు పరీక్షించాలి. అదీ తెలివి.

8. ఒకటి నుంచి *9* వరకూ అంకెలు అదే వరుసలో వాడి కూడికలూ తీసివేతల ద్వారా *100* చెయ్యవచ్చు.

123 – 45 – 67 + 89 = 100. అదే అంకెలు వాడి పది *(10)* చెయ్యండి.

తెలివంటే మానసిక సంసిద్ధత! అయోమయం చెందకుండా... కంగారుపడకుండా సమస్యని విశ్లేషించి... కావలసిన కారణం పట్టుకుని... మెదడు పొరల్లోంచి జ్ఞానాన్ని తీసి... పరిష్కారాన్ని... అత్యంత వేగంగా... అందరికన్నా తొందరగా అమలు చేయటం. దీనిలోనే నైపుణ్యం కూడా కలిసి వుంటుంది. అయితే నైపుణ్యం ఒక్కటే తెలివి కాదు. నైపుణ్యం అంటే ...జలపాతం మీద అతి సన్నటి తాడుకట్టి ఇట్నుంచి అటు నడవడం! తెలివంటే... అటువంటి పని చెయ్యకుండా వుండటం!

తెలివి రకరకాలుగా వుంటుంది. లెఖ్ఖలు, సైన్సు, జనరల్ నాలెడ్జి, భాష, భౌగోళిక జ్ఞానం, సమయస్ఫూర్తి, షార్ప్‌నెస్ మొదలయిన ఎన్నో విభాగాల్లో ఇది బయటపడుతూ వుంటుంది.

ఎక్కువ విశ్రాంతి తీసుకుంటే మెదడు చల్లబడుతుందనీ, తెలివి పెరుగు తుందనీ కొంతమంది అనుకుంటుంటారు. అది తప్పు. ఎంత రాపిడి పెడితే అది అంత షార్ప్ అవుతుంది. ఖాళీ వున్నప్పు డల్లా నిరంతరం దానికి పని కల్పిస్తూనే వుండాలి. "...నాకు రకరకాల అనవసరమైన ఆలోచనలు వస్తూ వుంటాయి" అని కొందరు అంటూ వుంటారు. దీన్నించి బయటపడటానికి ఒకటే మార్గం... ! మెదడుకి అవసరమైన పని కల్పించటం!!

ఒక చతురస్రం (స్క్వేర్) కాగితాన్ని తీసుకోండి. దాన్ని నాలుగు సమాన భాగాలు చెయ్యండి. అన్ని ఆకారాలు 'ఒకేలా' వుండాలి.

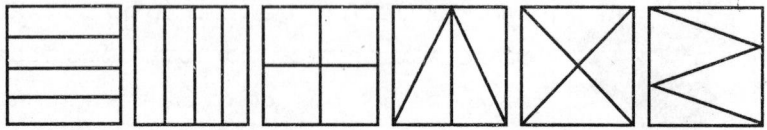

ఇంతవరకూ సులభం, ఆ తరువాత ఇంకా ఎన్ని విధాలుగా చెయ్యవచ్చో ఆలోచించండి. కనీసం ఇంకో అయిదారు లక్షల రకాలు చెయ్యవచ్చు.

మరో చతురస్రపు కాగితం తీసుకోండి. అందులోంచి ఒకే ఒక ముక్క కత్తిరించి, రెండో దానికి అతికించి ఎల్ షేప్ తయారు చెయ్యాలి.

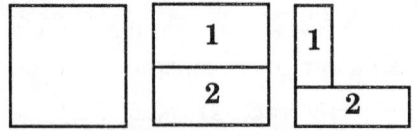

ఈ విధంగా అన్నమాట. ఇలాగే మీరు ఇంకో పద్ధతిలో తయారు చెయ్యండి.

లెఖ్ఖలు వేరు, ఇంగిత జ్ఞానం వేరు. నాలుగు కోళ్లు నాలుగు రోజులకి నాలుగు గుడ్లు పెడితే రెండు కోళ్లు రెండు రోజులకు ఎన్ని పెడతాయి? అన్న ప్రశ్నకి సమాధానం ఇంగిత జ్ఞానం (కామన్‌సెన్స్) తో చెప్పలేము. కేవలం మాథమాటికల్‌గా చెప్పమని

మీ స్నేహితుల్ని అడగండి. "... రెండు గుడ్లు" అంటారు. తప్పు. 4 కోళ్లు 4 రోజులకి 4 పెడితే; 2 కోళ్లు 4 రోజులకి రెండు పెడతాయి. అంటే 2 కోళ్లు 2 రోజులకి తార్కికంగా ఒకటి పెడతాయి. కాబట్టి ఆన్సరు 'ఒకటి'. మనిషి తెలివి బయటపడేది ఇక్కడే. ఇప్పుడు చెప్పండి. ఎనిమిదిమంది మనుష్యులు మూడు రోజుల్లో మొత్తం ఆరుకిలోల బియ్యం తింటే, ఆరుగురు మనుషులు ఎనిమిది రోజుల్లో ఎన్ని కిలోలు తింటారు? ఇంగిత జ్ఞానంతో చెప్పాలంటే, మనుష్యులు బియ్యం తినరు. అన్నం తింటారు. కానీ లెక్కల ప్రకారం చెప్పాలంటే...? జవాబు 12.

మార్కులు- తెలివితేటలు : మార్కులకీ, తెలివితేటలకీ కొంతవరకే సంబంధం. ముఖ్యంగా బాల్యంలో...! బాగా చదివి గుర్తుపెట్టుకోవటం వల్ల చిన్నతనంలో డల్ స్టూడెంట్‌కి కూడా మంచి మార్కులు రావొచ్చు. తెలివైన కుర్రవాడు సరిగ్గా చదవక పోవటం వల్ల తక్కువ మార్కులు రావొచ్చు.

అయితే ఇక్కడో ముఖ్యవిషయం గుర్తుంచుకోవాలి. సరి అయిన క్రమంలో పోషించి పెంచుకోకపోతే, వయసుతోపాటూ తెలివి పె..ర..గ..దు. అందువల్లే కొందరు పిల్లలు **కొన్ని క్లాసుల వరకూ మంచి మార్కుల్తో పాసయి, ఆ పైన వెనుకబడిపోతూ వుంటారు.** వాళ్ల తల్లిదండ్రులు కూడా "మా అబ్బాయికి మొన్నటివరకూ మంచి మార్కులు వచ్చేవి. ఎందుకో అకస్మాత్తుగా తగ్గిపోవటం మొదలైంది" అంటూ వుంటారు. దీనిగురించి తెలుసుకోవాలంటే ముందు 'బేసిక్ ఇంటలిజన్స్' గురించి అర్థం చేసుకోవాలి. ఒక కుర్రవాడికి ఏడో తరగతిలో ఎనభైమార్కులు వచ్చి, ఎనిమిదో తరగతిలో ఇరవై మార్కులు వస్తే- అతడి **బేసిక్ తెలివి** (పునాది) ఏడో స్టాండర్డ్‌కి సరిపోయేటంత వరకూ మాత్రమే వున్నదన్నమాట. ఆ తరువాతి క్లాస్‌కి కావలసినంత తెలివిని అతడు సమకూర్చుకోలేదు.

అలా సమకూర్చుకునే తెలివిని **'ఫ్లూయిడ్ ఇన్‌టెలిజన్స్'** (ఆర్జిత తెలివి) అంటారు. ఒక పిల్లవాడు ఎల్.కె.జి.లో జాయిన్ అవక ముందు అతడి పాండిత్యం (నాలెడ్జి) సున్నా. ఏడాది తిరిగేసరికల్లా అక్షరాలు నేర్చుకున్నాడు. అంటే అక్షర జ్ఞానం వచ్చిందన్నమాట. ఏడాదికాలంలో అతడి బేసిక్ ఇంటలిజెన్స్ అంత పెరిగింది. మరోలా చెప్పాలంటే గతానికీ వర్తమానానికీ మధ్య జ్ఞానంలో తేడాని 'ఫ్లూయిడ్ ఇంటలిజెన్స్' గా అభివర్ణించవచ్చు. ఆవిధంగా 'ఈ రోజు' జ్ఞానం, నిన్నటి జ్ఞానంతో కలిసి మొత్తం జ్ఞానాన్ని పెంచుతుంది.

9. మీకు ఎదురుగా తూర్పు వున్నది. ఆస్ట్రేలియా ఎటువైపు వున్నదో చేత్తో చూపించగలరా? ఇరాన్ ఎటు వున్నదో సూచించగలరా? ఇవన్నీ మెదడుని సానబెట్టే ప్రశ్నలు.

ఒక మంచి ఆనందపు అనుభూతిని హృదయానికి గానీ, కాస్త జ్ఞానాన్ని మెదడుకిగానీ ఇవ్వకుండా ఒకరోజు గడిచిందంటే, ఆ ఒక్క రోజు ఆ వ్యక్తి మృగంలా బ్రతికాడన్నమాట. అందుకే జంతువులకి కాలంతోపాటూ ఆనందాలు గానీ, జ్ఞానంగానీ పెరగవు.

కొందరు పిల్లలు చదువు నుంచీ చదరంగం వరకూ, వంట నుంచీ కంప్యూటర్ వరకూ కొత్త విషయాల్ని తొందరగా నేర్చుకుంటారు. అంటే వారిలో ఫ్లూయిడ్ ఇంటలిజెన్స్ కెపాసిటీ బావుందన్నమాట. ఈ సామర్థ్యం వారిలో పెంచాలంటే, ఇంతకు ముందు చెప్పినట్లు, మెదడుకి సానపెట్టాలి. ఈ బాధ్యత చాలావరకూ తల్లిదండ్రులదే. ఆహారపుటలవాట్లు, టి.వి. అభిరుచి మొదలైన వాటిలో శ్రద్ధ తీసుకోవాలి. ఇతర విషయాలు, రూమర్లు, బుల్లితెర సీరియల్స్ చర్చ తగ్గించి పిల్లల్తో క్విజ్ ప్రోగ్రామ్స్ ఏర్పాటు చేయించి వాటికి బహుమతులు ఇవ్వటం, పదిమంది పిల్లల్ని పోగుచేసి ఏదో ఒక విషయంపై మాట్లాడించటం, వీధిలో పిల్లలకి వ్యాసరచన, ఇంగ్లీషు పదాల అంత్యాక్షరి పోటీలు లాటి సాంస్కృతిక కార్యక్రమాలు ఏర్పాటు చేయ్యాలి. ఈ ప్రపంచంలో జ్ఞానం పెంచుకోవటంకన్నా శాశ్వతమైన ఆనందం మరేదీ లేదన్న విషయాన్ని వారు అర్థం చేసుకునేలా చెయ్యాలి.

చతురస్రాన్ని నాలుగు భాగాలుగా ఇంకా ఎలా విడగొట్టవచ్చు అన్న ప్రశ్నకు ఇదీ సమాధానం.

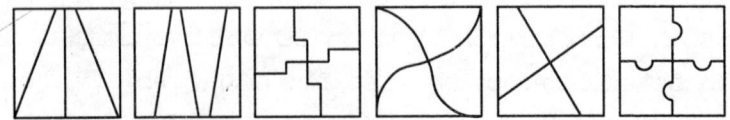

ఒకసారి ఆన్సరు అర్థమవుతే కొన్ని వేల రకాలుగా దీన్ని చెయ్యవచ్చు. అదేరకంగా, ఒక చతురస్రపు కాగితాన్ని ఒకే ముక్క కత్తిరించి ఎల్ షేపుగా అతికించటానికి ఇది మరో ఉదాహరణ .

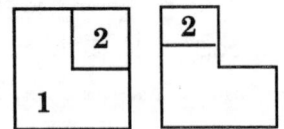

ఇది ఇంకా ఎన్నోరకాలుగా చెయ్యవచ్చు. ఒక సమస్య వచ్చినప్పుడు దాన్ని ఎన్ని రకాలుగా పరిష్కరించవచ్చో ఆలోచించి, అన్నిటికన్నా సులభమైనదీ, సరళమైనదీ ఎన్నుకోవాలి. ఆనందాన్నిచ్చేవి ఎన్నో వున్నప్పుడు శాశ్వతానందాన్నిచ్చే దాన్ని ఎన్నుకోవాలి.ఇది బాగానే వుంది కదా అని మొదటి దాని దగ్గరే ఆగిపోకూడదు.

ముఖ్యంగా అది సామాన్యమైన అభిరుచి అయినప్పుడు! మీరు పుట్టినప్పుడు మీకు మంచిపేరు పెట్టడానికి మీ తల్లిదండ్రులు ఎన్ని రకాలుగా ఆలోచించి వుంటారో, ఎంత మధనపడి వుంటారో ఆలోచించండి. మనసులోకి వచ్చిన మొట్టమొదటి పేరే పెట్టేసి వుంటే ఇంత బావుండేదా?

ఇదే సూత్రం మనం జీవితంలో ప్రతివిషయానికీ అన్వయించుకోవాలి. జ్ఞానాన్ని ఆస్వాదించటం అన్నిటికన్నా ఉదాత్తమయిన మార్గం. తెలివి వేరు; పాండిత్యం (నాలెడ్జి) వేరు. విషయాలన్ని తెలిసిన వాడిని పండితుడు అంటారు. దాన్ని తెలివిగా ఉపయోగించగలిగే వాడిని జ్ఞాని అంటారు.

మనలో చాలామంది చాలా విషయాల్ని కాజువల్‌గా తీసుకుంటాము. ఈ పుస్తకంలో మెదడు పదును పెట్టే ఎన్నో లెక్కలు ఇవ్వబడ్డాయి. తల్లిదండ్రులు పిల్లల్ని దగ్గర కూర్చో పెట్టుకుని వారితో ఈ పజిల్స్ సాల్వ్ చేయించటం కనీస బాధ్యత. 'చివర్లో జవాబు ఎలాగూ వుంటుందిలే' అనుకోవటం ఎస్కేపిజాన్ని సూచిస్తుంది.

ఒక్కోలెక్క తొందరగా రాదు. మెదడుకి రాపిడి పెట్టాలి. ముఖ్యంగా ఎ.డి.ఆర్.డి (అటెన్షన్ డెఫిసిట్ రిటెన్షన్ డిసార్డర్) వున్న పిల్లలు నిలకడగా ఒక చోటకూర్చుని పని చెయ్యరు. కాస్త మెలిక వున్న లెఖ్క అయితే పక్కన పెట్టేస్తారు. అలాటి వారికి ఈ ఎక్సర్‌సైజ్‌లు బాగా పని చేస్తాయి.

కొందరు పిల్లలకి సమాధానం తెలుస్తుంది. కానీ చెప్పలేరు. మరి కొందరు పిల్లలు అసలు ఆలోచించరు. కొందరికి అసలు ప్రశ్నే అర్థం కాదు. తమపిల్లల్లో వున్న లోపాన్ని కరెక్టుగా పట్టుకుని వారిని సరిదిద్దవలసిన బాధ్యత పెద్దలదే. అందుకే ఈ పుస్తకంలో ఇన్ని రకాలప్రశ్నలు ఇవ్వబడ్డాయి. కొన్ని తెలివికీ, కొన్ని కామన్ సెన్స్‌కీ సంబంధించినవి. ఇవన్నీ విద్యార్థి చురుకుదనాన్ని పెంచేవి.

కొత్తవాహనం కొనుకున్నప్పుడు రోజూ మెరిసేలా కడుగుతారు. అదేవిధంగా టీ.వి.ని వారానికొకసారి తుడుస్తారు. నగలు ఏడాదికొకసారి పాలిష్ చేయిస్తారు. కానీ వీటన్నిటికన్నా మించిన 'ఆస్తి' పిల్లలు. వారి మెదడుకి పెద్దలు వీలైనప్పుడల్లా పదును పెట్టాలి.

వ్యవహారిక తెలివి

మనిషికి తెలివి రెండురకాలుగా వస్తుందని గతంలో తెలుసుకున్నాం. అందులో మొదటిది 'బేసిక్ తెలివి' అనీ, ప్రతిరోజు దానికివచ్చి కలిసేది 'ఫ్లూయిడ్ ఇంటలిజెన్స్' అని కూడా చదువుకున్నాం. పాఠాన్ని ఎంత తొందరగా అర్థం చేసుకుని జీర్ణించుకోగలిగితే, ఆ విద్యార్థికి అంత ఫ్లూయిడ్ ఇంటలిజెన్స్ వుందన్నమాట. కానీ వుట్టి తెలివివుంటే ఏం లాభం? దాన్ని అవసరమైనచోట ఉపయోగించగలగాలి కదా! తెలివికి సంబంధించిన

రెండోరకం అది. దాన్నే క్రిస్టలైజ్డ్ ఇంటలిజెన్స్ (వ్యవహారిక తెలివి) అంటారు. <u>మొదటిది పునాది అయితే ఇది భవంతిలాంటిది.</u>

ఆర్కిమెడిస్ సిద్ధాంతం తెలుసుకోవటం ఫ్లూయిడ్ ఇంటలిజెన్స్. దాని ఆధారంగా పడవ నీటిలో ఎందుకు తేలుతుందో చెప్పగలగటం 'వ్యవహారిక తెలివి'. మళ్లీ ఇది మూడురకాలు. 1) బహిర్గత 2) అంతర్గత 3) భావోద్వేగ.

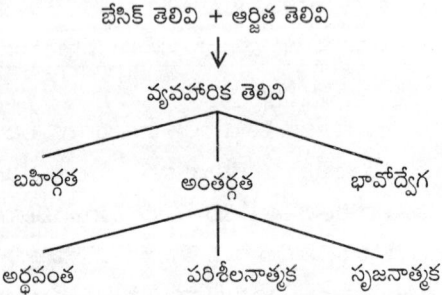

ఒక రాజకీయ నాయకుడు వ్యూహం పన్నాడు. అందర్నీ కలుపుకున్నాడు. మంత్రి అయ్యాడు. ఒక వ్యాపారవేత్త ఎత్తులు పై ఎత్తులు వేసి కోటీశ్వరుడు అయ్యాడు. ఒక ఆఫీసులో గుమాస్తా అందరికీ తలలో నాలుకలా వుంటాడు. పెద్దలతో లౌక్యంగా ప్రవర్తిసాడు. ప్రమోషన్ సంపాదించాడు. దీన్నంతా <u>'బహిర్గత'</u> తెలివి అంటారు.

ఒక విద్యార్థి పరీక్ష వ్రాస్తున్నాడు అనుకుందాం. మెదడు అంతర్గత పొరల్లోంచి తెలివినీ, జ్ఞానాన్నీ బయటకితీసి మిళితం చేసి వ్రాస్తున్నాడు. అదే విధంగా ఒక సైంటిస్టు రోజుల తరబడి తలుపులు మూసుకుని ప్రయోగం చేస్తున్నాడు. రకరకాల కాంబినేషన్లలో ఫలితం రాబట్టడానికి ప్రయత్నం చేస్తున్నాడు. అలాగే ఒక రచయిత ఎక్కడెక్కడో సేకరించిన సమాచారానికి, తన తెలివి తేటలు, అనుభవం కలిపి పాఠకులకు నచ్చేశైలిలో రాస్తున్నాడు. అర్థమయ్యే భాషలో వివరిస్తున్నాడు. ఈ అన్ని ఉదాహరణ ల్లోనూ మనిషి తనని తనే మథించుకుని, తన తెలివికి నగిషీ చెక్కుతున్నాడు. దీన్ని <u>అంతర్గత తెలివి</u> అంటారు.

ఒక కష్టతరమైన, ఇబ్బందికరమైన లేదా వ్యతిరేక పరిస్థితిలో ఒక వ్యక్తి ఎలా ప్రవర్తిస్తాడు? ఎలా తన తెలివిని ఉపయోగించుకుంటాడు అన్న అంశంపై ఆధారపడి వున్నదే <u>'భావోద్వేగ తెలివి'</u>. విదేశంలో మీ పాస్‌పోర్ట్ పోతే వెంటనే ఎలా ప్రతిస్పందిస్తారన్నది ఈ భావోద్వేగం మీద ఆధారపడి వుంటుంది.

భావోద్వేగ వత్తిడిలో విద్యార్థులు తప్పు చేసే అవకాశం చాలా వున్నది. "మీక్కాబోయే భార్యకి కాబోయే భర్త పేరు తెలిసినవారు చెయ్యి ఎత్తండి" అంటూ నేను నిర్వహించే క్లాసుల్లో అడిగినపుడు విద్యార్థులు వెంటనే చెయ్యి ఎత్తరు. అమ్మాయిల నవ్వుతో తప్పేంటో తెలుసుకుని నెమ్మదిగా ఒక్కొక్కరే చెయ్యి లేపటం ప్రారంభిస్తారు.

82 — యండమూరి వీరేంద్రనాథ్

భావోద్వేగం (టెన్షన్)లో సమాధానం తొందరగా స్ఫురించదు. అందుకనే, పై రెండు రకాల తెలివితోపాటూ ఇది కూడా చాలా అవసరం. పరీక్షా పత్రానికి జవాబులు రాస్తున్నప్పుడు, మరొకవైపు సమయం అయిపోతూ వుంటే, ఆ టెన్షన్‌లో భావోద్వేగ నిబద్ధత చాలా ప్రాధాన్యత వహిస్తుంది. టెన్షన్‌లో చదివింది మర్చిపోవటాన్ని కార్టిజాల్ అఫెక్ట్ అంటారు. దీని గురించి తరువాత తెలుసుకుందాం.

"మీ పాప స్కూల్‌లో ఎవరితో మాట్లాడదు. ఒంటరిగా వుంటుంది" అని టీచర్లు పేరెంట్స్‌కి చెప్పినప్పుడు వారు ఆశ్చర్యపోతారు. ఆ పాప ఇంట్లో అందరితో చాలా కలివిడిగా, కలుపుగోలుగా మాట్లాడుతుంది. దీన్ని 'సెలెక్టివ్ మ్యుటిజమ్' అంటారు. దీనివలన కంగారుపడవలసిన అవసరం లేదు. ఇంట్రావర్ట్ అవకుండా చూసుకుంటే చాలు. అదే ఒక పిల్లవాడు ఇంట్లో వారితో సహా ఎవరితో మాట్లాడకుండా కేవలం బొమ్మల్తో ఆడుకుంటూ నిరంతరం ఒంటరిగావుంటే దాన్ని 'ఆటిస్టిక్ డిజార్డర్' అంటారు. తోటివాళ్ళతో గానీ, తల్లిదండ్రుల్తో గానీ కలవకుండా ఎల్లప్పుడూ ఆటవస్తువుల్తో వుంటే, వయసు పెరిగే కొద్దీ ఆ అలవాటు అలాగే కొనసాగితే అది శ్రేయస్కరం కాదు.

తెలివి అనేది క్లాస్‌రూముల్లో పెరగదు. ఇంట్లో వ్యక్తులు, స్నేహితులు, మాట్లాడే విధానం, ఆహారపుటలవాట్లు, బద్ధకలేమి...మొదలైన ఎన్నో విషయాలపై అది ఆధారపడి వుంటుంది. చిన్న పిల్లల్లో తెలివి పెరగటానికి ఇంతకుముందే చెప్పినట్టు ఇంట్లో తల్లిదండ్రులే వారితో రకరకాల క్విజ్‌గేమ్స్ ఆడించాలి. బహుమతులు ఇవ్వాలి.

'టి.వి. స్క్రీన్‌లు బయటికి ఉబ్బి వుంటాయి. సినిమా తెరలు లోపలికి వంగి వుంటాయి. ఎందుకు?' లాంటి ఉత్సుకత రేకెత్తించే ప్రశ్నలు అడగాలి. కుతూహలం పెంచాలి. ఎలక్ట్రిసిటీ, వాటర్‌బిల్స్ కట్టడం, బ్యాంక్‌కి వెళ్లి డబ్బు తీసుకురావటం మొదలైన పనులు ఎలా చెయ్యాలో చిన్నతనం నుంచే నేర్పాలి.

మనకి తెలిసిన జవాబుని అవతలివారికి అర్థమయ్యేలా చెప్పగలగటం కూడా తెలివే! చాలా మంది విద్యార్థులకి సమాధానం తెలుస్తుంది. కానీ చెప్పలేరు. సింపిల్‌గా చెప్పగలగాలి. ఈ కింది ప్రశ్నలకి <u>ఒక వాక్యంలో</u> సమాధానం చెప్పటానికి ప్రయత్నించండి.

రిఫ్రిజిరేటర్లు ఎలా పనిచేస్తాయి? బ్యాటరీ సిద్ధాంతం దేనిమీద ఆధారపడి వున్నది? మనం ఎందుకు (ఆక్సిజన్) గాలి పీలుస్తాం? ఋతువులు ఎలా ఏర్పడతాయి? శబ్దాలు ఎలా వింటాం? విమానాలు ఎలా ఎగరగల్గుతాయి? ఐస్‌మీద కాలుఎందుకు జారుతుంది? జ్వరం అంటే ఏమిటి? ప్లాస్టిక్ ఎలా తయారు అవుతుంది?

ఇలాటి ప్రశ్నల్లో చాలా వాటికి మీకు సమాధానం తెలుసు. కానీ అవతలివారికి అర్థమయ్యేలా సింపిల్‌గా చెప్పగలరా? తెలివి వుండటం వేరు, ఉపయోగపడే తెలివి ఉండటం వేరు. రాబర్ట్ స్టీన్‌బెర్గ్ అనే సైకాలజిస్టు "సక్సెస్‌ఫుల్ తెలివి తేటలు"

అన్నపదాన్ని పరిచయం చేశాడు. అతడి ఉద్దేశ్యంలో విద్యార్థిదశలో ఎవరైనా అయిదు రకాలయిన తెలివిని పెంపొందించు కోవాలి.

1) అర్థవంతమైన (అండర్ స్టాండింగ్)
2) పరిశీలనాత్మకమైన (అనలిటికల్)
3) సృజనాత్మకమైన (క్రియేటివ్)
4) వ్యవహారాత్మకమైన (ప్రాక్టికల్)
5) సమతుల్యమైన (బాలెన్స్డ్)

ప్రతివ్యక్తీ తెలివితేటలతో పుట్టడు. ఒకవేళ పుట్టినా, వాటిని వయసుతోబాటు అభివృద్ధి చేసుకోకపోతే నశించిపోతాయి. విషయాన్ని అర్థం చేసుకొని, మనసులోనే విశ్లేషించుకొని, దానికి ఒక కొత్తఆలోచనను కలిపి, ఉపయోగపడే రీతిలో బ్యాలెన్స్డ్‌గా ఆలోచించటం అనే అయిదు అంశాలూ విజయానికి అయిదు మెట్లు.

సాంకేతికపరంగా నిరూపణ కాకపోయినా, తెలివిని X గానూ, పరిశ్రమ మరియు జ్ఞాపకశక్తిని Y గానూ తీసుకుంటే 60X +40Y విద్యార్థులు ఇంజనీరింగ్, అకౌంటెన్సీ, లా, మాథ్స్‌లోనూ; 40X + 60Y వున్న విద్యార్థులు మెడిసిన్, ఫార్మసీ, లిటరేచర్, సైన్స్ మొదలైన సబ్జెక్టుల్లోనూ రాణిస్తారని అంచనా!

మా కుటుంబసభ్యులు నన్ను మెడిసిన్ చదివించాలనుకున్నారు. లెక్కలు, ఫిజిక్స్ నాకు చాలా ఇంటరెస్ట్ ఉన్న సబెక్ట్‌లు. బాటనీ, జువాలజీలో ఎవరేజి మార్కులు వచ్చేవి. ఎంతో కష్టపడ్డ మెడిసిన్‌లో 2 మార్కుల్లో సీటుపోయింది. తిరిగి కామర్స్‌కి వచ్చాను. కాకినాడ, ఆర్.ఆర్. కాలేజిలో ఫస్ట్‌గా నిలిచాను. నాకిష్టమైన లెక్కల ఆధారంగా సి.ఎ., అక్కౌంట్స్‌లో 80 మార్కులు పైగా సంపాదించాను. ఇదంతా రెండు విషయాల నిర్ధారణ కోసం చెప్పవలసి వచ్చినది. 1. తెలివి, జ్ఞాపకశక్తి వేరు వేరు. అవి రెండు వ్యతిరేక దిశలలో ప్రయాణం చేస్తాయని తెలివైన వారికి జ్ఞాపకశక్తి సాధారణంగా తక్కువ ఉంటుందని చెప్పటానికి కూడ సాహసిస్తున్నాను. (వారు కుదురుగా కూర్చుని పాఠాలు చదవరు కాబట్టి) 2. తనకి శక్తి / ఉత్సాహం లేని కోర్సు చదవవలసి వచ్చినప్పుడు ఎటువంటి విద్యార్థి అయిన చాలా ఇబ్బంది పడతాడు.

తెలివి అనేది వంశపారంపర్యంగా వస్తుందని కొందరంటారు గానీ అది నిజం కాదు. మేధావుల కుటుంబంలో పుట్టలేదని ఎవరూ విచారించనక్కర్లేదు. ఒక ప్రముఖ వాణిజ్య బ్యాంకు ఛైర్మన్ ఈ విధంగా వ్రాశాడు.

> "…. ఒక విద్యార్థిగా నేను సగటుకన్నా తక్కువ స్టాండర్డ్ వున్న స్టూడెంట్‌ని. మిగతావారూ, టీచర్లు నన్ను బాగా ఏడిపించేవారు. మూర్తీభవించిన మూఢత్వం తాలూకు ఉదహరణ చెప్పవలసి వచ్చినప్పుడల్లా ఉపాధ్యాయులు నన్నే చూపించేవారు. చాలా అవమానాలు ఆ విధంగా ఎదుర్కొన్నాను. ఒక స్టేజ్‌లో వారందరూ చెప్తున్నది నిజమేననిపించేది. గెలవలేననుకున్నాను. కానీ వదిలిపెట్టలేదు. నాకు గొప్ప సృజనాత్మకమైన తెలివితేటలు లేకపోవచ్చు. పరిశీలనాత్మక, వ్యవహారాత్మక తెలివితేటల్ని

అభివృద్ధి పరచుకున్నాను. ఒకప్పుడు ప్రజలు నన్ను ఇన్‌సల్ట్ చేసేవారు. ఇప్పుడు కన్‌సల్ట్ చేస్తున్నారు".

అయిదు రకాల ప్రావీణ్యతలు :

ప్రతి విద్యార్థీ చదువులో పైకి వెళ్తున్నకొద్దీ, తను ఏ రంగంలో రాణిస్తాడో తెలుసుకోవలసి వుంటుంది. చాలా సందర్భాల్లో తల్లిదండ్రులే దీన్ని నిర్ణయిస్తారు. "బాగా ధ్వ...నిం....చే కోర్సు", లేదా ఎవరో సలహా ఇచ్చిన కోర్సు లేదా, చిన్నప్పుడు తాము చదవాలనుకున్నది నిర్ణయిస్తారు. కొన్ని సందర్భాల్లో విద్యార్థి కూడా అయోమయంలో పడే అవకాశం వున్నది.

ఏ విద్యార్థీ కూడా తన శక్తి తెలుసుకోకుండా అందనంత దూరంలో గమ్యాన్ని పెట్టుకోకూడదు. ప్రయత్నిం చటంలో తప్పులేదుగానీ, ఫెయిల్ అవటం వలన వచ్చే నష్టాలు కూడా ఆలోచించి వుంచుకోవాలి. అనుకున్నది సాధించ లేకపోతే ఏం చెయ్యాలి? అని వేర్వేరు అవకాశాలు దృష్టిలో పెట్టుకోవాలి. ఎందరో విద్యార్థులు ఏదో చదువుదామనుకుని, ఆ ఎంట్రన్స్ టెస్ట్ పాసవలేక.... మరేదో కోర్సులో జాయిన్ అయి, ఆ చదువు ఇష్టంలేక (లేక ఆ నాసిరకం కాలేజీలో చదవటానికి మనసు రాక) రెంటికి చెడ్డ రేవడిలా మారటం మనకి తెలుసు.

మరికొందరు విద్యార్థులు గ్రాడ్యుయేషన్ సాధారణ మార్కులతో పూర్తయ్యాక, ఉద్యోగం దొరక్క, చుట్టూ వున్నవారి మాటలు, చూపులు భరించలేక విదేశాలకు పోస్ట్ గ్రాడ్యుయేషన్‌కి వెళ్తారు. అందులో తప్పులేదు కూడా! కానీ కేవలం విదేశాల్లో చదివితే ఉద్యోగం రెడీగా వుండదు. మన దేశంలో వున్నట్టే అక్కడా దరిద్రపు కాలేజీలు చాలా వున్నాయి. మంచి సంస్థలో చేరాలి. అక్కడ కూడా మంచి మార్కులు రావాలి లేదంటే ఆ విద్యార్థి ఉన్నత చదువు పేరిట మరింత కాలాన్ని, ధనాన్నీ వృధా చేసుకుంటున్నాడన్నమాట.

మొదటి శ్రేణి విద్యార్థులు చదివే కోర్సులో చివరి ర్యాంకు విద్యార్థిగా చేరటం కంటే, తక్కువ డిమాండ్ ఉన్న కోర్సులో మంచి సంస్థలో ఉన్నత శ్రేణి విద్యార్థిగా చేరటం మంచిది.

ప్రతివ్యక్తికీ కొన్ని అంతర్లీనమైన నైపుణ్యాలూ, అలవర్చుకున్న శక్తులూ వుంటాయి, అయితే అవి రకరకాల నిష్పత్తుల్లో వుండవచ్చుగాక...! వాటిని గుర్తించి ఆ వృత్తికి సంబంధించిన కోర్సులో చేరితే విద్యార్థి జీవితమూ, ఆ తరువాత జీవితమూ ఆనందంగా వుంటుంది.

10. ఒక ఇంగ్లీషు అక్షరాన్ని తీసుకుని, మరో అక్షరం కలపటం ద్వారా ఒక పదం తయారు చెయ్యండి. ఉదా హరణకి 'ఎ' అన్న అక్షరం తీసుకుంటే AT, MAT, TEAM, STEAM, STREAM, STEAMER అదే విధంగా B, BE, BET, BEAT, ABATE తయారు చెయ్యొచ్చు. ఇప్పుడు E అన్న అక్షరంతో ప్రారంభించండి.

1) కొందరు విద్యార్థులకి మాట్లాడే కళ, వినేగుణం గొప్పగా వుంటుంది. విషయాన్ని బాగా వివరించగలరు. విన్నదాన్ని గుర్తుపెట్టుకోగలరు. తమ అభిప్రాయంతో అవతలి వారిని కన్విన్స్ చేయగలరు. వీరు సాధారణంగా సైకాలజీ, మెడిసిన్, టీచింగ్, జర్నలిజం, రచనా రంగం, న్యాయ శాస్త్రం మొదలైన రంగాల్లో పైకి వస్తారు.

2) లెఖ్ఖల పునాది తర్కం (లాజిక్). ఏ లెక్క ఎలా చేస్తే ఆన్సరు సరిగ్గా తొందరగా వస్తుంది అన్నది ఆ విద్యార్థి యొక్క తార్కిక జ్ఞానం మీద ఆధారపడి వుంటుంది. ఈ రకమైన జ్ఞానం వున్నవారు నిరంతరం ప్రశ్నలు అడుగుతూనే వుంటారు. సమాధానాలు శోధిస్తూనే వుంటారు. పజిల్స్‌ని ఆన్సర్ చెయ్యటంలో ఉత్సాహం చూపుతారు. రహస్యాల్ని శోధించటం, అనుమాన నివృత్తి, సందేహాలకి సంతృప్తికరమైన వివరణ దొరికితే తప్ప వదలకపోవటం వీరి లక్షణం, వీరు సాధారణంగా సైంటిస్టులు, ఇంజినీర్లు, కంప్యూటర్ ప్రోగ్రామర్లు, రిసెర్చి స్కాలర్లు, మాథమెటీషియన్లుగా రాణిస్తారు. ఆ రంగంలో వృత్తిని ఆనందిస్తారు.

3) శిల్పము, ఇంటీరియర్ డెకరేషను, పెయింటింగ్, ఆర్కిటెక్చర్, సివిల్ ఇంజనీరింగ్ మొదలైనరంగాల్లో రాణించాలంటే ఆ విద్యార్థులకు ఆయా రంగాల్లో ఉత్సాహం వుండాలి. విజువల్ ఆర్ట్‌లపట్ల ఇంటరెస్ట్ వున్నవారు ఈ రంగాల్లో త్వరగా పైకి వస్తారు. చెట్ల పట్ల అభిమానం, జంతువులపట్లకరుణ, ప్రేమ వున్న వ్యక్తులు హార్టీకల్చర్, ఫారెస్ట్రీలాంటి రంగాల్లో రాణిస్తారు.

4) జీవితంలో పైకిరావటానికీ, డబ్బు సంపాదించటానికీ మంచి ఉద్యోగమే అవసరం లేదు. ఆ మాటకొస్తే సాధారణమైన చిన్న వుద్యోగం చేస్తూ మరొక రంగంలో కీర్తీ, డబ్బూ సంపాదించి ఆ తర్వాత ఉద్యోగాన్ని వదిలేసిన వారు మనకి కొత్త కాదు. మ్యూజిక్, గానం, రచనా వ్యాసంగం, నటన, ఏంకరింగ్, చిత్రలేఖనం, నాట్యం మొదలైన రంగాల్లో అభిరుచి వున్న విద్యార్థులు ఎటువంటి పరిస్థితుల్లోనూ వాటిని వదులుకోకుండా ప్రాక్టీసుచేస్తూ వుండాలి. చదువు పూర్తి చేశాక కూడా వదలకూడదు. ఇవేమీ చదువుకి ప్రతిబంధకం కాదు. కోర్సు ఎంత కష్టమైనదైనా సరే...! కొంత సమయం దీనికి కేటాయించి, అందులోంచి 'ప్రేరణ' పొంది మరోవైపు చదువులో కూడా ప్రథమశ్రేణిలో ఉత్తీర్ణులు కావొచ్చు.

5) విద్యార్థిదశలోనే కొందరిలో కొన్ని విశిష్టగుణాలు కనబడతాయి. నాయకత్వ లక్షణాలు, సమస్యల్ని ఎదుర్కొనే నైపుణ్యం, అవతలివారి సమస్యల్ని వారి దృష్టితో అర్థం చేసుకునే గుణం, వారి అవసరాలు తెలుసుకుని మెలగగలిగే జ్ఞానం కొందరికి వుంటాయి. మార్కెటింగ్ రంగంలోనూ, రాజకీయ రంగంలోనూ వీరు రాణిస్తారు.

ఇవన్నీ ప్రాథమిక సూత్రాలు మాత్రమే. కాంబినేషన్లు మారవచ్చు. ఒకటి మాత్రం నిజం. <u>ఈ ప్రపంచంలోకెల్లా దురదృష్టవంతుడెవరంటే- తనకిష్టంలేని రంగంలో జీవితాంతం పని చేస్తూ వుండిపోయేవాడు!</u>

మెదడుకు పదును : ఇంటర్వ్యూ కొచ్చిన అభ్యర్థుల తెలివితేటలూ, జ్ఞాపకశక్తీ కొలవటానికి నిర్వాహకుల వద్ద కంప్యూటర్లు ఏమీ వుండవు. మీరు సమాధానం చెప్పాలి. సరి అయిన సమాధానం చెప్పాలి. తొందరగా చెప్పాలి. తడబడ కుండా చెప్పగలగాలి. కాస్తబయటి ప్రపంచం గురించి కూడా తెలిసి వుండాలి. 'ది లయన్ కింగ్/టైటానిక్/మెన్ఇన్‌బ్లాక్/జురాసిక్ పార్క్ సినిమాల్లో ఏది ఎక్కువ కలెక్ట్ చేసింది?' అని ఒక ఇంటర్వ్యూలో అడగటం సంభవించింది.

మెదడుని నిరంతరం చురుగ్గా వుంచుకోవటానికి చిన్నచిన్న మానసిక వ్యాయామాలు ఉపయోగపడతాయి. ఆరుగురు విద్యార్థులు ఒక పందెం వేసుకోవాలి. ఒక్కొక్కరు ఒక్కొక్క టాపిక్ రాసి లాటరీ తీయాలి. దాని గురించి 'ఆగకుండా' నిముషంపాటు పాయింట్లు వ్రాయాలి. న్యూస్‌పేపర్ వల్ల ఉపయోగాలు- అన్న విషయం నుంచి- మంగళసూత్రం వల్ల లాభాల వరకూ ఏదైనా టాపిక్ కావొచ్చు. ఎవరెన్ని ఎక్కువ పాయింట్లు వ్రాస్తే వారు గెల్చినట్టు...!

మీరు కాలేజీ వాహనంలో వెళ్తున్నప్పుడు మీ ఫ్రెండ్‌ని, ఎదురుగా వచ్చే వాహనాల రంగుని వరుసక్రమంలో రాసుకొమ్మనండి. పదిపూర్తి అవగానే- అదే వరుసలో చెప్పటానికి ప్రయత్నించండి. పిక్నిక్‌టూర్ వెళ్తున్నప్పుడు అకస్మాత్తుగా "వింధ్యపర్వతాలు ఎటున్నాయి? వివేకానంద రాక్‌ఎటుంది?" లాంటి పందేలు కుటుంబ సభ్యుల్తో వేసి బహుమతులు గెల్చుకోండి.

ఆసక్తికరమైన ఎన్నో విషయాలుంటాయి. వాటిని తెలుసుకుంటూ వుండండి. మీ సంభాషణలో వాటిని దొర్లించండి. ఇతరులకి మీ పట్ల ఆసక్తి కలిగించండి.

ఈ ప్రపంచంలో అందరికన్నా ఎక్కువ మందికున్న పేరు... మహమ్మద్. మన శరీరంలో అన్నిటికన్నా బలమైన కండరం నాలుక... ఈ ప్రపంచంలో తొంభై లక్షల మంది వ్యక్తులు మనలాగే మన జన్మదినాన్ని ఆరోజు గడుపుకుంటారు... ఇంగ్లీషులో అన్నిటికన్నా చిన్నదైన సంపూర్ణవాక్యం "ఐయామ్" లేక "ఐడూ"... మనం చూస్తూ వుండగా ఒక లాంతరు స్తంభం పక్కనుంచి ఈ దేశప్రజలంతా నడుస్తూ వెళ్తున్నారనుకుందాం. మన తరువాతి తరాలు ఎన్ని గడిచినా ఆ లైనుపూర్తి అవదు. దేశ జనాభా అంతవేగంగా పెరుగుతోంది కాబట్టి....!

ఇవన్నీ తెలుసుకునే కొద్దీ ఎంత హుషారుగా వుంటుందో గమనించండి. కడుపుకీ, కాళ్లకీ, గుండెకీ ఎలా వ్యాయామం కావాలో, మెదడుకీ అలాగే కావాలి. **ఎంత అలసిపోతే అంతబాగా పనిచేసేది శరీరంలో మెదడొక్కటే...!** అయితే, గతంలో చెప్పినట్లు- అలసిపోవటం వేరు, విసుగు చెందటం వేరు....!

11. ఇంగ్లీషులో ఒక వాక్యం వ్రాయండి. అందులో A, E అన్న అక్షరాలు వుండకూడదు. SKY IS HIGH లాగా అన్నమాట. కర్త, కర్మ, క్రియ వుండాలి సుమా!

నైపుణ్యం

నైపుణ్యాన్ని ఇంగ్లీషులో 'స్కిల్' అంటారు. తెలివితోపాటూ ఇది కూడా ముఖ్యమే. కొందరికి తెలివి ఎక్కువ వుంటుంది. నైపుణ్యం వుండదు. వాళ్ళు సాధారణంగా వదరుబోతులు (ఎక్కువ మాట్లాడేవాళ్ళు) అవుతారు. తమకు తెలిసినదంతా అవతలి వారికి చెప్పే ప్రయత్నం చేస్తూ వుంటారు. ఎక్కువ మాట్లాడటం వేరు. అందంగా మాట్లాడటం వేరు. ఉపయోగపడేలా మాట్లాడటం వేరు. మూడూ మూడు రకాలు.

నైపుణ్యం పెరిగేకొద్దీ మనిషిలో (అవసరమైతే తప్ప) మాట్లాడే గుణం తగ్గిపోతుంది. ఒక విద్యార్థి తన నైపుణ్యాన్ని నాలుగు రంగాల్లో పెంపొం దించుకోవలసి వుంటుంది.

1) భాషా నైపుణ్యం 2) సంఖ్యాశాస్త్ర నైపుణ్యం 3) తార్కిక నైపుణ్యం 4) సృజనాత్మక నైపుణ్యం. ఈ నాలుగు నైపుణ్యాల్నీ సరిఅయిన నిష్పత్తిలో మిళితం చేయగల విద్యార్థికి విజయం తథ్యం.

1. భాషానైపుణ్యం :

ఇది రెండు రకాలు. మాట్లాడటం, వ్రాయటం. ఒకటి వాగ్ధాటి. రెండు శైలి. మొదటిది సంభాషణం. రెండోది వాక్య నిర్మాణం.

రోజురోజుకీ గ్లోబలైజేషన్ పెరిగిపోతున్న ఈ రోజుల్లో "... నేను మాతృభాషలోనే వ్యవహారం నడిపిస్తాను' అంటే లాభంలేదు. ఎంత ఇబ్బంది అయినా, ఎంత కష్టమయినా ఇంగ్లీషు తప్పనిసరి. అన్నిటికన్నా ప్రథమంగా కావల్సింది- అసలు మాతృభాషలోనైనా మనసులో భావాల్ని కరెక్టుగా చెప్పగలుగుతున్నామా? అని!

భావాన్ని మాటల్లో స్పష్టంగా చెప్పగలగటం, అందంగా అర్థమయ్యేలా వ్రాయగలగటం ఒక కళ! అయితే ఇది అంత కష్టమైనదేమీ కాదు! ప్రాక్టీసు చెయ్యాలంతే! ఏ భాషకయినా ఇదేసూత్రం వర్తిస్తుంది.

సింపిల్ ఇంగ్లీషులో స్నేహితుల్తో మాట్లాడటానికి ప్రయత్నం చెయ్యండి. అన్నిటికన్నా ఉత్తమమయిన పద్ధతి- తెలుగు అస్సలు తెలియని వారితో స్నేహం చేసుకోవటం! కొన్ని విద్యాసంస్థల్లో ఇతర రాష్ట్రాల (తెలుగు తెలియని)ఉపాధ్యాయుల్ని నియమించేది అందుకే. అలా చెయ్యటం వలన విద్యార్థులు తప్పనిసరిగా ఇంగ్లీషులోనే మాట్లాడవలసి వుంటుంది.

ఇప్పటికయినా మించిపోయిందేమీ లేదు. ఆంగ్లంలో మాట్లాడటానికి ప్రయత్నించండి. మొదట్లో నత్తి వస్తుంది. మాటలు తడబడతాయి. కొందరు మీ వైపు ఇబ్బందిగా చూస్తారు. మరి కొందరు నవ్వుతారు. కానీ త్వరలో అలవాటయిపోతుంది. 'ఫ్యూచర్ షాక్' రచయిత టాఫ్లర్ ఈ విధంగా అంటాడు: "మీరు అద్భుతమయిన ఇంగ్లీషుని సాంప్రదాయబద్ధంగా, ఒక తప్పు కూడా లేకుండా మాట్లాడాలనుకుంటే... ఎవరితో మాట్లాడతారు? ఎవరు అర్థం చేసుకుంటారు?" అని.

ముందు స్నేహితుల్తో మాట్లాడండి. ఉత్సాహమైన అంశాలు ఎన్నుకోండి. ఒకవైపు హుషారుగా వుంటుంది. మరోవైపు భాషాపరిజ్ఞానం పెరుగుతుంది. ఈ రకమైన జ్ఞానం పెరగాలంటే మూడురంగాల్లో ప్రాక్టీసు చేయాలి. మాట్లాడటం, చదవటం, వ్రాయటం.

ఒక గ్రూపుగా కూర్చోండి. ఒక్కొక్కరు కనీసం రెండు నిమిషాలు మాట్లాడాలి. నవ్వొచ్చేలా వుండాలి. కానీ తెలివిగా కూడా వుండాలి. ఇలాంటి గమ్మత్తయిన అంశాలు ఎన్నుకోండి.

- ఇప్పుడున్న జెండర్‌కి వ్యతిరేకంగా మీరు అబ్బాయో అమ్మాయో అయిపోతే ఏం చేస్తారు? ఏం ఆలోచిస్తారు?
- ఇంకో అయిదు రోజుల్లో న్యూక్లియర్ యుద్ధం ప్రారంభం కాబోతోందంటే ఏం చేస్తారు?
- ఒక మరణించిన, లేదా బతికున్న ప్రముఖుని శరీరంలో ఒకరోజు బతికే ఛాన్స్‌వస్తే ఎవరి శరీరాన్ని ఆశిస్తారు? ఎందుకు?
- మీ జీవితంలో ఇంతవరకూ ఎవరికీ చెప్పని ఒక అనుభవాన్ని రెండు నిముషాలు వివరించండి.
- మీ స్నేహితుల్లో ఒకర్ని జడ్జిగా కూర్చోబెట్టుకోండి. రెండువైపులా మీరే వాదించాలి. ఆక్సిడెంట్ జరిగింది. మృతుని తరపున వాదించవలసి వస్తే ఎలా వాదిస్తారు? డ్రైవర్ తరపున ఎలా వాదిస్తారు?
- ఒక భార్యా భర్తల సమస్య వచ్చి నప్పుడు భార్య తరపున ఒక రకంగా, భర్త తరపున మరో రకంగా ఎలా వాదిస్తారు? ఒక ఉదాహరణ తీసుకుని చెప్పండి.
- ఒక తల్లి తన కొడుకు ఆకలి తీర్చటంకోసం షాపునుంచి రొట్టె దొంగతనం చేసింది. ఆమె తరపున డిఫెన్స్ లాయర్‌గా, శిక్షవిధించమని వాదించే పబ్లిక్ ప్రాసిక్యూటర్‌గా (రెండూ మీరే) ఎలా వాదిస్తారు?
- అదే తల్లి, కొడుకు ఆకలి కోసం ఒక నగ కొట్టేస్తే రెండింటికీ తేడా ఏమిటి? తేడా వుంటే దాన్ని ఎలా సమర్థిస్తారు? లేదా- వ్యతిరేకిస్తారు?

ఇదంతా మాట్లాడటం గురించి. ఇక చదవటం గురించి వస్తే, కొంతమంది న్యూస్ పేపర్ కూడా ప్రబంధం చదివినట్లు ప్రతిపదం అర్థం చేసుకుంటూ చదువు

> **12.** STRANGER అన్న పదంలో వున్న అక్షరాల ఆధారంగా ఎన్ని ఇంగ్లీషు పదాలు తయారు చెయ్యగలరో ప్రయత్నించండి.
>
> A, AN, ANT ఇలా కనీసం పది చెయ్యవచ్చు. పదిహేనయితే వెరీ గుడ్. పాతిక చెయ్యగలిగితే ఎక్స్‌లెంట్!

తారు. మరికొందరు అతిక్లిష్టమైన పాఠాన్ని కూడా కళ్లతో చదివేసి అర్థం చేసుకోకుండా పక్కన పడేస్తారు.

చదివే సబ్జక్టు అవసరంబట్టి విధానాన్ని నిర్ణయించుకోవటం అన్నిటికన్నా మంచి పద్ధతి. చిన్న వయసులో పిల్లలు ఒక్కొక్క పదం కూడబలుక్కుంటూ చదువుతారు. వయసు పెరిగేకొద్దీ వేగంగా, అర్థం చేసుకుంటూ చదివే నైపుణ్యాన్ని పెంచుకోవాలి. "బాగా- శ్రద్ధగా- మనసుపెట్టి- చదవటం వలన- పరీక్షల్లో- మంచి మార్కులు- వస్తాయి." ఈ విధంగా ఆగి, ఆగి చదవటం వల్ల ఏమీఅర్థం కాదు. గ్రూపింగ్ చేసుకోవాలి. "బాగా శ్రద్ధగా మనసుపెట్టి చదవటం వలన- పరీక్షల్లో మంచి మార్కులు వస్తాయి" అని చదవాలి. కొత్తపదం కనపడినప్పుడు ఆగాలి.

ఫుల్‌స్టాపులు, కామాలు జాగ్రత్తగా గమనించాలి. కొందరు చూపుడు వేలు లైన్ల వెంట కదుపుతూ చదువుతారు. అది మంచి పద్ధతికాదు. అదే విధంగా... బిగ్గరగా చదవటం మొదట్లో మంచిదే (నోరు, చెవులు,కళ్లు భాగం పంచు కుంటాయి కాబట్టి). కానీ వయసుతో బాటూ ఆ అలవాటు మానుకోవాలి. ఒకలైను నుంచి మరో లైనుకి మారేటప్పుడు కొందరు తలని కుడినుంచి ఎడమకి తీసుకొస్తారు. కళ్లు కదలాలికానీ తలకాదు. అదేవిధంగా కొందరు పిల్లలు పుస్తకాన్ని కళ్లకి అతి దగ్గిరగాగానీ, దూరంగాగానీ పెట్టుకుని చదువుతారు. పెద్దలు వెంటనే దీన్ని గమనించి తగిన జాగ్రత్తలు తీసుకోవాలి. ఆ అలవాటు మాన్పాలి లేదా డాక్టరుకు చూపాలి.

ఒకటిమాత్రం నిజం. ఈ ప్రపంచంలో అన్నిటికన్నా అద్భుతమైన ఆనందాన్నిచ్చే చర్య "చదవటం". ఆనందమే కాదు. జ్ఞానం కూడా! రైళ్లలోనూ, బస్సులోనూ, విశ్రాంతి స్థలాల్లోనూ ఎక్కడ సమయం, స్థలం దొరికితే అక్కడ ఏదో ఒక పుస్తకం చదవటంలో లీనమవటం నేర్చుకోవాలి. "...ఏ ఊరు వెళ్తున్నారు" లాటి అనవసరమైన ప్రశ్నలకి సమాధానాలు చెప్పటం కన్నా ఇది మంచిది.

ఇక వ్రాసే నైపుణ్యం గురించి చర్చిద్దాం. మొదటగా మీరు చూసిన సినిమా కథని ఇరవై వాక్యాల్లో వ్రాయటానికి ప్రయత్నించండి. చిన్న చిన్న వాక్యాల్లో సింపుల్‌గా తెలుగులోనూ, ఆ తరువాత ఇంగ్లీషులోనూ సరళంగా వ్రాయండి. దీన్నే కిస్ (కీప్ ఇట్ సింపిల్ అండ్ స్ట్రయిట్ ఫార్వర్డ్) ప్రిన్సిపుల్ అంటారు.

అర్థమయ్యే పదాల్ని ఎన్నుకోండి. అనవసరమైన పదాలు, భావాలూ వదిలిపెట్టండి. ప్రారంభం ఇంటరెస్టింగ్‌గా వుండాలి. చదివే కొద్దీ సరళంగా వుండాలి. దాన్నే శైలి అంటారు. 'ఇంప్రెస్' చెయ్యటానికి రాయొద్దు. 'ఎక్స్‌ప్రెస్' చెయ్యడానికి రాయండి.

వ్రాయడం మొదట్లో కష్టంగా వుంటుంది. ఎలా మొదలు పెట్టాలో తెలీదు. మాట్లాడటానికీ, వ్రాయటానికీ ఇదే కష్టం..!అయినా ఆపవద్దు!మళ్లీ మళ్లీ చెప్తున్నాను. ఈ కష్టం ప్రారంభంలో అందరికీ వుంటుంది. కొందరు అక్కడే మానేస్తారు. మరికొందరు ముందుకు సాగుతారు. ఒక్కసారి ఆ 'కంచె' దాటితే ఇక మీకు అడ్డు వుండదు.

వ్రాసిన దాన్ని వెంటనే చదవొద్దు. వ్రాసిన రెండు రోజుల తర్వాత ఫ్రెష్‌గా మళ్లీ దాన్ని చదవండి. మీ ఇంగ్లీషు అంత సంతృప్తిగా వుండకపోవచ్చు. తెలుగులో ఆలోచించి ఇంగ్లీషులో వ్రాసినట్లు వుంటుంది. ఫర్వాలేదు. మేమందరం మొదట్లో పడిన ఇబ్బందే ఇది. ఈసారి మీకు తెలిసిన 'రామాయణం' లాంటి కథని అదే విధంగా వ్రాయటానికి ప్రయత్నించండి. అది సంతృప్తిగా పూర్తి చేశాక ఈసారి మీ క్లాసు పుస్తక పాఠాన్ని చదివి మీ సొంతభాషలో వ్రాయటానికి ప్రయత్నం చెయ్యండి. ఆ తరువాత వ్రాసిన దాన్ని పక్కనపెట్టేసి, టేప్ రికార్డర్‌లో (ఆ వ్రాసిన దాన్ని చూడకుండా) దాన్ని రికార్డ్ చెయ్యండి. దీనివల్ల మీకు భాషపై పట్టుపెరుగుతుంది. అంతేకాదు, ఇక ఆపాఠాన్ని మరి మర్చిపోరు. ఒక్కసారి ఈ వ్యాయామం చేపట్టారంటే ఇక విజయం మీదే! కంప్యూటర్ మీద టైప్ చెయ్యటం ప్రారంభించండి. లాంగ్వేజి టూల్స్ ద్వారా మంచి మంచి పదాల్ని ఎన్నుకొని పాతవాటిని మార్చండి. ఒకటి మాత్రం నిజం! ఈ ఆధునిక యుగంలో కమ్యూనికేషన్ నైపుణ్యం లేకపోతే మిగతా ఎన్ని నైపుణ్యాలున్నా వృథా!

ఈ క్రింద కొన్ని ఇంటరెస్టింగ్ టాపిక్స్ ఇవ్వబడ్డాయి. వాటిపై మీ అభిప్రాయాలు ఇరవై లైన్లు వ్రాయండి. వ్యాసంలాగా కాకుండా ఆహ్లాదకరంగా, కొత్తగా, కాస్త నవ్వొచ్చేలా, తెలివితేటలు బయటపడేలా వ్రాయండి.

1) మనిషి ఇప్పటిలా కాకుండా అయిదొందల సంవత్సరాలు బ్రతుకుతే ఎలా వుంటుంది (మానవ సంబంధాలు, ముని ముని మునిమనవలు, ఇన్సూరెన్స్ వారి ఇబ్బందులు, జనాభా సమస్య... ఏదైనా వ్రాయొచ్చు)
2) ఒక వాన పాములోనే స్త్రీ పురుష లింగాలు వుంటాయి. అన్నిటికీ గర్భాలు వస్తాయి. ఆ విధంగానే ఆడ మొగ కాకుండా వానపాముల్లోలా ప్రతి మనిషిలోనూ రెండు సెక్సులూ వుంటే ప్రపంచం ఎలా వుండేది? (హెలెన్ ఆఫ్ ట్రాయ్ యుద్ధం జరిగేది కాదు. కాలేజిల్లోనూ, పార్లమెంటులోనూ స్త్రీలకి రిజర్వేషన్లు వుండవు. సినిమాల్లో డ్యూయెట్లు పరమ దరిద్రంగా వుండేవి. వాలెంటైన్స్ డే మరోలా వుండేది...) ఇలా ఎన్నైనా ఊహించవచ్చు.
3) ఖగోళ శాస్త్రం, రాజకీయం, జీవితం, మానసిక శాస్త్రం, ఆర్థిక శాస్త్రం- ఇలా ఒక్కొక్క సబ్జెక్ట్‌మీద కనీసం మూడు వాక్యాలు వ్రాయటానికి ప్రయత్నం చెయ్యండి.

విద్యార్థికి కావలసిన నాలుగు నైపుణ్యాల్లో మొదటిదీ, ముఖ్యమైనదీ, ఈ విధమైన భాషానైపుణ్యం. పదో క్లాసు వరకూ ధైర్యంగా మాట్లాడే విద్యార్థీ విద్యార్థినులు, ఆ తరువాత పదిమందిలో లేచి నిలబడి మాట్లాడటానికి సంకోచిస్తారు. వయసుతోపాటూ వచ్చే బిడియం దీనికి కారణం. ఆ వయసులోనే ఈ ఇబ్బందినుంచి బయటపడే ప్రయత్నం మొదలుపెట్టాలి.

2. సంఖ్యాశాస్త్ర నైపుణ్యం :

అరనిమిషంలో ఆన్సరు చెప్పండి. ఎనిమిదేళ్ళ వయసున్న మీ చెల్లికన్నా మీరు పదహారేళ్లు పెద్ద. తనకన్నా రెట్టింపు వయసు రావటానికి మీకెన్ని సంవత్సరాలు పడుతుంది?

కాలిక్యులేటర్ వున్నది కాబట్టి లెఖ్కలన్నింటినీ అదే చూసుకుంటుందనుకుంటే పొరపాటే! లెఖ్కలే మెదడును చురుగ్గా వుంచుతాయి. కొందరు విద్యార్థులు ఫిజిక్స్, అకౌంటెన్సీ, స్టాటిస్టిక్స్ మొదలైన సబ్జెక్టులు కష్టంగా వున్నాయన్నారంటే చిన్నతనంలో వారు లెక్కల మీద తగిన శ్రద్ధ చూపించలేదన్నమాట.

మీరు విద్యార్థి అయితే, అవకాశం దొరికినప్పుడల్లా మనసులో ఏదో లెఖ్ఖ కడుతూనే వుండండి. ఉదాహరణకి ఈ సారి సూపర్ మార్కెట్‌కి వెళ్లినప్పుడు మీరు కొంటున్న వస్తువుల ధర మొత్తాన్ని మనసులోనే కూడండి. బిల్‌తో సరిచూడండి. తేడా (వస్తే) ఎక్కడుందో గమనించండి.

మీ స్నేహితుల్ని ఈ ప్రశ్న ఆడగండి. చాక్లెట్ పందెం కట్టండి. 1000కి 40 కలపమనండి. దానికి వెయ్యి, మళ్లీ 30, ఇంకో వెయ్యి, దానికి 20, మళ్లీ 1000, చివరగా 10 కలిపి మొత్తం చెప్పమనండి. ఆన్సరు 5000 అంటారు. చాక్లెట్ మీదే. సరి అయిన సమాధానం 4,100. మీరు ఒక్కొక్క అంకె చెప్తూకుంటూ వెళ్లి అవతలి వారిని మనసులో కూడికచెయ్యమనాలి.

మనిషి ఎప్పుడైతే తమ మెదడుని ఛాలెంజ్ చెయ్యటం మానేస్తాడో అప్పుడది చురుకుతనాన్ని కోల్పోతుంది. 'నేనొక కొత్త విషయాన్ని తెలుసుకుని ఎంత కాలమయింది?' అని ప్రశ్నించుకోండి. ఖాళీ సమయంలో మీరు ఏం చేస్తున్నారో పరిశీలించుకోండి. 'ఇంతకన్నా బాగా చదవాలంటే నేనే కొత్త అలవాట్లు నేర్చుకోవాలి? ఏ పాత అలవాట్లని వదులుకోవాలి?' అని ఆత్మని శోధించండి. సాధారణ వ్యక్తులకన్నా కా...స్త ఎక్కువ కష్టపడటమే మనిషిని మేధావిని చేస్తుంది. బౌండరీలైన్ పై నుంచి ఫీల్డర్ ఒక్క సెకన్ తొందరగా బంతిని విసరటమే ఒక్కోసారి మ్యాచ్‌ని గెలిపిస్తుంది.

ఒక బత్తాయి పండుని తీక్షణంగా చూస్తూ ఆలోచించండి. లోపల తొనలు..... గింజలు... నీళ్లు... పైనతొక్క! కానీ అన్నీ అణువులే! హైడ్రోజన్, ఆక్సిజన్, కాల్షియం.... అన్నీ మూలకాలే. అవే మూలకాలు ఇనుములోనూ, సముద్రంలోనూ వుంటాయి. మొత్తం ప్రపంచం అంతా ఈ మూలకాలతోనే తయారయింది. అదే బత్తాయి పండు. అవే మూలకాలతో క్రికెట్ బంతి! అందరి మెదడులూ అవే. తెలివితేటలు ఎవరి సొంతమూ కావు. ఇచ్చే ట్రెయినింగ్ బట్టి వుంటుంది.

ప్రబంధ ప్రహేళిక (క్రాస్‌వర్డ్ పజిల్) పూర్తి చేయటం–స్టేజీమీద నాటకం వేయడం– ఇంటిల్లిపాదికీ ఒకరోజు వంటచెయ్యటం– చెల్లికి జడవేయటం–14 ని16తో మనసులో

హెచ్చువేయటం- చిన్నప్పటి స్కూల్‌టీచర్ల పేర్లు గుర్తు తెచ్చుకునే ప్రయత్నం-ట్రాజెడీ సినిమా చేస్తూ పిచ్చిపిచ్చిగా ఏడ్చెయ్యటం- ఫ్రెండ్ బొమ్మ పెన్సిల్‌తో గీయటానికి ట్రై చెయ్యటం - పట్టాల దగ్గర నిలబడి రైలు కంపార్ట్‌మెంట్‌లు లెఖ్ఖ పెట్టటం- 24 స్క్వేర్ లెక్క కట్టటం- జాతీయగీతం వెనుకనుంచి చదివే ప్రయత్నం....

విల్లుని ఎక్కువ వంచితే విరిగిపోతుంది. వంచకపోతే బాణం ముందుకు వెళ్లదు. ఆలోచన్లు కూడా అలాటివే. కొన్ని మనసుని విరక్కొడతాయి. కొన్ని ఉపయోగ పడతాయి. ఏం చేస్తున్నామన్నది కాదు ముఖ్యం. ఎలా చేస్తున్నామన్నది ముఖ్యం!

3. తర్క నైపుణ్యం :

ఒక నాణేన్ని వందసార్లు గాలిలో విసిరితే బొమ్మ పడటానికి ఎంత ఛాన్సు వున్నది? సాధారణంగా 50 సార్లు అనుకుంటాం- కాదు. 40 సార్లు మాత్రమే. ఎందుకంటే, బొమ్మవైపు బరువుగా వుంటుంది. అందుకని భూమ్యాకర్షణ శక్తి ప్రభావం వలన అది నేలవైపు పడుతుంది. క్రికెట్ మ్యాచ్‌లో టాస్ చెప్పే కెప్టెన్లు సాధారణంగా అందుకే 'బొరుసు' అంటూ వుంటారు.

"ఇది ఇలానే ఎందుకు జరుగుతుంది? ఇలా ఎందుకు జరక్కూడదు? అలా ఎందుకు జరగటం లేదు?" అని ఆలోచించటమే తర్కం. "ఈ సమస్య ఎందుకు తీరటం లేదు? ఈ ప్రశ్నకి ఎందుకు సమాధానం దొరకటం లేదు? నేను వెళ్తున్న విధానం కరెక్టేనా?" అని తర్కించుకుంటూ చివరి గమ్యం వైపు కరెక్టుగా వెళ్ల గలగటమే తార్కిక నైపుణ్యం.

తర్క నైపుణ్యం తెలివితేటలు పెరగటానికి టానిక్‌లా సహాయపడుతుంది. **తర్కంలేని వాడు జ్ఞాని కాలేడు**. దురదృష్ట వశాత్తూ మన చదువులు ఈ జ్ఞానాన్ని కొద్ది వరకే నేర్పుతాయి. కాని పెద్ద పెద్ద ఉద్యోగాలకోసం జరిగే ఇంటర్వ్యూల్లోనూ, విద్యాలయాల్లో ప్రవేశం కోసం జరిగే అడ్మిషన్ టెస్టుల్లోనూ ఈ విధమైన ప్రశ్నలే అడుగుతారు.

13. ఈ ప్రశ్నకి సమాధానం కనుక్కోవటం సులభం. అదికాదు సమస్య. ఎంత తొందరగా కనుక్కొన్నారు అన్నది ప్రశ్న. దీనికి సరిగ్గా రెండు మూడు నిమిషాల కన్నా ఎక్కువ సమయం పట్టకూడదు.

మీ క్లాస్‌మేట్ నోట్‌బుక్‌లోంచి ఒక ఉత్తరం జారిపడింది. అందులో సంతకం కూడా వుంది. అయితే ఉత్తరం అంతా కోడ్ భాషలో వుంది. ఈ విధంగా :

ABCD EBBF GHI IBAJCKD-LDMKF. DBEMJI మొదటి వాక్యాన్ని మీరు డీ – కోడ్ చెయ్యగలిగారు. Lets Keep our Relationship. దీని ఆధారంగా ఆ తరువాతి సంతకం ఎవరిదో తేల్చండి.

ఒక పెద్ద ఇన్‌ఫర్మేషన్ టెక్నాలజీ సంస్థ ఇంటర్వ్యూలో ఈ ప్రశ్ననడిగింది. "రాము, సోము, కృష్ణ అనే ముగ్గురు ఒక బ్యాంక్ రాబరీలో నిందితులు. 'నేను దొంగతనం చెయ్యలేదు' అన్నాడు రాము. 'నేనూ చెయ్యలేదు' అన్నాడు సోము. 'సోము ఈ దొంగతనం చేశాడు' అన్నాడు కృష్ణ. ముగ్గురిలో కేవలం ఒకరే నిజం చెపుతున్నారు. దొంగ ఎవరు?"

ఈ ప్రశ్నకు సమాధానం చెప్పటానికి లాజికల్‌గా ఆలోచించండి. వెంటనే సమాధానం కోసం కింద చూడకుండా ఒక్క క్షణం కళ్ళుమూసుకుని ఆలోచించండి. లేదా స్నేహితుల్తో చర్చించండి.

ముగ్గురిలో ముందు ఒకర్ని తీసు కోండి. అతడే దొంగ అనుకోండి. అంటే- అతడు నిజం చెప్పటం లేదు. అతడు దొంగ అయిన పక్షంలో మిగతా ఇద్దరూ నిజం చెపుతున్నారా లేదా? అని వారి స్టేట్ మెంట్‌లు పరిశీలించండి. ప్రశ్నలో ఏమని ఇచ్చారు? కేవలం ఒకరే నిజం చెపుతున్నారు - అన్నారు. మీరు లెక్కకట్టిన విధానం దానికి సరిపోతే- అతడే దొంగ అన్నమాట!

ఉదాహరణకు కృష్ణ దొంగ అనుకుందాం. అంటే అతను అబద్ధం చెపుతున్నాడు. మిగతా ఇద్దరూ నిజం చెపుతున్నారు. కేవలం ఒకరే నిజం చెప్పాలి (ప్రశ్న ప్రకారం). కాబట్టి కృష్ణ దొంగకాడు. అదే విధంగా సోము దొంగ అయిన పక్షంలో అతడి విషయంలో కూడా ఇద్దరు నిజం చెపుతున్నారు. కానీ రాము విషయంలో అలా జరగలేదు. అతడు దొంగ అయిన పక్షంలో కేవలం సోము ఒక్కడే నిజం చెప్పాడు. కాబట్టి రామూయే బ్యాంకు దొంగతనం చేశాడు.

ఈ క్రింది పట్టిక చూడండి.

	రాము చెప్తున్నది	సోము చెప్తున్నది	కృష్ణ చెప్తున్నది
రాము దొంగ అయితే	అబద్ధం	నిజం	అబద్ధం
సోము దొంగ అయితే	నిజం	అబద్ధం	నిజం
కృష్ణ దొంగ అయితే	నిజం	నిజం	అబద్ధం

ప్రశ్న ప్రకారం ఒకరే నిజం చెప్తున్నారు అన్నది షరతు. పై పట్టికలో "ఒక నిజం" ఉన్నది కేవలం రామూ దొంగ అయితే మాత్రమే! కాబట్టి అతడే దొంగ!

తార్కిక జ్ఞానం అంటే ఇది. తనకు తెలిసిన పాండిత్యానికి (నాలెడ్జికి) తన తెలివితేటల్ని మరింత జతచేసి ఆలోచించటమే తర్కం.

తన మీద తనకి నమ్మకం వున్నవాడికి మూఢనమ్మకాలు వుండవు. తర్కజ్ఞానం వున్నవిద్యార్థి పరీక్ష వ్రాయటానికి వెళ్తూ, నల్లపిల్లి ఎదురొస్తే తిరిగి ఇంట్లోకి వెళ్ల కాళ్లు కడుక్కోడు.

మెదడు కొంతదూరం ఆలోచించాక విశ్రాంతి కోరుకుంటుంది. ఇకచాలు అనిపిస్తుంది. రెండునిమిషాలు విశ్రాంతి తీసుకుని తిరిగి ఆలోచించాలి. అంతా అయిపోయింది అనుకున్నాక మరొక క్షణం ఎక్కువపని చెయ్యగలిగినవాడే గొప్పవాడు.

ఒక మరుగుజ్జు (పొట్టివాడు) లిఫ్ట్‌లో ప్రవేశించి పదో అంతస్థులోకి దిగి, పదిహేనో అంతస్థులో వున్న తన ఆఫీసుకు మెట్లద్వారా నడుస్తాడు. కారణం ఏమైవుంటుంది? అన్న ప్రశ్నకి, "అతడు మరుగుజ్జు కాబట్టి, లిఫ్ట్‌లో 15 అన్న బటన్ నొక్కటానికి ఎత్తు చాలక, పదో అంతస్తులో దిగి వుంటాడు" అన్న సమాధానం స్ఫురించగానే, "ఈ ఆన్సర్ అద్భుతంగా వుందికదా. చాలు" అనుకుంటాం.

జీవితంలో కూడా అంతే. ఒక నిర్ణయం స్ఫురించగానే, ఇక వేరే నిర్ణయాల గురించి ఆలోచించటం మానేసి, 'మంచి' అనుకున్న దాన్ని ఎలా బలోపేతం చేసుకోవాలా అని ఆలోచిస్తాం.

ఈ మరుగుజ్జు పదో అంతస్థునుంచి తన ఆఫీసు వరకూ నడిచి వెళ్లటం ఎక్సర్‌సైజు అని భావిస్తూ వుండవచ్చు! కింద వున్న ప్రకృతి పరిసరాల్ని చూస్తూ పైకి వెళ్లటం అతడికి సంతోషాన్ని ఇస్తూ వుండి వుండవచ్చు! పదో అంతస్థులో వున్న స్నేహితుడిని పలకరించిన తర్వాత తన పనికి వెళ్లటం అతడి అలవాటు కావొచ్చు! లేదా పదో అంతస్థులో ఒక ప్రతిష్ఠాత్మకమైన ఆఫీసు వుండి వుండవచ్చు. తాను అందులో పని చేస్తున్నానని అందరూ అనుకోవాలని అతడి కోరిక కావొచ్చు! ఇలా రకరకాలుగా ఆలోచించటం ద్వారా మనసు పరిధిని విస్తృత పరచుకోవటమే తర్కనైపుణ్యం.

14. మనిషికి దూరాలోచన చాలా ముఖ్యం. సాధారణంగా మనకో ఆలోచన రాగానే (లేదా సమస్యకి ఒక పరిష్కారం దొరగ్గానే) అదే కరెక్ట్ అన్న నిర్ణయానికి వచ్చి, ఆపైన ఆ ఆలోచనని బలం చేయటానికి కావల్సిన వాదనలన్నీ సమకూర్చుకుంటాం.

ఒక దేశంలో యువతీ యువకుల సంఖ్య సమానంగా వుండేది. యుద్ధాల్లో యువకులు ఎక్కువ మరణిస్తూ వుండటం వలన యువతులు అవివాహితులుగా మిగిలిపోతూ వుండేవారు. తెలివైనవాడనుకునే ఆ దేశ నవాబుకి ఒక గొప్ప ఆలోచన వచ్చింది.

"ఆడపిల్ల పుట్టే వరకూ మీరెందర్నైనా మొగపిల్లల్ని కనొచ్చు. ఒక ఆడపిల్ల పుట్టగానే సంతానాన్ని ఆపెయ్యాలి" అని శాసనం తెచ్చాడు. ఈ లెఖ్ఖ ప్రకారం దంపతులకి మొదటి సంతానం మొగపిల్లాడయితే, మళ్ళీ ప్రయత్నించవచ్చు. అప్పుడు కూడా మొగే అయితే మూడోసారి ముచ్చట పడవచ్చు, ఆడపిల్ల పుడితే అక్కడితో ఆపాలి. అప్పుడు వారికి ఇద్దరబ్బాయిలూ, ఒకమ్మాయి అవుతారు. దేశంలో యువకుల సంఖ్య ఆ విధంగా పెరిగిపోతుంది. యుద్ధంలో సైన్యానికి కొరత వుండదు.

ఆలోచన అద్భుతంగావున్నది గానీ, అకస్మాత్తుగా యుద్ధాలాగి పోయాయను కుందాం. కొత్త దంపతులకి మొదటి సంతానం ఆడో – మొగో అవటానికి సగం సగం ఛాన్సు సగటున వుంటే, శాసనం అలాగే కొనసాగుతూ వుంటే...

ఆ దేశ పరిస్థితి ఏమవుతుంది ? నిష్పత్తి ఎలా వుంటుంది ? ఎంత మంది యువకులు (సైనికులు) అమ్మాయిలు దొరక్క అవివాహి తులుగా వుండి పోవలసివస్తుంది ? వెంటనే సమాధానం కోసం చూడకుండా ఆలోచించండి.

మెదడు ఒక్కోసారి అవసరమైన దానికన్నా ఎక్కువ ఆలోచిస్తుంది. దాన్ని అతి తెలివి అంటాం. ఒక తల్లికి ఇద్దరు పిల్లలు ఒకేరోజు పుట్టారు. కాని వారు ట్విన్స్ కాదు. ఎలా? అన్న ప్రశ్నకి– "వారు ముగ్గురు" అయి వుంటారు. అందుకే ట్విన్స్ (ఇద్దరు) కాదు" అని చెప్పటం సమయస్ఫూర్తి. ఆ పిల్లల తండ్రికి ఎంతమంది భార్యలు? అని ఆలోచించటం అతి తెలివి.

తర్క సంబంధమైన మరో ప్రశ్న చూద్దాం. లవకుశలు కవలలు. ఆ ఏడాది వారిద్దరూ తమ మొదటి పుట్టినరోజు జరుపుకున్నారు. కానీ లవుడు పుట్టినరోజు సంబరాలు జరిగిన రెండురోజులకి కుశుడి వేడుకలు జరిగాయి. కారణం ఏమైవుంటుంది? అన్న ప్రశ్నకి వెంటనే సమాధానం 'బహుశా అది లీపు సంవత్సరం అయివుంటుంది' అని స్ఫురిస్తుంది. కరెక్టే! అంతకుముందు ఏడాది ఫిబ్రవరి 28 అర్ధరాత్రి ఒకరు, మార్చి ఒకటో తారీఖు తెల్లవారుఝామున మరొకరు పుట్టి వుండవచ్చు. ఈ ఏడాది లీపు సంవత్సరం కాబట్టి ఈ రెండురోజులూ తేడా వచ్చింది.

చాలా మంచి సమాధానం! నిజంగా చాలా తెలివైన సమాధానం! కానీ వారిద్దరూ పగలు పుట్టిన వారనుకుందాం! అప్పుడు .....? లేదా చిన్నవాడు పుట్టిన రెండు రోజులకు పెద్దవాడు తన పుట్టిన రోజు జరుపుకున్నాడనుకుందాం! ఎలా?

చాలా క్లిష్టమైన ప్రశ్న. మెదడుకి పని పెట్టాల్సిందే! అంతర్జాతీయ దిన రేఖ గుర్తు రావాలి అప్పుడు! భౌగోళిక శాస్త్రం స్ఫురించాలి!! ఆ తల్లి పడవలో ప్రయాణిస్తూ, అంతర్జాతీయ రేఖికి ఇటువైపు ఒకరినీ, రేఖికి అటువైపు ఒకరినీ కని వుండవచ్చు! మార్చి 1న పెద్దవాడిని కని, పడవ లైను దాటాక ఫిబ్రవరి 28న చిన్నవాడిని కని వుండవచ్చు. ఆ విధంగా చిన్నవాడు "ముందు" పుట్టినరోజు జరుపుకుంటాడు. ఈ అంశాన్ని జూల్స్ వెర్న్ "ఎనభైరోజుల్లో భూ ప్రదక్షిణం" అన్న పుస్తకంలో గొప్పగా వాడుకున్నాడు. ఎనభై రోజుల్లో భూ ప్రదక్షిణ చేసి వస్తానని పందెంకట్టిన హీరోకి 81 రోజులు పడుతుంది. పందెం ఓడిపోయా నని దిగులు పడతాడు. ఈ సమయానికి అంతర్జాతీయ దినరేఖ దాటానని గుర్తు వస్తుంది. పందెం గెలుస్తాడు.

4. సృజనాత్మక నైపుణ్యం :

పదేళ్ల కూతురు వంటింట్లో పని చేసుకుంటున్న తల్లిని "జ్ఞానం అంటే ఏమిటమ్మా" అని అడిగింది. తల్లి మైదాపిండిని చూపించి "ఇది పెడతాను తింటావా?" అంది. కూతురు పిండినెలా తింటానంది.

"కోడిగుడ్డు సొన తాగుతావా?" అంటే 'ఛీ' అంది. పంచదార పెడతానంటే అదీ వద్దంది. అప్పుడా తల్లి కూతురికి కేక్ ఇచ్చి, జ్ఞానం గురించి ఈ విధంగా చెప్పింది. "చదువు, తెలివితేటలు, అనుభవం, సమయస్ఫూర్తి మొదలైనవన్నీ ఇలాగే మైదాపిండి, పంచదార లాంటివి. విడివిడిగా అవి ఎందుకూ పనికిరావు. అన్నీ కలిపితే వచ్చే కేక్

లాంటిదే జ్ఞానం. ఏ సమయంలో, ఏ నైపుణ్యాన్ని వాడుకోవాలో తెలుసుకోవటమే సృజనాత్మక జ్ఞానం".

కథ చిన్నదే అయినా, ఎంతో లోతయిన అర్థం వున్నది. కొందరికి ఎంతో చదువు వుంటుంది. వ్యవహారికంగా పనికిరారు. తెలివి వుంటుంది. జీవితంలో పైకి రాలేరు. ఎంతో జీతం సంపాదించే సాఫ్ట్‌వేర్ ఇంజనీర్, మానేజిమెంట్ తెలియక నెలాఖర్లో డబ్బులేక ఇబ్బంది పడవచ్చు. టైమ్ మానేజ్‌మెంట్ కూడా అలాటిదే.

సృజనాత్మకమైన నైపుణ్యం అంటే కొత్తరకంగా ఆలోచించగలగటం. 'సూట్‌కేసుకి చక్రాలు అమరుస్తే, నెత్తిమీద పెట్టుకుని మోయనవసరం లేదు' అని ఆలోచించగలగటమే సృజనాత్మకత. ఎవరెస్ట్ ఎక్కి దిగటానికి ఏయే వస్తువులు మీతో తీసుకెళ్తారు? అంటే తాళ్లు, తిండి, మందులు, స్వెట్టర్లు... ఇలా ఓ పాతిక రాయొచ్చు. అంతా అయిపోయి ఇంకేమీ లేదనుకున్నాక, చివర్లో బ్రష్షూ, పేస్టూ అని వ్రాయటం సృజనాత్మకత!

ఎప్పుడు లెఖ్ఖలు ఉపయోగించాలి? ఎప్పుడు ఇంగిత జ్ఞానం (కామన్‌సెన్స్) ఉపయోగించాలి? అని విచక్షణతో తెలుసుకోగలగటం కూడా ఈ విభాగంలోకే వస్తుంది.

> *ఒక పరీక్ష 27000 మంది విద్యార్థులు వ్రాశారు. అందులో 9,000 మంది పాసయ్యారు. వారి నెంబర్లు ప్రింట్‌చెయాటనికి న్యూస్‌పేపర్లో మూడు పేజీలు పట్టింది. అందరూ ప్యాసయి వుంటే ఎన్ని పేజీలు పడుతుంది? అన్న ప్రశ్నకి లెక్కల్లో చెప్పాలంటే 9 పేజీలు! కానీ సృజనాత్మకంగా చెప్పాలంటే, "ఫలానా పరీక్షలో అందరూ ప్యాసయ్యారు" అని వార్తవేస్తే చాలు. తొమ్మిది పేజీలు వృథా చేయటం అనవసరం.*

పాఠాలు వల్లె వేసి, అక్షరం మార్చకుండా పరీక్షల్లో అచ్చుగుద్దే విద్యార్థులకి ఈరకమైన సృజనాత్మకత అలవడదు. కానీ జీవితంలో పైకి వెళ్లేకొద్దీ, పెద్ద చదువులు చదివేకొద్దీ ఇది చాలా అవసరం.

పైన చెప్పిన నాలుగు నైపుణ్యాలూ కొందరు విద్యార్థులు ఎందుకు అలవరచుకో(లే)రు? "మెంటల్ ఫిట్‌నెస్" అన్న పుస్తక రచయిత దానికి నాలుగు కారణాలు చెప్తున్నాడు. 1) వాటి ప్రాముఖ్యత టీచర్లు చెప్పకపోవటంవల్ల 2) నేర్చుకోవటంపట్ల బద్ధకంవల్ల 3) భయంవల్ల 4) ఇంటిలో వాతావరణంవల్ల.

1. పరీక్షల్లో మంచి మార్కులు వస్తే చాలు– అన్న తప్పు అభిప్రాయంతో ఒకవైపు కొందరు తల్లిదండ్రులు వుంటారు. సిలబస్ పూర్తిచేయడంపట్ల టీచర్లు మరోవైపు ఆతృతగా వుంటారు. ఈ నైపుణ్యాలు పెంచుకోవలసిన ప్రాధాన్యత విద్యార్థులకు ఎవరూ చెప్పరు. ఇదే ముఖ్యకారణం. **ప్రాథమిక చదువులు పూర్తయ్యాకగానీ వీటి అవసరం విద్యార్థులకు తెలీదు.** అప్పుడిక ఈ రకమయిన ఎక్సర్‌సైజుల్తో కుస్తీ పడుతూ వుంటారు. అందుకే దీనికింత వివరణ ఇవ్వటం జరిగింది.

2. కొత్త విషయాలు నేర్చుకోవాలంటే పాత అభిప్రాయాలతో ఘర్షణ పడవలసి వుంటుంది. 'ఎందుకొచ్చిన కష్టం' అన్న భావనే బద్ధకానికి మూలకారణం. చురుకుదనంలో వుండే అనందం తెలియనంతకాలం బద్ధకం మత్తులో వుంటాడు విద్యార్థి.
3. భయం మూడో కారణం. నలుగురిలో నవ్వులపాలవుతానేమో అన్న భయం కొత్త ప్రయోగాలు చెయ్యనివ్వకుండా అడ్డుపడుతూ వుంటుంది. **భయాన్ని జయించడానికి అన్నిటికన్నా ఉత్తమమయిన మార్గం అందులోకి ప్రవేశించటమే! వెళ్తే లోపలేమీ వుండదు.** నేర్చుకునే కొత్తలో అందరం తప్పులు చేస్తాం. అదే అనుభవం. ఒకసారి గమ్యంవైపు వెళ్తున్నామని తెలిస్తే కలిగే ఉత్సాహం, భయాన్ని దూరం చేస్తుంది. మొదటిసారి మాట్లాడటానికి పడే భయమంతా, ఉపన్యాసం పూర్తయ్యాక వినబడే చప్పట్లతో పటా పంచలయిపోతుంది. భయం 'లోకి' ప్రవేశించటంమంటే అదే!
4. ఇంటిలో వాతావరణం అన్నిటికన్నా ముఖ్యమైన కారణం. పిల్లల్లో ఇటువంటి (తెలివిని పెంచే)నైపుణ్యాలు చేపట్టకుండా పెద్దలు ఎవరి మానానవారు (టీవి చూసుకుంటూ) బతికేస్తూ వుంటే పిల్లలు సహజంగానే జడులవుతారు. ఈ మానసిక వ్యాయామాన్ని పిల్లల్లో ఎంత చిన్నతనం నుంచీ ప్రారంభింపజేస్తే అంత మంచిది.

ఒక కొత్త వాహనాన్ని మనం ఎలా చూసుకుంటాం? పెట్రోలు కల్తీ కాకుండా చూసుకుంటాం. గతుకులరోడ్డుమీద వెళ్లకుండా వీలవుతుందేమో చూస్తాం. చిన్నగీత పడినా విచారిస్తాం. దుమ్ముపడకుండా కవర్ చేస్తాం. నిశ్చయంగా ఆ వాహనంకన్నా మన జీవితం ఎంతో విలువైనది. పది లక్షలిచ్చినా ఎవడూ తన ప్రాణాన్ని అమ్మడు కదా! ప్రతి విద్యార్థీ దీన్ని గ్రహించాలి. కల్తీ ఆలోచన్ల నుంచి దూరంగా వుండటం, గతుకుల రోడ్డు మీదకు వెళ్లకుండా చూసుకోవటం, అనవసరమైన ఆలోచన్ల దుమ్మునుంచి మెదడుని కవర్ చేసుకుంటూ వుండటంలాంటివి చేస్తే – జీవితం అనే వాహనం నిత్యనూతనంగా వుంటుంది!!

2. జ్ఞాపకశక్తి

విద్యార్థి పెంచుకోవలసిన నాలుగునైపుణ్యాల్లో మొదటిది 'తెలివి' అయితే రెండోది 'జ్ఞాపకశక్తి'. దీన్నే ఇంగ్లీషులో మెమొరీ అంటారు. ఇది గ్రీకు పదం నుంచి వచ్చింది. మెమెసైడ్ అన్న గ్రీకు దేవతకు గతం నుంచి వర్తమానం వరకూ అంతా గుర్తు పెట్టుకోగలిగే శక్తి వుందని ఆ ప్రజల నమ్మకం.

" 'జ్ఞాపకశక్తి' అన్నది రోడ్డుపక్కన గుడ్డపీలికలు ఏరుకునే వ్యక్తిలాటిది. అవసరమైనవి వదిలేసి రంగు రంగు ముక్కలు గోనెసంచిలో వేసుకుంటుంది" అన్నాడొక తత్వవేత్త. సినిమా ఆర్టిస్టుల పేర్లనుంచి క్రికెట్ వరకూ అన్ని అనవసరమైన విషయాల్ని గుర్తు పెట్టుకున్న మెదడు పాఠ్యాంశాల్ని జ్ఞాపకం వుంచుకోదు. అలా అని జీవితంలోని అందమైన అనుభూతుల్ని మర్చిపోమ్మని కాదు. అనవసరమైనవి వదిలి పెట్టగలగటం ఒక నైపుణ్యం.

విద్యార్థికే కాదు. నిజజీవితంలో కూడా జ్ఞాపకశక్తి చాలా అవసరం. ఒక కాంట్రాక్టు నిమిత్తమై మిమ్మల్ని విదేశానికి పంపినప్పుడు వారు 'క్రితం సంవత్సరం మీ కంపెనీ లాభాలెంత? అని అడిగితే, 'ఫైలు చూసి చెబుతాను' అనకూడదు కదా! అందువల్లే ఈ జ్ఞాపకశక్తి నైపుణ్యం గురించి మిమ్మల్ని ఇంటర్వ్యూల్లో ప్రశ్నించడం జరుగుతుంది.

గాంధీగారి తాతగారి పేరు ఏమిటో గుర్తుపెట్టుకోవలసిన అవసరం అభ్యర్థికి లేదు. ఇంటర్వ్యూల్లో ప్రశ్నలు మరీ కఠినంగా వుండవు. ముఖ్యంగా, అభ్యర్థి చదివిన సబ్జెక్టులో...! జువాలజీ చదివిన కుర్రవాడిని 'హోమోసెపియన్స్' గురించి చెప్పమని, కెమిస్ట్రీ విద్యార్థిని C_3H88014 N 1460 అంటే ఏమిటనీ, ఫిజిక్స్ స్టూడెంట్‌ని నోబెల్ బహుమతి పొందిన ఫాటీ ఆసిడ్ ఆక్సిడైజేషన్ గురించి వివరించమనీ అడగరు. కానీ ఆయా సబ్జెక్టుల్లో నిష్ణాతులైన విద్యార్థులు కనీసం ఆర్కిమెడిస్ ప్రిన్స్‌పుల్, డాల్టన్ అటామిక్ థియరీ, డార్విన్ సిద్ధాంతం, కేన్స్ ప్రిన్స్‌పుల్స్ గురించి గుర్తుపెట్టుకొనవలసి వుంటుంది.

రెండు రకాలు : జ్ఞాపకశక్తి రెండురకాలు. తాత్కాలికం, శాశ్వతం! తాత్కాలిక మెమొరీ, ఆ పని అయిపోగానే మాసిపోతుంది. రైల్వే కంపార్ట్‌మెంట్ ఎక్కి సీట్లో కూర్చున్న తరువాత ఇక ఆ బర్త్ నెంబర్ సంగతి మర్చిపోవటం ఈ కోవలోకి వస్తుంది. దురదృష్టవశాత్తూ కొందరు విద్యార్థులు ఈ సంవత్సరపు సిలబస్‌ని కూడా వచ్చే ఏడాది అయ్యేసరికి ఈ కోవలోకే చేరుస్తారు. పరీక్షలు రాయగానే ఇక దాని అవసరం లేదన్నట్లు మర్చిపోతారు.

ఒక వ్యక్తి సాధారణంగా అయిదు విషయాలని తాత్కాలికంగా గుర్తుపెట్టుకోగలడని అంచనా! సూపర్‌మార్కెట్‌కి వెళ్లేటప్పుడు లిస్ట్ రాసుకునే అవసరం లేకుండా సామాన్య జ్ఞాపకశక్తి వున్న ఒక వ్యక్తి 5 వస్తువులు తీసుకురాగలడన్నమాట. అదేవిధంగా అయిదు అంకెలున్న టెలిఫోన్ నెంబర్‌ని గుర్తుపెట్టుకోగలగటం సులభం. అంతకన్నా ఎక్కువ గుర్తుపెట్టుకోవాలంటే నాల్గయిదు సార్లు పునశ్చరణ చేసుకోవాల్సి వుంటుంది. రెండు సంవత్సరాలపాటు ఒక విషయాన్ని పునశ్చరణ చేసుకుంటూ వుంటే, ఇక అది జీవితాంతం గుర్తువుండిపోతుందని శాస్త్రజ్ఞులు భావిస్తున్నారు. కేవలం పరీక్షల కోసం చదివే విద్యార్థులు తమ విధానాన్ని అందుకే మార్చుకోవాలి. లెక్కలు, ఫిజిక్సు, కామర్సు, ఇంజనీరింగ్, వైద్యం మొదలైన విషయాల్లో ఇది మరీ

ముఖ్యం. వేసవి శలవుల్లో సహా ప్రతిరోజూ కనీసం అరగంట సేపయినా చదవటం అవసరం.

దగ్గిర వారి పేర్లు, జీవితంలో ముఖ్యమైన సంఘటనలు, అనుభవాలు మొదలైనవి శాశ్వత జ్ఞాపకాల విభాగంలోకి వస్తాయి. కొన్ని చిన్న చిన్నవిషయాలూ, అసలు ప్రాముఖ్యం లేనివి (బాల్యంలో మాస్టారు బెత్తంతో కొట్టిన విషయం లాటివి) కూడా ఒక్కొసారి శాశ్వత పరిధిలోకి ఇమిడిపోవచ్చు. దానికి లాజిక్ లేదు.

వాసనకీ జ్ఞాపకానికీ దగ్గిర సంబంధం వుంది. గుడిలో కర్పూరం వాసన ఎన్నడో మర్చిపోయిన విషయాన్ని గుర్తుకు తీసుకురావచ్చు. అదే విధంగా చూసిన అక్షరాలకన్నా వేసిన బొమ్మలు ఎక్కువకాలం బాగా గుర్తుంటాయి. అందుకే విద్యార్థులు ముఖ్యమైన విషయాల్ని చదవటం కన్నా '<u>వ్రాయటం</u>' మంచిది.

శాశ్వత జ్ఞాపకం రెండురకాలుగా వుంటుంది. ఒకసారి నేర్చుకుంటే జీవితకాలం గుర్తుండేది; ప్రాక్టీసు లేకపోతే కాలక్రమేణా అదృశ్యమయ్యేది!! సైకిల్ తొక్కటం, కంప్యూటర్‌పై టైపు చేయటం మొదలైనవి మొదటి విభాగానికి చెందినవి. పది సంవత్సరాలు మానేసినా మళ్ళీ సైకిల్ తొక్కవచ్చు. తిరిగి ప్రాక్టీసు అవసరం లేదు. కానీ సంగీత వాయిద్యం, చదరంగం, ఇంగ్లీషులో మాట్లాడగలగటం మొదలైనవి రెండో విభాగానికి చెందుతాయి. కొంతకాలంపాటు మాట్లాడటం మానేస్తే గతమంత వేగంగా ఇంగ్లీషులో తిరిగి మాట్లాడటానికి ఇబ్బంది పడవలసి వస్తుంది. చదరంగం ఆటకి కూడా ఇది వర్తిస్తుంది. జ్ఞాపకం తుప్పుపట్టిపోతుంది.

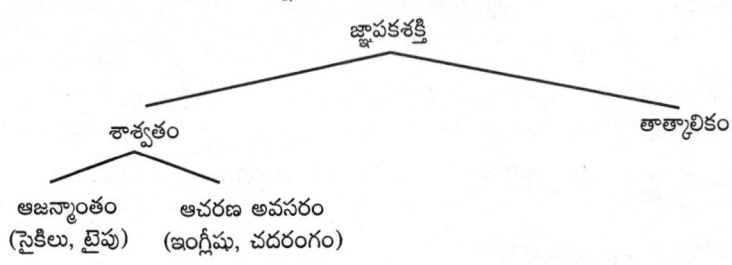

స్పోకెన్ ఇంగ్లీషు క్లాసుల్లో చేరే విద్యార్థులు, ట్రెయినింగ్ పొందుతున్నంత కాలమూ మంచి ఇంగ్లీషులో మాట్లాడటానికి ప్రయత్నించి, ప్రాక్టీసు చేసి, బయటికి రాగానే, తిరిగి మామూలు స్థాయికి రావటానికి కారణం, పై పట్టికలో మీకు కనపడుతుంది. ఇంగ్లీషు తెలియటం వేరు. ఇంగ్లీషు మాట్లాడటం వేరు. వ్రాయటం మరీ కష్టం. ఇవన్నీ తప్పులు లేకుండా చెయ్యాలంటే ప్రాక్టీసు ముఖ్యం. కొంతమంది ఇంజనీరింగ్ పూర్తి చేసిన విద్యార్థులు కూడా చిన్న చిన్న వాక్యాల్ని తప్పుల్తో వ్రాయటం దురదృష్టకరం. తప్పో-ఒప్పో ముందు మాట్లాడటం, వ్రాయటం ప్రారంభించండి. అవతలి వారిని తప్పులు దిద్దమనండి. ఇందులో అవమానం ఏమీ లేదు. నేర్చుకోవటంలో అవమానం ఏముంది?

ఓవర్‌లోడ్

గతంలో పోల్చుకుంటే ఇప్పటి జీవితవిధానంలో చాలా మార్పువచ్చింది. ఇంతకు ముందుకన్నా చాలా విషయాలు (అందులో చాలా వరకూ అనవసరమైనవి) గుర్తుపెట్టుకోవలసి వస్తోంది. పూర్వకాలంలో మనుషులు ఇంత బిజీగా వుండే వారు కాదు. తీరుబడి, రచ్చబండ వారి జీవితాల్లో ప్రాముఖ్యత వహించేవి. ప్రస్తుతం మ్యూజిక్ ఆల్బమ్స్ నుంచి కొత్త ఫాషన్స్ వరకూ చోటు చేసుకుంటున్నాయి. అందుకే ఎప్పటి కప్పుడు 12-సి టెక్నిక్ ద్వారా మెదడుని క్లీన్ చేసుకుంటూ వుండాలి. ఈ 12-సి టెక్నిక్ గురించి 'చదువు-ఏకాగ్రత' అన్న పుస్తకంలో వివరంగా వ్రాయటం జరిగింది.

సాధారణంగా మనుషులు 40 నుంచి 90 వేల పదాల్ని గుర్తుపెట్టుకుంటారని అంచనా. అందులోనే స్నేహితుల పేర్లనుంచీ, ఆహార పదార్థాల వరకూ అన్నీ వుంటాయి. స్టాండర్డ్ డిక్షనరీలో 70 వేల పదాలుంటాయి. ఒక చదరంగం ఆటగాడు దాదాపు లక్ష ఎత్తుల్ని గుర్తుపెట్టుకుంటాడు.

శూన్యస్థితి : ఒక పదంగానీ, విషయంగానీ అవసరమైనప్పుడు గుర్తు రాక పోవటాన్ని 'లెథొర్జికా' అంటారు. రాత్రి నిద్రముందు ఆలోచిస్తూ వుండగా ఒక పాట ట్యూన్ గుర్తుంటుందిగానీ పల్లవి గుర్తురాదు. మనిషిని చూసినట్టుంటుది. పేరు గుర్తురాదు. అదే లెథొర్జికా. అయితే దానికన్నా చిరాకు పరిచే విషయం 'శూన్యస్థితి'.

పరీక్షలోగానీ, ఇంటర్వ్యూ మధ్యలోగానీ, అకస్మాత్తుగా మనసు శూన్యం అయిపోయిన స్థితిని మెంటల్‌బ్లాక్ అంటారు. సమాధానం స్ఫురించకపోవటమే గాదు, అసలు ఏమీ అర్థంకాదు. దీనికి కారణం శరీరంలో అధికంగా ఉత్పన్నమయ్యే 'కార్టిజాల్'. టెన్షన్ వలన, ఆందోళన వలన వచ్చే మానసిక వత్తిడి ఈ కార్టిజాల్‌ని సృష్టిస్తుంది. ఎక్కువ మొత్తంలో ఈ కార్టిజాల్‌ని విద్యార్థుల శరీరంలో ప్రవేశ పెట్టినప్పుడు వారి జ్ఞాపకశక్తి తాత్కాలికంగా క్షీణించటాన్ని శాస్త్రజ్ఞులు గమనించారు.

'ఏకాగ్రత.....జ్ఞాపకశక్తి.....ఆందోళన' అనేవి ఒక వృత్తంలాటివి. ఆందోళన చెందగానే విద్యార్థి గ్లూకోజ్ స్థాయిలో మార్పు వస్తుంది. దాన్ని సరిచేయటం కోసం మెదడు కార్టిజాల్‌ని విడుదల చేస్తుంది. దాంతో జ్ఞాపకశక్తి తగ్గిపోతుంది. దాంతో మరింత ఆందోళన పెరుగుతుంది. అందుకే పరీక్షాపత్రం తీసుకునేటప్పుడు, ఇంటర్వ్యూకి ప్రవేశించినప్పుడూ నవ్వుతూ వుండమని సలహా ఇస్తారు. వణికే చేతివేళ్ల చివర్లు, మెడదగ్గర చెమట, వేగంగా కొట్టుకునే గుండె, ఒత్తిడిని పెంచుతాయి. అన్సరు

రాయటానికి ముందు గానీ, సమాధానం చెప్పటానికి ముందుగానీ అందుకే ఒక క్షణం ఆగాలి. గుండెల్నిండా గాలి పీల్చుకోవాలి.

మెదడు ఒక కంప్యూటర్‌లాంటిది. ఎంత కరెక్టుగా దాన్ని ఫీడ్ చెయ్యగలిగితే అంత బాగా అది దాన్ని నిక్షిప్తపర్చుకుంటుంది. ఎంత ఎక్కువ స్థలం కేటాయిస్తే అంత గాఢంగా దాన్ని స్వీకరిస్తుంది. మనసుకి ఉద్వేగం కలిగించే సంఘటనలు ఎక్కువ కాలం గుర్తుంటాయి. ఎంత ఎక్కువ కాలం గుర్తుండాలంటే ఆ సబ్జెక్ట్ పట్ల అంత ఇంటరెస్టుతో ఆసక్తిగా వుండాలి. అందుకే మనకి సినిమా విషయాలు అంత బాగా గుర్తుంటాయి. సబ్జెక్ట్‌ని ఒక పాఠంలా కాకుండా ఉదాహరణలతోనూ, అనాలిసిస్‌తోనూ అన్వయిస్తే అది గాఢంగా హత్తుకుపోతుంది.

గతాన్ని పూర్తిగా మర్చిపోవటం వేరు. ఒక విషయం గుర్తుండకపోవటం వేరు. "....మా పిల్లలు బాగానే చదువుతారు. కానీ మర్చిపోతారు" అని ఫిర్యాదు చేస్తారు కొందరు. "మా పిల్లలకి గుర్తు పెట్టుకునే శక్తి లేదు...." అంటారు మరికొందరు. అలా గుర్తుండకపోవటాన్ని ఆల్‌జీమీర్స్ వ్యాధి అంటారు. స్వంత పేరుని మర్చిపోవటం, ఇల్లు ఎక్కడో గుర్తుండకపోవటం ఈ వ్యాధి లక్షణాలు. కేవలం ఇది సాధారణంగా వృద్ధాప్యంలో మాత్రమే వస్తుంది. వాలంటైన్స్ డే గుర్తుపెట్టుకున్న పిల్లలు మదర్స్‌డే గుర్తుపెట్టుకోలేకపోవటం మతిమరపు వ్యాధికాదు.

మతిమరుపుకి కారణం ఒక విషయం మెదడులో 'రిజిస్టర్' కాకపోవటం కూడా అయ్యుండవచ్చు. ఆ మాటకొస్తే, ఇదే ముఖ్య కారణం కూడా.

చదివింది గుర్తుండకపోవటం వేరు. చదివింది రిజిస్టర్ కాకపోవటం వేరు. మీరు ఒక పాఠం చదివాక, పదిరోజులకి దాన్ని మర్చిపోతే అది మతిమరుపు. మరుసటి రోజుకే గుర్తుండకపోతే, అది అసలు బుర్రలోకి ఎక్కలేదన్నమాట.

ఇలా ఎందుకు జరుగుతుంది ? ఒకోసారి, అయిదు జ్ఞానేంద్రియాలూ ఒకే సమయంలో పంపుతున్న విషయాల్ని గ్రహించటం మెదడుకి కష్టమవుతుంది. అప్పుడది ఎక్కువ ఉత్సాహభరితమైన విషయాన్ని మాత్రమే స్వీకరిస్తుంది. ఉదాహరణకి ఒక పిల్లవాడు చాలా ఇంటరెస్టింగ్‌గా టి.వి.లో సినిమా చూస్తూ వున్నాడనుకుందాం. లేదా కార్టూన్ పుస్తకం చదువుతూ అందులో లీనమై పోయాడనుకుందాం. ఆ సమయంలో వంటింట్లోంచి తల్లి పిలుస్తోంది. అది అతడికి వినిపించటం లేదు. ఎందుకు ?

ఎసిటిల్‌కొలైన్ అనే న్యూరోట్రాన్స్ మిటర్ మనిషి ఏకాగ్రతని కంట్రోల్ చేసు&ంది. చెవుల ద్వారా ప్రవేశించే సంకేతాలు (రెండు మూడుసార్లు గట్టిగా అరిస్తే తప్ప) కనుల ద్వారా ప్రవేశించే సంకేతాల్ని (అవి మరింత బావున్నాయి కాబట్టి భగ్నం చేసేటంత పవర్‌ఫుల్‌గా లేవన్నమాట.

ఇదే సూత్రం రివర్సులో కూడా పనిచేస్తుంది. ఒక విషయాన్ని మెదడుకి చేరవేస్తున్న తరరంగాలు, ఆ విషయం అంత ఉత్సాహభరితంగా లేకపోతే, మరో ఇంద్రియం ద్వారా ప్రవేశించే ఏ చిన్న విషయంపట్లయినా వెంటనే ఆకర్షితమవుతాయి. ఒక 'బోరింగు' సబ్జెక్టు చదువుతున్న కుర్రవాడు, వంటింటిలోంచి వచ్చే బిర్యానీ వాసనకి వెంటనే డిస్టర్బ్ అయ్యేది అందుకే. పక్కరూమ్‌లో పాట వినిపించినా ఇదే విధంగా జరుగుతుంది.

అందుకనే చదివే సమయంలో మిగతా నాలుగు ఇంద్రియాల్నీ నిగ్రహించాలి. అదెలాగో "ఇంద్రియ నిగ్రహం" అన్న అధ్యాయంలో చర్చిద్దాం.

న్యూరాన్స్

తెలివికీ, జ్ఞాపకశక్తికీ సంబంధం లేదు. ఆ మాటకొస్తే అత్యద్భుతమైన తెలివితేటలున్న శాస్త్రజ్ఞుల జ్ఞాపకశక్తి చాలా తక్కువ. ఇంకా సరిగ్గా చెప్పాలంటే, గొప్పవారు కేవలం అవసరమయిన విషయాలు మాత్రమే గుర్తుపెట్టుకుంటారు.

ఐన్‌స్టీన్ మెదడుకీ, సామాన్య మెదడుకీ తేడా ఏమిటంటే ఐన్‌స్టీన్ అసలేదీ మర్చిపోడనికాదు. కానీ అవసరమైనది తప్పకుండా గుర్తుంచుకుంటాడు. సామాన్యుడు అనవసర విషయాలకోసం మెదడులోంచి అవసరమైన వాటిని బయటికి తోసేస్తాడు.

మెదడులో కొన్నివేల లక్షల న్యూరాన్లు వుంటాయి. ఒక కొత్త విషయం తెలుసుకున్నప్పుడల్లా వాటిమధ్య 'ఫైరింగ్' జరుగుతుంది. రెండు మూడు న్యూరాన్లు కలిసి ఒక 'బాండ్' గా ఏర్పడతాయి. ఎంత ఎక్కువసార్లు ఫైరింగ్ జరిగితే అంత శాశ్వతంగా ఆ బాండ్ వుండిపోతుంది. దీనినే 'పునశ్చరణ' అంటారు.

మెదడులో న్యూరాన్‌లన్నీ సన్నటి తీవెల్లాటి సూక్ష్మాతిసూక్ష్మమయిన నరాలతో కనెక్ట్ కాబడి వుంటాయి. వాటిని 'ఆక్సాన్స్' లంటారు. ఒక న్యూరాన్ దాదాపు పదివేల ఇతర న్యూరాన్‌లనుంచి సమాచారాన్ని అందుకుంటుందని అంచనా! ఈ కింది బొమ్మ చూడండి.

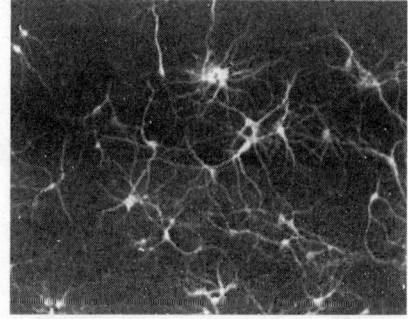

ఒక పిల్లవాడిని అతడిపేరు అడిగితే, చెవి దగ్గర్నుంచి మెదడుకి చేరిన తరంగాలు (ఎలక్ట్రోమాగ్నటిక్ పాత్‌వేస్) అతడి పేరుని దాచుకున్న ఒక న్యూరాన్‌ని

స్పందింప చేస్తాయి. అది, నోటి ద్వారా సమాధానం (అతడి పేరు) చెప్పిస్తుంది. అదే విధంగా పరీక్షలో కన్నుద్వారా వెళ్లిన ప్రశ్న, చేతి రాత ద్వారా సమాధానం చెప్పిస్తుంది.

తల్లిదండ్రుల పేర్లు చెప్పవలసి వచ్చినప్పుడు రెండు న్యూరాన్లు ఒకేసారి స్పందిస్తాయి. అదేవిధంగా నీటిఫార్ములా అడిగినప్పుడు మూడు (దీన్ని త్రిభుజ బాండ్ అంటారు) దశరథుడి పిల్లల పేర్లు అడిగినప్పుడు నాలుగు (దీన్ని స్క్వేర్ బాండ్ బాండ్ అంటారు) పాండవుల పేర్లు చెప్పవలసి వచ్చినప్పుడు అయిదు (దీన్ని పాంటగాన్ బాండ్ అంటారు) స్పందిస్తాయి. సాధారణంగా ఒక బాండ్‌లో అయిదు న్యూరాన్‌లకన్నా ఎక్కువ వుండవు. అంతకన్నా పెద్ద వరుస గుర్తుపెట్టుకోవాలంటే అది మరొక బాండ్‌గా తయారవుతుంది. అందుకే ఎవరయినా తన సెల్‌ఫోన్ నెంబర్ చెప్పవలసి వచ్చినప్పుడు 98465 అని ఆగి తిరిగి 02662 అని చెప్తారు.

ప్రతి త్రిభుజ బాండ్ (3) మరో రెండు విషయాల్ని కలుపుకుని ఒక పంచభుజి (5) గా మారటానికి తొందరపడుతుంది. అలా మారాక మరొకటి కలుపుకుని తిరిగి రెండు త్రిభుజాలుగా విడిపోతుంది. మెదడులో ఈ విధంగా కలయికలూ, విడిపోవటాలూ నిరంతరం జరుగుతూ వుంటాయి. అయితే ఇక్కడే చాలా దురదృష్టకరమైన విషయం సంభవిస్తుంది. అదేమిటో తెలుసుకోవాలంటే ... విద్యార్థులు తాము చదివింది ఎందుకు మర్చిపోతారో అర్థం చేసుకోవాలంటే... అత్యంత ముఖ్యమయిన ఈ బాండ్ థియరీ తెలుసుకోవాలి.

ఒక విద్యార్థి గంటసేపు చాలా ఏకాగ్రతతో రామాయణం చదివాడనుకుందాం. అందులో మూడు పాయింట్లు... అరణ్యవాసం, సీతాపహరణం, యుద్ధం- గుర్తు పెట్టుకున్నాడనుకుందాం. అది ఒక త్రిభుజ బాండ్‌గా తయారై వుంటుంది. తాను చాలా బాగా చదివానని ఆ కుర్రవాడు, అతడి తల్లిదండ్రులు అనుకుంటారు. నిజంగా జరిగింది కూడా అదే! కానీ ఆ తరువాత డిన్నర్ చేస్తూ, వేరే పనేమీ లేదు కాబట్టి, భోజనంతోపాటూ టివీని కూడా ఆస్వాదిస్తాడు. ఆ సమయంలో టి.వీ.లో వర్షం సినిమా పాట వస్తుందనుకుందాం. ముందే వివరించిన విధంగా ప్రతి త్రిభుజమూ రెండు న్యూరాన్లని కలుపుకుని పంచముఖంగా మారిపోతుంది అనుకున్నాం కదా! అప్పుడది ఈ విధంగా మారుతుంది.

ఆ తరువాత అతడు మరో గంటసేపు భారతం చదివితే... కౌరవ పాండవ స్పర్థ- జూదం- కురుక్షేత్రం అన్న మూడు న్యూరాన్లు స్పందించాయి అనుకుందాం. ఆ తరువాత సెల్‌ఫోన్‌లోనో, సోదరుని

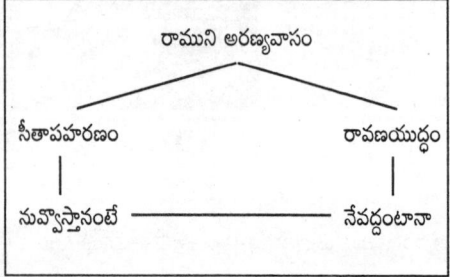

తోనో వర్షంపాట గురించి పడుకో బోయే ముందు చర్చించాడనుకుందాం. దానికన్నా 'ఆబ్బనీ తీయని దెబ్బ' అన్న పాట ఇంకా బావుంటుందని అవతలి వ్యక్తి అంటే, నిద్రపోయే ముందు ఆ పాట గురించి ఆలోచిస్తాడు.

అప్పుడీ పది న్యూరాన్లు కలగాపులగమయిపోయి, అస్తవ్యస్తంగా మారతాయి. హాని జరిగేది ఇక్కడే! ఈ కింది కొత్త పొంటగాన్ బాండ్ చూడండి.

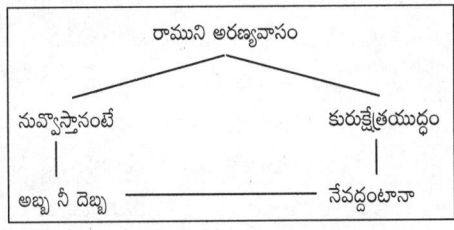

భారతమూ, రామాయణమూ ఏ విధంగా కలగాపులగం అయిపోయాయో గమనించండి. ఆ తరువాత మళ్లీ ఆ విద్యార్థి ఆ పాటల్ని గుర్తుతెచ్చుకున్నప్పుడల్లా అవి మరింత స్ట్రాంగ్ అవుతాయి. చదువుకి అవసరమైనవి అడుక్కి వెళ్తాయి. దీన్నే 'శిథిలావస్థ' అంటారు. నేను నిర్వహించే వ్యక్తిత్వ వికాస తరగతుల్లో పదో క్లాసు పాసయిన విద్యార్థుల్ని 'ఆర్కిమెడిస్ సిద్ధాంతం' చెప్పమంటే "... ఏదో ... ఎందులోనో వేస్తే ... అది కోల్పోయిన బరువు ... దేనికో ... సమానం" అంటారు. ఒక సిద్ధాంతంలో కొన్ని భాగాలు శిథిలమవటం అంటే అదే!

చదివింది గుర్తుండాలంటే ఒకటే మార్గం! చదువు ప్రారంభించాక టివిచూడటం గానీ, ఇతరుల్తో మాట్లాడటం గానీ చేయకూడదు. చదువు మధ్యలో భోజనం చేయవలసి వస్తే నిశ్శబ్దంగా చేయాలి. చదువు పూర్తికాగానే వెళ్లి పడుకోవాలి. లేదా మళ్ళీ తిరిగి చదువుకోవాలి.

కష్టమే కానీ తప్పదు!

3. ప్రతిస్పందన

విద్యార్థికి కావలసిన మూడో నైపుణ్యం 'ప్రతిస్పందన'. ప్రతిస్పందన అంటే మనకు తెలిసిన విషయాన్ని అవతలివారికి తెలిసేలా చెప్పగలగటం. ఒక కేకుని మధ్యకి కోస్తే రెండు ముక్కలు అవుతుంది. మళ్ళీ కోస్తే నాలుగు, మూడోసారి వాలుగా కోస్తే ఆరు

ముక్కలూ అవుతుంది. కానీ మూడుసార్లు కోయటం ద్వారా కేకుని ఎనిమిది ముక్కలు కూడా చేయవచ్చు. ఆన్సరు మీకు తెలుసు. కానీ చేతులూ, సంజ్ఞలూ ఉపయోగించకుండా అవతలివారికి అర్థమయ్యేలా చెప్పగలరా ?

ఒక విద్యార్థికి అద్భుతమైన తెలివితేటలూ, అంతులేని జ్ఞాపకశక్తీ వుండవచ్చు కానీ అలా వున్నట్టు అవతలి వారికి తెలియకపోతే ఏం లాభం? అదే ప్రతిస్పందన. ఇది మూడు అంశాలుగా వుంటుంది.

1. అవతలి వారి ప్రశ్నని సరీగ్గా అర్థం చేసుకోవటం.
2. మెదడు పొరల్లోంచి సమాధానాన్ని 'తొందరగా' తీయగలగటం.
3. అవతలివారికి అర్థమయ్యేలా, అయోమయం లేకుండా చెప్పగలగటం.

చక్కగా మాట్లాడగలిగే గుణాన్ని ఏ విద్యాలయమూ బోధించదు. పూర్వ కాలంలో తాతయ్యలూ, అమ్మమ్మ, నానమ్మలు పిల్లల్ని పక్కన పడుకోబెట్టుకుని కథలు చెప్పేవారు. ప్రశ్నలు అడిగేవారు. సమాధానాలు చెప్పేవారు. 'అడిగే గుణం' నేర్పే వారు . ఆ విధంగా పిల్లలకి 'సహజమయిన' ప్రతిస్పందన లభించేది.

ఇక 'కేకు' ప్రశ్నకి వస్తే, దాన్ని అడ్డంగా నిలువుగా రెండుసార్లు కోసి, ఆ నాలుగు ముక్కల్నీ ఒక దాని మీద మరొకటి పెట్టి మూడోసారి నిలువుగా కోయటం ద్వారా ఎనిమిది ముక్కలు చేయొచ్చు. అదే సమాధానం!

చదువు పూర్తయ్యాక ఉద్యోగం చేస్తున్నప్పుడు ఇటు క్రింది వారి మాటల్ని 'వారి భాషలో' అర్థం చేసుకోవాలి. పైవారికి, వారి భాషలో అర్థమయ్యేలా చెప్పాలి. మెలికలూ ట్విస్టులూ వున్న భాషని సింపిల్‌గా మార్చి అర్థం చేసుకో గలగటమే ఈ కళ.

అవతలి వారికి అర్థమయ్యేలా చెప్పటం అంత సులభం కాదు. "రాముడు సీతా లక్షణులతో కలిసి అడవికి వెళ్ళాడు" అని మీరు నాకు చెప్పారనుకోండి. నాకు రామాయణం తెలియకపోతే లక్ష అనుమానాలు వస్తాయి. సీతాలక్షణులు అడవికి వెళ్తే, మధ్యలో వారితోపాటు రాముడు ఎందుకు వెళ్ళాడు? అని మిమ్మల్ని అడుగుతాను. "రాముడి భార్య సీత" అని మీరు సరిదిద్దారనుకోండి. నాకు వెంటనే ఇంకో అనుమానం వస్తుంది. భార్యా భర్తలు హనీమూన్‌కి ఫారెస్ట్ గెస్ట్ హవుస్‌కి వెళ్తోంటే లక్షణుడు ఎందుకు – అని.

అవతలివారికి అనుమానాలు రాకుండా విశదీకరించటం అందుకే కష్టం. ఇటువంటి ఇబ్బంది మీకు కొందరు టీచర్లు, లెక్చరర్లు, ప్రొఫెసర్ల వల్ల వచ్చి వుంటుంది. వారు తమ సబ్జెక్టులో ఎంతో నిష్ణాతులూ, రిసెర్చి చేసిన వారూ అయి వుండవచ్చు గాక, కానీ వారు చెప్పేది మీకు అర్థం కాదు. సాధారణంగా దానికి ఈ క్రింది అంశాలు కారణాలయి వుండవచ్చు.

1. ఎక్కువ సబ్జెక్టు తెలియటం/లేదా సబ్జెక్టులో లోతైన పరిజ్ఞానం లేకపోవటం.
2. ఎలా ప్రారంభించి, ఎలా ముగించాలో తెలియపోవటం.
3. గంటలో చాలా సబ్జెక్టు చెప్పాలన్న తపన.
4. తమకున్నంత జ్ఞానం మీకూ వున్నదని వారు నమ్మకటం.
5. ప్రశ్నలడిగే అవకాశం మీకివ్వక పోవటం.
6. కేవలం సిలబస్ తొందరగా పూర్తి చెయ్యాలన్న కోరికే తప్ప, మరే విధమయిన ఆసక్తి లేకపోవటం.
7. సులభమైన భాషలో మాట్లాడలేకపోవటం.
8. ఆగవలసిన చోట ఆగుతూ స్పష్టంగా మాట్లాడ లేకపోవటం. సీరియస్‌గా, స్పీడ్‌గా వుండటం.

కొంతమంది జోకు చెప్తే నవ్వు రాదు. అదే జోకు మరొకరు చెప్తే వస్తుంది. కొంతమంది కథని లాగదీసీ బోరు కొడ్తారు. మరికొందరు మరీ క్లుప్తంగా చెప్తారు.

ఇంటర్వ్యూల్లో కూడా ఇలాటి వారు తటస్థపడవచ్చు. లేదా మీ తెలివి తేటల్ని పరీక్షించటానికి వారు ప్రశ్నని కాంప్లికేట్ చెయ్యవచ్చు. Who is the daughter of the mother in law of the father of the nation అని ఒకసారి అడగటం సంభవించింది. గాంధీ గారి అత్తగారి కూతురి పేరేమిటి అని అడుగుతున్నారన్నమాట.

అవతలి వారి ప్రశ్న పూర్తయ్యేలోపులో మనసులో ఆన్సరు రూపు దిద్దుకోవాలి. ఒకక్షణం ఆగి, ఆ సమాధానం కరెక్టేనా కాదా అని మళ్ళీ ఒకసారి పునరాలోచించుకుని, క్లుప్తంగా, స్పష్టంగా, ధైర్యంగా జవాబు చెప్పాలి. అదే ప్రతిస్పందన

గ్రూప్ డిస్కషన్స్

మా వ్యక్తిత్వ శిక్షణా కేంద్రాల్లో విద్యార్థులకి మేము అన్నిటికన్నా ముఖ్యం గా నేర్పేది- మాట్లాడటం! తప్పో, ఒప్పో- ముందు మాట్లాడాలి. పల్లెల్నుంచీ, చిన్న పట్టణాల్నుంచీ వచ్చిన ఇంజనీరింగ్ విద్యార్థులు (సమాధానాలు తెలిసినప్పటికీ) ధైర్యంగా లేచి నిలబడి మాట్లాడలేకపోవటం గమనార్హం.

ఒక సమస్యల లిస్టు ఇచ్చి 'మీకున్న బలహీనతలు వరుసగా టిక్ పెట్టండి' అని అడిగినప్పుడు చాలామంది విద్యార్థులు తమ రెండో బలహీనతగా, పదిమందిలో మాట్లాడలేకపోవటం- అని వ్రాస్తారు. వారి మొదటి సమస్య- బద్ధకం. ఆశ్చర్యం ఏమిటంటే, 'మరణంపట్ల భయం' ఈ లిస్టులో పదమూడుగా వస్తుంది.

15. నాకు సోదరులు లేరు. "అతడి తండ్రి - నా తండ్రికి కొడుకవుతే' అతను నాకు ఏమవుతాడు? నిన్న రేపవుతే ఈ రోజు బుధవారం. ఈ రోజు ఏ వారం?" ఈ రెండు ప్రశ్నలకీ సమాధానాలు ఆలోచించండి.

కొన్ని సంస్థలు, తమ దగ్గిర ఉద్యోగం ఇవ్వటం కోసం కొన్ని పరీక్షలు నిర్వహిస్తాయి. వాటిలో గ్రూప్ డిస్కషన్స్ ఒకటి. అభ్యర్థి ఈ చర్చల్లో పాల్గొన్నప్పుడు తన పాయింట్ చెప్పి, దానిని బలపరుస్తూ మాట్లాడాలి. అవతలి వారి పాయింట్‌ని ఖండిస్తూ వాదించాలి. ఇది కాస్త కష్టమయిన పనే గానీ, అసాధ్యమైనది కాదు. ముందు ధైర్యం కావాలి. మిగతావి వాటంతట అవే వస్తాయి.

ఏం మాట్లాడదల్చుకున్నామో, ఆ థీమ్‌ని క్లుప్తంగా అనుకోవాలి. దీన్నే 'న్యూక్లియస్' అంటారు. దానికి నాటకీయకత అనే పరిమళం అద్దాలి. గణాంకాలు, ఋజువులు, టేబిల్స్‌తో వాదనకి బలం చేకూర్చాలి. అవతలి వారిని వప్పించేలా స్పష్టంగా, స్ఫుటంగా చెప్పాలి. దాన్నే ఇంగ్లీషులో 'స్మార్ట్‌టాక్' అంటారు.

గ్రూప్ డిస్కషన్‌కి దీనికి ఈ క్రింది అంశాలు తోడ్పడతాయి :

1. ఎక్కువ విస్తృతమయిన సబ్జెక్టు తీసుకోవద్దు. చిన్న సబ్జెక్ట్‌ని ఎక్కువ ఉత్సాహవంతంగా చెప్పే ప్రయత్నం చెయ్యాలి.
2. పాండిత్య ప్రకర్ష లేకుండా, వీలైనంత చిన్న వాక్యాల్లో చెప్పాలి.
3. ఒక కాలుపై వంగకుండా స్థిరంగా నిలబడాలి. చేతులు ఫ్రీగా వుంచుకోవాలి.
4. వాక్యానికీ వాక్యానికీ మధ్య గాలి ఎప్పుడు తీసుకోవాలో, మాట్లాడేటప్పుడు కంఠం ఎలా మార్చాలో, ఎప్పుడు ఉద్వేగభరితంగా మాట్లాడాలో తెలుసుకోవాలి. సబ్జెక్టుని బట్టి స్వరంలో మార్పులు రావాలి.
5. మధ్యలో ఆలోచనల్లో బ్రేక్ వస్తే – దాన్ని తెలివిగా కవర్ చేసుకోవాలి. చేతి భంగిమలు, ముఖకవళికల్లో జాగ్రత్త వహించాలి.

"మేమిచ్చే ఉపన్యాసం అయిపోయాక మిగతా వారితో దానిపై జరిగే చర్చల్లో ఎలా పాల్గొనాలో అర్థం కావటం లేదు" అని కొందరు విద్యార్థులు అడుగుతూ వుంటారు. ఒక లీడర్‌లా మాట్లాడాలి. ఒక అనుచరుడిలా వినాలి. అదే టెక్నిక్. ప్రగాఢమయిన నమ్మకం లేకపోతే ఆ విషయాలు మాట్లాడవద్దు. ఒక్కోసారి అవతలివారు చెప్పేది కూడా కరెక్టే అవుతుంది. దాన్ని అర్థం చేసుకోవటంలో పొరపాటు జరిగితే, వప్పుకోవటంలో తప్పులేదు.

"నా తమ్ముడు ఈ రోజు రాత్రి ఇంటికి భోజనానికి వస్తున్నాడు" అని భర్త అంటే, "మీ తమ్ముడు ఈ రోజు రాత్రి ఇంటికి భోజనానికి రావటం లేదు" అని భార్య అంటే, రెండూ కరెక్టే అయివుండవచ్చు. వాళ్ళిద్దరూ 'ఒకే' తమ్ముడు గురించీ, 'ఒకే' రాత్రి గురించీ మాట్లాడుతూ వుండకపోవచ్చు. లేదా దంపతులు ఇద్దరివీ వేర్వేరు ఇళ్ళు అయివుండవచ్చు. అవతలివారు చెప్పేదాన్ని వింటున్నప్పుడు ఈ విధమయిన అవగాహన చాలా అవసరం.

నలుగురి మధ్యలో చాటుగా కూర్చుని వెనుకనుంచి మాట్లాడవద్దు. ధైర్యంగా లేచి నిలబడి చెప్పేదేదో చెప్పటం నేర్చుకోవాలి. విమర్శించవలసి వచ్చినప్పుడు, దాని తర్వాతి పరిణామాలు కూడా దృష్టిలో పెట్టుకొని విమర్శించాలి. పునాదిలేని విమర్శ అభాసు పాలవుతుంది.

సరిఅయిన టైమ్‌లో నిలబడాలి. అవతలివారు మాట్లాడుతున్నప్పుడు మధ్యలో ఆపకూడదు. మీ వాదనని ఎక్కడ కరెక్టుగా ఆపాలో తెలుసుకోవాలి. మొండిగా వాదించవద్దు. ఉద్యోగాన్నిచ్చే నిర్వాహకులు మిమ్మల్ని గమనిస్తూ వుంటారన్న స్పృహలో నిరంతరం వుండాలి. సరిఅయిన సమాధానం పూర్తిగా తెలియకపోతే, మాట్లాడక పోవటమే మంచిది. 'మనం మాట్లాడకపోతే ఇతరులు మనని మూర్ఖులుగా భావించే ఆస్కారం వున్నది. మనం మాట్లాడి, అది నిజమని నిరూపించకూడదు' అన్నాడు అబ్రహాం లింకన్.

ఉపన్యాసకళ

"నేను డిన్నర్ చేస్తూవుండగా నా భార్య పక్కన కూర్చుని నన్ను సముదాయిస్తున్నట్టు మాట్లాడటం ప్రారంభించింది. నాకు కోపం రాకుండా వుండటం కోసమా అన్నట్టు, నెమ్మదయిన స్వరంతో చెప్పటం మొదలుపెట్టింది. "మీ కోసం ఆవిడ మళ్ళీ ఫోన్ చేసింది." భోజనం చేస్తున్న నేను ఆపి తలెత్తాను. నా కళ్ళలోకి చూడకుండా నా భార్య కొనసాగించింది. "ఒకసారి ఆమె దగ్గిరకి వెళ్ళండి. ఆమెతో కలిసి భోజనం చెయ్యండి. వీలైతే సినిమాకి కూడా తీసుకెళ్ళండి..."

సభికులందరూ అతడేం చెప్తున్నాడా అన్నట్టు ఆసక్తిగా వింటున్నారు. వినేవారిలో ఇంటరెస్టు పుట్టేట్టూ ఉపన్యాసం ఎలా ప్రారంభించాలో చెప్పటానికి ఇది మంచి ఉదాహరణ. 'మదర్స్ డే' నాడు అతడు ఉపన్యాసం ఇస్తున్నాడు. "ఆ మరుసటి రోజే నేను ఆమె దగ్గిరకి వెళ్ళాను. నన్ను ఆప్యాయంగా దగ్గిరకి తీసుకుని ఆప్యాయంగా తల నిమిరింది. 'ఎలా వున్నావురా కన్నా! ఎన్నాళ్ళయిందిరా నిన్ను

ఉత్తమమయిన ప్రతిస్పందనకు ముఖ్యమైనది సంభాషణ. సంభాషణకు ముఖ్యంగా కావల్సింది ఉచ్చారణ. 'మా పిల్లవాడి ఉచ్చారణ బావోదు. మా అమ్మాయి తెలుగు సరీగ్గా మాట్లాడలేదు' అని కలతపడే తల్లిదండ్రులు బాల్యం నుంచే మంచి పద్యాలు కంఠతా పట్టించాలి. ఉదాహరణకి ఈ పద్యం చూడండి :

షడ్జా మాడ్జ కరాడ్జ వీడ్జ వసుధా డ్జాలాంచి తడ్జాకరే
జడ్జ కిట్కి ధరార్థలే ఘనఘనా ఖడ్జే త వీడ్య భ్రమా
వీధ్యాలుట్ట్రమ లుట్ప్రయట్ప్రయ పదా దడ్డ్గద్గ దడ్డ్గద్గహ
పాహోటేట్ప్రయ టట్స్రయట్ప్ర వరసత్ ప్రఖ్యాత సఖ్యోదయా!

చూసి...' అంది. పనివత్తిడిలో నా తల్లిని ఎంత పోగొట్టుకున్నానో ఆమె తడి కళ్ళని చూసి అర్థమైంది".

సరీగ్గా గుర్తులేదు. 1984లో అనుకుంటాను. నా మొట్టమొదటి ఉపన్యాసం మద్రాసు అడయార్ బీచ్‌లో ఇవ్వటం సంభవించింది. అప్పటికి 'అభిలాష', 'ఛాలెంజి', 'రాక్షసుడు' సినిమాలు విజయవంతం అయ్యాయి. 'మరణ మృదంగం' ప్రారంభ సందర్భంగా బీచ్‌లో పబ్లిక్ ఫంక్షన్ ఏర్పాటు చేసారు. చిరంజీవికి 'మెగాస్టార్' అన్న బిరుదు ఆ రోజుల్లోనే కొత్తగా మా నిర్మాత ప్రదానం చేసారు.

"మెగాస్టార్ చిరంజీవికి జన్మదిన శుభాకాంక్షలు" అని చెప్పాలి నేను. ఒకవైపు సముద్రం, మరోవైపు సముద్రం లాటి జనం. వళ్ళంతా చెమటలు. వణికే కాళ్ళు. ".... రాక్షసుడికి శుభాకాంక్షలు" అన్నాను. జనంలోంచి ఈలలు, చప్పట్లు. మొత్తం వుపన్యాసం నిమిషంలో పూర్తి అయింది. ఈ విధమైన ఇబ్బంది మొదటిసారి స్పీచ్ ఇచ్చే ప్రతివారికీ తప్పదనుకుంటాను. అయితే - ఎంత తొందరగా ఈ ఇబ్బందిలోంచి బయటపడతామన్నది మన ప్రాక్టీసుపై ఆధారపడి వుంటుంది.

నలుగురూ నవ్వుతారేమో నన్నభయం, పదిమంది ముందు తడబడతామేమో అన్న అనుమానం, వాక్య నిర్మాణం సరీగ్గా వుండదేమో అన్న జంకు - మనని టెన్షన్‌కి గురిచేస్తాయి.

ఆడిటోరియంలో అందరూ సీరియస్‌గా వుంటారు. మరికొందరు మాట్లాడుకుంటూ వుంటారు. ఇంకా కొందరు అల్లరి చెయ్యటానికి రెడీగా వుంటారు.

కానీ వారివైపు నుంచి ఆలోచిస్తే.... వారూ రిస్క్ తీసుకుంటున్నారు. మన స్పీచ్ ఎంత బోరింగ్‌గా వుంటుందో తెలియక సమయాన్ని పెట్టుబడిగా పెట్టి వచ్చి కూర్చున్నారు. ఉపన్యాసం ఏ మాత్రం బావున్నా చప్పట్లు కొట్టటానికి సిద్ధంగా వున్నారు. బంతి మన కోర్టులోనే వుంది.

ఒకటి మాత్రం నిజం. ఈ స్థితి ఎవరికయినా తప్పదు. మాట్లాడనివ్వకుండా గొంతులో ఏదో అడ్డుపడ్డ భావం. మెదడు మూగపోయిన అనుభూతి. కానీ ..... ఈ విషయం మనకే తప్ప అవతలి వారికి తెలియదు కదా! మన బలహీనతకి దాసోహమంటే ఇక ముందుకు సాగలేం. ఈ ప్రపంచంలో పెద్ద పెద్ద ఉపన్యాసకులందరూ ఈ విధమైన ఇబ్బందితోనే ప్రారంభించారని ధైర్యం తెచ్చుకోవాలి.

1. మొట్టమొదటగా టాపిక్ సిద్ధం చేసుకున్నాక, ఎంతసేపు మాట్లాడాలి - అన్నది నిర్ణయించుకోవాలి. సమయ నిర్ధారణ చాలా ముఖ్యం.
2. ముందు పాయింట్స్ వ్రాసుకోవాలి. జ్ఞాపకం వుంచుకోవాలి.
3. టేప్‌లో ఉపన్యాసం రికార్డ్ చెయ్యాలి. వెంటనే వింటే, మనదే కాబట్టి అద్భుతంగా వుంటుంది. రెండ్రోజుల తరువాత వినాలి. అంత దరిద్రమైన

ఉపన్యాసం ఇంతకు ముందు ఎన్నడూ వినలేదని మనకే అనిపిస్తుంది. కంగారు పడనవసరం లేదు. రెండో ప్రయత్నం నమ్మకం కలిగిస్తుంది.

4. ఒకసారి నమ్మకం కలిగాక అద్దం ముందు, ఆ తరువాత స్నేహితుల ముందూ ప్రాక్టీసు చెయ్యాలి. ఎలా నిలబడాలో, చేతులు ఎక్కడ ఎలా పెట్టుకోవాలో దీనివల్ల తెలుస్తుంది. నమ్మకం కుదిరాక స్టేజి ఎక్కాలి.
5. ఉపన్యాసం ప్రారంభానికి అరగంట ముందు నుంచీ మౌనంగా వుండటం మంచిది. మనసులో వల్లె వేసుకుంటూ వుండాలి. ఆపై ధైర్యంగా మైకు దగ్గిరకి వెళ్ళాలి.
6. మనం భయపడుతున్నట్టు మనకితప్ప మరెవరికీ తెలీదు. కాళ్ళు వణుకుతున్నా, చెమట్లు పడుతున్నా పైకి ధైర్యంగా కనపడాలి. కేవలం మొదటి రెండు మూడు సార్లే ఈ భయం వుంటుంది.
7. ఒక్కర్నే చూస్తూ కాకుండా, ఆడిటోరియం పూర్తిగా ఇట్నుంచి అటు వరకూ చూసూ మాట్లాడాలి. సభలో కొందరు శ్రద్ధగా, నవ్వుతూ, కుతూహలంగా మన ఉపన్యాసం వింటూ కనిపిస్తారు. వారి నుంచి ప్రేరణ పొందాలి. కొందరు మనని పట్టించుకోరు. వారిని మనం పట్టించుకోకూడదు.
8. మాట్లాడటంలో హితము ప్రియమూ అని వుంటాయి. 'హితం' అంటే మంచి. 'ప్రియం' అంటే నవ్వు తెప్పించేది. <u>వినేవారి బట్టి, సందర్భం బట్టి ఈ రెంటినీ మిక్స్ చెయ్యాలి.</u>
9. టాపిక్‌బట్టి స్వరం వుండాలి. మంత్రాలు చెప్తునట్టు, వార్తలు చదువుతున్నట్టు మోనోటోన్‌లో ఒకే స్వరంతో మూడ్ లేకుండా చెప్పకూడదు. కమ్యూనిస్టు సభకీ, వాలెంటైన్స్ డే సభకీ చెప్పే విధానంలో మార్పు వుండాలి.
10. ఒకటి మాత్రం గుర్తుంచుకోవాలి. మన దగ్గిర 'సరుకు' లేకుండా సభికుల్ని మోసం చెయ్యలేం. చెప్పేది నిజాయితీగా, మనస్ఫూర్తిగా చెప్పాలి. వారు కొట్టే చప్పట్లు మన ఉపన్యాసం బావుండా .... లేక .... 'ఇక చాలు. ఆపు' అనా? అన్నది గ్రహించాలి.

ఒకోసారి గ్రూప్ డిస్కషన్స్‌లోగానీ, ఉపన్యాసానంతరం చర్చల్లోగానీ ప్రశ్నల్ని ఎదుర్కోవలసి వస్తుంది. కరెక్ట్‌గా తెలిస్తేనే చెప్పాలి. లేకపోతే తెలివిగా తప్పించాలి. కోపంలోగానీ ఇరిటేషన్‌లోగానీ సమాధానం చెప్పకూడదు. అవతలివారు మనని ఇబ్బంది పెట్టటానికే ఆ ప్రశ్న అడిగారని గ్రహించాలి.

ఈ ఇబ్బందుల్ని దాటగలిగితే "అదిగో వినరా చప్పట్లు! అవేకదరా ఆకలిగొన్న కళా జీవికి పంచభక్ష పరమాన్నాలు..." అన్న కీర్తిశేషులు నాటకం డైలాగ్ నిజమవుతుంది.

ఇంటర్వ్యూలో కొన్ని ప్రశ్నలు వింతగా, మరికొన్ని హేళనగా, అవమానంగా కూడా వుండొచ్చు. ఇరుకైన పరిస్థితుల్లో మన ప్రవర్తన, సమాధానం ఎలా వుంటుందో అని గ్రహించటానికే అవతలివారు అలాంటి ప్రశ్నలు వేస్తున్నారు అని గ్రహించాలి.

మౌనం కూడా కళే : అవసరం అయినప్పుడు మాట్లాడటం ఎంత ముఖ్యమో, అనవసరం అయినప్పుడు మౌనంగా వుండటం కూడా అంత ముఖ్యమే! మనం మాట్లాడితే అవతలి వారికన్నా జ్ఞానం రావాలి. వారు మాట్లాడితే మనకన్నా లాభం వుండాలి. లేకపోతే మాట లెందుకు? అనవసరంగా మాట్లాడినా, దీర్ఘంగా చర్చించినా- మెదడులో నిద్రిస్తున్న న్యూరాన్లని మేల్కొటమే అని గ్రహించాలి.

ముఖ్యంగా రైల్లో ప్రయాణిస్తున్నప్పుడు ఈ విషయం గుర్తు పెట్టుకోవాలి. ప్రకృతిని ఆస్వాదించవచ్చు. వాక్‌మెన్ వినొచ్చు. అన్నిటికన్నా ఉత్తమంగా, ఏదైనా పుస్తకం చదువుకోవచ్చు. అవతలి వారు మాట్లాడించటానికి ప్రయత్నిస్తారు. 'ఎక్కడి వరకూ ప్రయాణం?' అంటూ ప్రారంభించి కబుర్లలోకి దింపుతారు. వారికి పనిలేదు. మీరు విద్యార్థి. క్లుప్తత నేర్చుకోవాలి. మేధావులు అవసరమైతేనే మాట్లాడతారన్న విషయం గుర్తుంచుకోవాలి.

గమ్మత్తు చూడండి. మీ ఇద్దరి మధ్య గంటసేపు సంభాషణ జరిగింది. "వచ్చే ఎలక్షన్స్‌లో తిరిగి కాంగ్రెస్ నెగ్గుతుందా?" అని అడిగాడు అవతలి వ్యక్తి. ".... అర్ధ రూపాయి ఇస్తే చెప్తాను" అనండి. ఇవ్వడు. పది పైసలకి చెప్తానన్నా ఇవ్వడు. మన అభిప్రాయం అవతలి వారికి పది పైసలు కూడా విలువ చెయ్యనప్పుడు మాటల్తో సమయం వృథా చేసుకోవటం దేనికి?

ఒక వయసులో మాట్లాడాలనే కోరిక చాలా వుంటుంది. అభిప్రాయాలు పంచుకోవటానికి మనసు తహతహలాడుతూ వుంటుంది. సందర్భాన్నీ, అవసరాన్నీ, సమయాన్నీ గ్రహించి మాట్లాడటమే విజ్ఞత!

4. ఏకాగ్రత (కుతూహలము)

ఒక విద్యార్థి ఏ రంగంలోనయినా పైకి రావటానికి మొదటి మూడు అంశాలూ తెలివి, జ్ఞాపకశక్తి, ప్రతిస్పందన అయితే, ఆఖరిదీ అన్నిటికన్నా ముఖ్యమైనదీ 'కుతూహలము'. కుతూహలం లేనిదే చేస్తున్న అటు పనిలోనూ, ఇటు చదువు లోనూ ఏకాగ్రత గానీ, చురుకు దనంగానీ రాదు. అందుకే ఇంటర్వ్యూల్లో అభ్యర్థి ఆసక్తిని పరీక్షిస్తారు.

కొందరు విద్యార్థులు తమకి ఏకాగ్రత తక్కువ అని ఫిర్యాదు చేస్తూవుంటారు. అటువంటి రుగ్మత ఏదీ వైద్య శాస్త్రంలో లేదు. ఇష్టమైన విషయాలపట్ల అందరి ఏకాగ్రతా ఒకేలా వుంటుంది. ఏ విషయం ఇష్టమైనదీ – అన్నదే ప్రశ్న!

తన దేశ ప్రజలు ఏ విధంగా పని చేస్తున్నారో చూడటం కోసం ఒక రాజుగారు ఏనుగెక్కి బయల్దేరారుట. రాజమార్గానికి ఇరువైపులా ప్రజలు పనులు ఆపి అభివందనం చేస్తూండగా, ఒక చెప్పులు కుట్టేవాడు మాత్రం కనీసం తలకూడా ఎత్తలేదట. ఆగ్రహించిన రాజుగారు అతడి తలనరుకుతానన్నార్ట. అప్పుడా వ్యక్తి ఈ విధంగా అన్నాడట– "రాజా! లేచి నమస్కరించటం మాట అటుంచు. కనీసం నేను తలెత్తిచూసినా, నేను కుడుతున్న చెప్పుపై సూది, పడవలసిన చోటున కాకుండా వేరొకచోట రంధ్రం చేస్తుంది. మన దేశంలో ఒక చెప్పు ఆ విధంగా వృథా అవటం నాకిష్టం లేకపోయింది".

ఆ మాటలకి ఎంతో సంతోషించిన రాజుగారు అతడిని కౌగిలించుకొని "నీలాటి వాడు నా రాజ్యంలో వున్నందుకు నేనెంతో సంతోషిస్తున్నాను" అన్నాడట. అప్పుడా చెప్పులవాడు రాజుగారి చెవిలో రహస్యంగా, "రాజా! మా పని మేము చేసుకోవటం మా విధి. మా పని మేము ఎలా నిర్వహిస్తున్నామో చూడటం మీ పని! మీ పని మీరు చేసుకోండి. మా పని మేము చేసుకుంటాం..." అన్నాడట. ఆ సలహా అందరిలో చెప్పకుండా పరువునిల్పినందుకు అతడిని మంత్రిని చేసుకున్నాడట రాజు.

'చదువు – ఏకాగ్రత' అన్న పుస్తకంలో వ్రాసిన ఈ కథ, 'ఏకాగ్రత' ఎలా వుండాలో చెప్పటానికి చక్కటి ఉదాహరణ. అటువంటి నైపుణ్యమే విద్యార్థిని అగ్రగామిని చేస్తుంది. మరి అటువంటి ఏకాగ్రత అందరికీ ఎందుకురాదు? దీనికి రెండు కారణాలు.

1. చేస్తున్నపని మీద ఉత్సాహం లేకపోవటం.
2. చేస్తున్నపని మీద ఉత్సాహం తగ్గించే విషయాలపై ఎక్కువ వుత్సాహం వుండటం.

ఇందులో మొదటి పాయింటు అర్థం చేసుకోవటం సులభమే. విద్యార్థికి చదువుపై ఉత్సాహం లేకపోవటం దానికి ఉదాహరణ. రెండో పాయింటు కాస్త కష్టం. అది అర్థం చేసుకుంటే 'ఏకాగ్రత తగ్గిపోయింద'న్న వారు ఆ సమస్య నుంచి బయటపడవచ్చు. అది సరిగ్గా అర్థం అవటం కోసం ఒక యదార్థ సంఘటన చెపుతాను.

16. ఒక్కోసారి సమాధానం వెంటనే స్ఫురించదు. ఏకాగ్రతతో ఆలోచించాలి. లోతుగా శోధించాలి. కొన్ని ప్రశ్నలకి అంత దీర్ఘాలోచన అనవసరం. టక్కున చెప్పెయ్యొచ్చు. "ఒకచోట పది కాకు లున్నాయి. 'ఢాం' అని పిస్టల్‌తో పేలిస్తే ఒకటి చచ్చింది. అక్కడ ఎన్ని వుంటాయి?" అన్న ప్రశ్నకి ఈ మూడింటిలో ఒక సమాధానం కరెక్టు. ఏమిటది? a) సున్నా b) సున్నా కన్నా ఎక్కువ c) ఒకటి.

ఒక సైకాలజిస్టు దగ్గరకి ఒక కుర్రవాడిని తీసుకొచ్చారు దంపతులు. వారు బీదవారు, అమాయకులుగా వున్నారు. కుర్రవాడు చాలా చురుగ్గా, హైపర్ ఆక్టివ్‌గా వున్నాడు. ఏకాగ్రత లేమి సమస్య.

"... మీ కుర్రవాడిని తరచు నా దగ్గిరకి తీసుకొచ్చి ట్రీట్‌మెంట్ ఇప్పించటంకంటే, మీరు సిద్ధుల్ని నమ్ముతానంటే నేనొక భస్మం ఇస్తాను. హిమాలయాల్లో పవిత్ర కైలాసగిరిపై పూజించిన భస్మమది. దాన్ని ప్రయత్నించి చూడండి. ఉచితంగా వస్తుంది కాబట్టి మీకూ నష్టం ఏదీలేదు. ఇది ఫలించకపోతే నా ట్రీట్‌మెంట్ ఎలానూ వుంటుంది కదా!" అన్నాడు. ఆ దంపతులు దానిని తప్పక వాడతామని భక్తిగా చెప్పాక, నెలకి సరిపోయేటంత ఇచ్చి "రోజుకి రెండు సార్లు, ప్రొద్దున్న సాయంత్రం నుదుటన పెట్టండి. రెండు గంటల పాటు ఇది వుండాలి. ఇది నుదుటన వున్నప్పుడు మాట్లాడటం కానీ, తినటం గానీ చేయరాదట. దానికన్నా ముఖ్యమైనది ఏమిటంటే, ఈ బొట్టు నుదుట వున్న ప్పుడు అల్లరి గానీ, ఆవేశము గానీ, మితిమీరిన ఆనందము, దుఖము, కోపము ప్రదర్శిస్తే ఫలించదని చెప్పాడు. మరోలా చెప్పాలంటే నాలుగ్గంటల పాటు టి.వి. గురించి గానీ, క్రికెట్ గురించి గానీ ఆలోచించ కూడదు. చూడకూడదు–ఆడకూడదన్న మాట. ఒక మానసిక శాస్త్రవేత్తగా నేను దీనిని ప్రచారం చేయరాదు. కానీ ప్రయత్నిస్తే తప్పులేదు కదా" అన్నాడు.

నెల రోజుల తరువాత ఆ దంపతులు అబ్బాయిలో అద్భుతమైన మార్పు వచ్చిందని, మరింత "పౌడర్ని" తీసుకెళ్ళారు. కాణీ ఖర్చులేకుండా ఆ విధంగా ఆ అబ్బాయి బాగుపడ్డాడు. అనవసర సమయాల్లో అధికంగా చిరుతిండ్లు తినటం, బుల్లితెరచూస్తూ ఎక్కువ ఆవేశానందాల్ని పొందటం, ఎక్కువ (ముఖ్యంగా తల్లితో) మాట్లాడటం, అలగటం, రోదించటం మొదలైన హైపర్ ఆక్టివ్ లక్షణాల్ని తగ్గించటం ద్వారా ఏకాగ్రత పెంచాడు ఆ మానసిక శాస్త్రవేత్త. అదే పైన చెప్పిన రెండో పాయింటు. చదువుపై ఉత్సాహం తగ్గించే విషయాలపై ఎక్కువ ఉత్సాహం వుండటం.

ఎటో వెళ్తోంది మనసు : కొందరు విద్యార్థులు అనిమేషులై, ఋషుల్లా పుస్తకాల్లోకి చూస్తూ వుంటారు. కానీ ఆలోచన్లు మాత్రం ఎక్కడో వుంటాయి. కాగితం కలంతో కూర్చుంటారు. కానీ ఒక్క అక్షరం వ్రాయరు. దీన్నే 'డ్వాడ్లింగ్' అంటారు. పోనీ ఆ విధంగా ఆనందంగా వుంటారా అంటే అదీ లేదు. ఒకవైపు అపరాధభావంతో 'మనసు నిలవటం లేదే' అని బాధపడుతూనే వుంటారు.

చదవవలసిన సబ్జెక్టు పరిణామం పెరిగిపోతున్న కొద్దీ ఈ విధమైన నిరాసక్తత ఏర్పడుతుందని శాస్త్రజ్ఞుల అంచనా. కాళ్ళూ చెయ్యీలాగే "మనసాడని" స్థితి! ప్రతి విద్యార్థి తనకొక "శక్తి సరిహద్దు" వుందనుకుంటాడు. అది తప్పు. ఆ సరిహద్దు దాటితే, తిరిగి మరింత శక్తి వస్తుంది.

శిఖరంలా పెరిగిపోతూన్న సిలబస్‌ని చూస్తున్న కొద్దీ, ఈ 'శక్తి సరిహద్దు' చిన్నదవటం ప్రారంభిస్తుంది. ఏ రోజు చదువు ఆ రోజు పూర్తి చేయకపోవటం వలన వచ్చే పరిణామం ఇది. **రోజుకి కనీసం ఒక గంటయినా చదవకపోతే (హోమ్‌వర్క్ కాకుండా) ఏదోలా వుండే మానసిక స్థితిని చిన్నతనం నుంచే అలవర్చుకోవటం ఉత్తమమయిన పద్ధతి.**

జోసెఫ్, హారీ అనే ఇద్దరు మానసిక శాస్త్రవేత్తలు విద్యార్థుల ఏకాగ్రతా రాహిత్యంపై చాలా ప్రయోగాలు చేసారు. తలుపు కొట్టటం నుంచీ, సుత్తితో బాదటం వరకూ రకరకాల అనవసరమైన ఆలోచనలు మనసు గది బయట నిలబడి అల్లరి చేస్తుంటాయనీ, సగటున ప్రతి మూడు సెకన్లకీ ఒక కొత్త ఆలోచన లోపలికి ప్రవేశించే ప్రయత్నం చేస్తుందని వీరి అంచనా !

ముఖ్యంగా ఒక విద్యార్థి తనకిష్టంలేని పాఠం చదువుతున్నప్పుడు వీటి వత్తిడి ఎక్కువ వుంటుంది. కొందరు విద్యార్థులకి అస్సలు చదువంటేనే ఇంటరెస్టు వుండదు. పూర్తి ఏకాగ్రత నిలవదు. మరికొందరికి కేవలం కొన్ని సబ్జక్టులే కష్టంగా వుంటాయి. అవి చదువుతున్నప్పుడు మాత్రమే ఏకాగ్రత నిలవదు. తమ పేరు మీద ఈ ఇద్దరు శాస్త్రవేత్తలు ఈ పరిణామాన్ని నాలుగు విభాగాలుగా విడగొట్టారు. వీటికి "జో–హారీ" కిటికీలుగా పేరుపెట్టారు.

1. తనకిమాత్రమే తెలిసిన తన బలహీనతలు
2. తనకీ ఇతరులకీ తెలిసిన (కోపం, బద్ధకంలాటి) తన బలహీనతలు
3. తనకి తెలియకుండా ఇతరులకి మాత్రమేతెలిసిన (గురక వగైరా) తన బలహీనతలు
4. తనకీ ఇతరులకీ కూడా తెలియని తన బలహీనతలు.

ఈ నాలుగు విభాగాల్లో అతి ముఖ్యమైనది, ప్రమాదకరమైనదీ చివరిది. దీన్నే ఇంగ్లీషులో 'ది అన్ నోన్ విండో' అంటారు. చిన్నప్పుడు ఎప్పుడో ఏదో సంఘటన వల్లా, లేదా కుటుంబంలోని విలువల వల్ల–ఒక విషయంపై విపరీతమైన ఇష్టంగానీ, అయిష్టంగానీ ఏర్పడుతుందని వీరంటారు. ఒక తల్లి మొట్టమొదటిసారి వంకాయ కూర వండినప్పుడు దాని రుచి గాని వాసనగానీ, రంగుగానీ చంటిపిల్లవాడికి నచ్చకపోతే, ఇక జీవితాంతం అతడు వంకాయ కూర తినడని ఈ థియరీ చెపుతుంది. దానికి సాంకేతికపరమైన ఏ ఇతర కారణమూ వుండదనీ, అసలు కారణం తెలుసుకోకుండా ఎంత శోధించినా ఫలితముండదనీ వీరు చెపుతున్నారు.

డిన్నర్‌కి ఆహ్వానించి కప్పల కూరపెట్టి ఎవరు ఎంత ఆప్యాయంగా బలవంతం పెట్టినా మన తినలేం. అది కప్ప అని తెలియకపోతే తినగలమేమో! కొత్తరుచుల ప్రయోగానికి ఇష్టపడే వారికి వీలవుతుందేమో! అయితే దీనికి కేవలం ఒక శాతం మాత్రమే అవకాశం వున్నది!

బాల్యం నుంచీ అలవాటుంటే తప్ప.... అది ఎంత రుచిగా వున్నాసరే, ఎంత మసాలా పెట్టినా సరే అది కప్ప అని తెలియగానే వామ్టింగ్ అయిపోతుంది. మన ప్రేవులకీ, గొంతుకీ, నోటికీ మన ప్రమేయం లేకుండానే మెదడు ఆ విధంగా సూచన్లు ఇస్తుంటే అది లోపలికి వెళ్ళదు.

కప్ప-పాము-కోతి మెదడు-జాగ్రత్తగా పరిశీలించి చూస్తే .... జీవితంలో ఏదో ఒక స్టేజి నుంచీ వీటిని తినటంపట్ల ఈ అసహ్యం ప్రారంభం అయివుంటుంది. ఏ స్టేజి నుంచి....? బహుశ హిందూ దేశపు విలువలు దానికి కారణం అయి వుండవచ్చు. అందుకే కాబోలు, సరిహద్దుకి కాస్త అవతల వున్నవారు ఎంతో ఆప్యాయంగా తినేది మనకు వెగటు పుట్టిస్తుంది.

మన ప్రమేయం లేకుండా మెదడు ఈ విధంగా నిరాకరించటం తిండికే కాదు, చదువుకి కూడా వర్తిస్తుంది. ఫలనా సబ్జెక్టుని లోపలికి తీసుకోవటానికి మనసు అస్సలు వప్పుకోదు. దీనికి పునాది చిన్నప్పుడే పడివుండవచ్చు... లేదా కొత్త స్నేహాల వలన రావొచ్చు.... 'కష్టపడి' చదువు అన్న పెద్దల మాట అయివుండవచ్చు ..... 'చిన్న కుర్రాడే కదా, అప్పుడే ఏం చదువుతాడులే' అని ఒక తల్లి చిన్నతనంలో చూడనిచ్చిన, 'మంచం మీద మొగుడు- మంచం క్రింద ప్రియుడు' సీరియల్ అయివుండవచ్చు.

1) అర్థం చేసుకొనే ప్రతిస్పందనలో వేగంలేకపోవటం, 2) సమస్యని సరిగ్గా విశ్లేషించే శక్తి కొరవడటం- అన్న రెండు కారణాలూ విద్యార్థుల్లో చదువుపట్ల ఏకాగ్రత తగ్గిస్తాయి. అర్థం అవటం కోసం పై రెండు అంశాల్నీ రెండు ఉదాహరణల ద్వారా చర్చిద్దాం.

1. ఒక టీచరు వివరిస్తున్నాడు : 'సైక్లో హెక్సిన్ అమరికని బెంజిన్ వలయంతో పోల్చండి. $C_6 H_{10}$ వలయం ఆరు కార్బన్ పరమాణువుల సముదాయంతోపాటు...' వింటున్న విద్యార్థికి ఒక్క ముక్క అర్థం కావటంలేదు. బెంజిన్ వలయంగురించి సరిగ్గా గుర్తులేదు. కార్బన్ గురించి లీలగా గుర్తుంది. కానీ పునాది లేని భవంతి నిలబడదు. కెమిస్ట్రీ అంటే ఆ విధంగా భయం పట్టుకుంది. టీచర్ చెప్పుకు పోతున్నాడు. మనసు ఎటోపోతోంది. అర్థం చేసుకునే ప్రతిస్పందనలో వేగం లేకపోవటం అంటే ఇదే. పైతాగరస్ సిద్ధాంతం తెలియని విద్యార్థికి $\sin\theta/\cos\theta = \tan\theta$ అని ఎలా అర్థం అవుతుంది?

2. తమకి ఏకాగ్రత కుదరటం లేదని ఫిర్యాదు చేసే విద్యార్థులు, అసలు కారణాన్ని వెతికి పట్టుకోవాలి. ఏ మానసిక వైద్యుడూ తాయెత్తు ఇవ్వలేడు కదా. "ఆఅఅ" లంటారు. ఆహారం, అతినిద్ర, అభిరుచి - వీటిపట్ల దృక్పథం (ఇష్టం) మార్చుకోకపోతే ఏకాగ్రత కుదరదు.

తల్లిదండ్రులు పిల్లవాడిని ప్రిన్స్‌పాల్ దగ్గిరకి తీసుకువెళ్ళారు. అంతవరకూ మంచి మార్కులు వచ్చేవి. కొత్తస్కూల్లో చేర్పించాక మార్కులు రావటం లేదు. ఆయనకూ అర్థంకాలేదు. తన టీచర్లందరూ బాగా అనుభవంవున్న వారే. వారిది తప్పులేదు. అయినా- మిగతా అందరికీ బాగానే వస్తున్నాయే. అలా అని ఈ విద్యార్థినీ తప్పు పట్టటానికి వీల్లేదు. ముందు క్లాసు వరకూ చాలా మంచి మార్కులు వచ్చాయి అతనికి. మరి తప్పు ఎక్కడుంది? ఇటువంటి సమయంలో రిగ్రెషన్ పద్ధతి ద్వారా సమస్యకి అసలు కారణం వెతికి పట్టుకోవాలంటారు సైకాలజిస్టులు.

ఒక పెద్ద కంపెనీకి నగరం మధ్యలో అద్భుతమైన భవంతి వున్నది. టూరిస్టులు కూడా వచ్చి చూసే ఆ భవంతిని ఆ కంపెనీవారు ఎంతో ప్రతిష్టాకరంగా భావిస్తారు. చీకటి పడక ముందే దేదీప్యమానంగా లైట్లు వెలిగిస్తారు. ఆర్నెల్ల కొకసారి రంగులు వేసి నిత్య నూతనంగా వుంచుతారు. దానికి దాదాపు పది లక్షల ఖర్చు అవుతుంది.

బిల్లుల పై సంతకం పెడ్తూన్న అధికారికి, ఆర్నెల్లకొకసారి ఎందుకు రంగులు వేయాలో అర్థం కాక ఆ విషయం ఛైర్మన్‌కి తెలిపాడు. కారణాలు వాకబు చేస్తే, పక్షుల రెట్టలవల్ల భవంతి పాడవుతోందని తెలిసింది. పక్షులు రాకుండా ఏం చెయ్యాలా అని అధికారులు ఆలోచించసాగారు. అసలు అన్ని పక్షులు తమ భవంతికే ఎందుకు వస్తున్నాయి అని అన్వేషిస్తే, పురుగుల వలన అని తెలిసింది. చీకటి పడగానే ముసురుకునే పురుగుల్ని తినటం కోసం పక్షులు చేరుతున్నాయి అని తెలుసుకున్నారు.

పురుగుల మందు వారాని కొకసారి చల్లటానికి టెండర్లు పిలుద్దామనుకున్నారు. రెండు లక్షలు ఖర్చు అవుతుందని అంచనా వేసారు. సంతకం కోసం ఫైలు ఛైర్మన్‌కి పంపారు. కానీ నగరంలో ఇన్ని మురికివాడలుండగా పురుగులు తమ భవంతికే ఎందుకొస్తాయన్న అనుమానం ఆఖరి నిమిషంలో ఛైర్మెన్‌కి కలిగింది. భవంతి చుట్టూ దట్టమైన చెట్లు కారణమన్నారు, అర్జెంటుగా సమాధానం వెతికే అధికారులు! కొమ్మలు

17. కొంతమందికి విపరీతంగా మాట్లాడే అలవాటు వుంటుంది. అవసరం వున్నాలేక పోయినా మాట్లాడేస్తూ వుంటారు. ఆ విధంగా ఒకావిడ టాక్సీ ఎక్కి మాట్లాడసాగింది. ఆవిడ నాన్-స్టాప్ వాగుడు భరించ లేక డ్రైవరు 'అమ్మా! మీరేదో మాట్లాడుతున్నారు. నాకు వినపడి చావదు. చెవుడు' అన్నాడు. ఆవిడ ఠక్కున మాటలు ఆపింది. సూపర్ మార్కెట్ దగ్గిర దిగి, డబ్బులిచ్చి టాక్సీ పంపేసి, లోపలికి వెళ్ళి సరుకులు కొనుక్కొంటుండగా, అపుడు స్ఫురించింది -డ్రైవరు అబద్ధం చెప్పాడని! ఎలా?

కొట్టెయ్యటం గురించి తర్జన భర్జనలు జరిగాయి. అలా చేస్తే అందంపోతుంది. మరేం చెయ్యాలా అని ఆలోచిస్తూ అసురసంధ్య వేళ భవంతి బాల్కనీలో నిలబడిన ఛైర్మెన్‌కి అసలు కారణం అర్థమయింది.

తమ భవనాన్ని అందరికీ గర్వంగా చూపించాలనే మితిమీరిన ఉత్సాహంతో, అందరికన్నా ముందుగా లైట్లు వెలిగిస్తూ వుండటంతో, నగరంలోని పురుగులన్నీ అక్కడికే వచ్చి చేరుకుంటున్నాయన్న అసలు కారణం అది! అరగంట ఆలస్యంగా లైట్లు వేయటం ద్వారా, ఆ విధంగా పది లక్షల ఖర్చు తగ్గించారు. సమస్యని పరిష్కరించాలంటే దాని అసలు కారణం తెలుసుకోవాలనటానికి ఇంతకన్నా మంచి ఉదాహరణ మరింకేం కావాలి?

ఇదే దృష్టితో ఆ కుర్రవాడు కేసు పరిశీలిద్దాం. ఆ కుర్రవాడు స్వతహాగా అంతగా చదవడు. కానీ మంచి మార్కులు వచ్చాయి. అంటే ఆ కుర్రవాడి తెలివి, కృషి,జ్ఞానం ఆ క్రింది క్లాసువరకూ సరిపోయిందన్నమాట. ఈ విషయం గుర్తించక పెద్దలు, ఆ స్కూల్ మీద నెపం వేసారు.

అలజడి

ఒక అనవసరపు ఆలోచన మనసులో ప్రవేశించిందీ అంటే, 'నువ్వు నీ పనిని మర్చిపోయావు' అని అది గుర్తు చేస్తోందన్న మాట.మనిషి మనసు ఎందుకు మాటిమాటికీ పరిపరి విధాలపోతుంది ? ముఖ్యంగా విద్యార్థులకి..? చేస్తున్నపని మీద ఎందుకు ఏకాగ్రత నిలిపి దాన్ని ఆనందించలేరు?

బహుశ దీనికి ప్రారంభం ఆనాది మానవుల కాలం నుంచీ అయివుంటుంది. ఆ రోజుల్లో.... అంటే దాదాపు లక్ష సంవత్సరాల క్రితం... మానవుడు గుహల్లో పడుకునే రోజుల్లో... నరమాంస భక్షకులయిన క్రూరమృగాలు ఏ క్షణం లోపలికి ప్రవేశించి తమను ఛిద్రం చేస్తాయో అన్న భయంతో నిరంతరం వారు అలజడి చెందుతూ గుమ్మం వైపు చూస్తూ రాత్రంతా నిద్రలేమితో బాధపడుతూ వుండేవారేమో!

మరిప్పుడు మనకేమయింది? ఎందుకు ప్రశాంతంగా వుండలేము? విద్యార్థులు ఎందుకు ఏకాగ్రతతో చదువుకోలేరు? పెద్దలు ఎందుకు కలతనిద్రకి దూరం కాలేరు? గుహలూ, క్రూరమృగాలూ, నరమాంస భక్షకులూ లేవు కదా!

ఉన్నాయి. అంతకన్నా భయంకరమైనవి వున్నాయి. న్యూస్‌లూ, టి.వి. సీరియల్సూ, సినిమాలూ, రాజకీయాలూ, బాంబు బ్లాస్టులూ, సెల్‌ఫోన్లూ, ఛాటింగ్‌లూ... ప్రశాంతతని పోగొట్టే విషయంలో ఇవి ప్రముఖ పాత్ర వహిస్తున్నాయి.

పూర్వకాలం విద్యార్థులకి ఆటలూ, చదువూ తప్ప వేరే వ్యాపకం వుండేది కాదు. శలవురోజుల్లో చెరువులో ఈత కొట్టటాలూ, సాయంత్రాలు కోతి కొమ్మచ్చులే తప్ప, ఇరవై నాలుగ్గంటలూ మనసుని తమవైపే ఎంగేజి చేసే ఛాటింగ్‌లూ, సెల్ ఫోన్‌లూ, క్రికెట్‌లూ వుండేవి కావు. చదువుకీ, ఆటలకీ కంపార్ట్‌మెంట్‌లు విడిగావుండేవి. వ్యాపకాలు ఆ రోజుల్లో జీవితంలో ఒక భాగం మాత్రమే! వ్యాపకమే జీవితం కాదు!! **సాయంత్రం ఈతకొట్టి ఇంటికొచ్చిన కుర్రవాడు, రాత్రిపూట చదువుకొనేటప్పుడు తిరిగి చెరువు గురించి ఆలోచించేవాడు కాదు.** క్రికెట్ గురించి మాట్లాడుకున్నంతగా, స్నేహితుల మధ్య 'కోతి కొమ్మచ్చి- కబాడ్డీ'ల గురించి చర్చ వుండేది కాదు- ప్రొద్దున్న బడి, సాయంత్రం ఆట, రాత్రి చదువు. అంతే. ఇన్ని అలజడులు లేవు. ప్రశాంతత పోవటానికీ, ఏకాగ్రత నిలబడక పోవటానికీ మూడు కారణాలున్నాయి.

1) బాహ్య అలజడులు : ఆకలి, శబ్దం, మనుష్యుల గొడవ, మాటలు, వాసన ఇల్లంతా నిశ్శబ్దం, లేదా చిమ్మచీకటి, దోమలు మొదలైనవన్నీ పంచజ్ఞానేంద్రియాలయిన నోరు, చెవి, ముక్కు, కన్ను, చర్మాలపై ప్రభావం చూపిస్తాయి. జ్ఞానేంద్రియాలు సుఖంగా ప్రశాంతంగా లేనప్పుడు ఏకాగ్రత కుదరదు.

2) అంతర్గత అలజడులు : ఏకాగ్రత రెండు రకాలు. సినిమా చూస్తున్నపుడు ఆ డైలాగులే తప్ప, గేట్‌మెన్ కాళ్ళు అడ్డుతీయమని పక్కన నించుని చెప్తున్నా వినపడవు. చర్మం మీద ఏదైనా పాకినా తెలీదు. పార్టీలో మనం ఎవరితో మాట్లాడు తున్నామో ఆ మాటలే తప్ప మరే గొడవా చెవులకు సోకదు. దీన్నే 'కాక్‌టెయిల్ పార్టీ అటెన్షన్' అంటారు. ఆ విధంగా కాకుండా, ఒకేసారి మూడు నాలుగు జ్ఞానేంద్రియాల్తో

18. ఒక రాజకుమార్తెని ముగ్గురు ప్రేమించారు. రణధీరుడు, సమరసింహుడు, శాంతి సమీరుడు. ఆమె మాత్రం అందులో ఒకర్నే ప్రేమించింది.

రాజు వారు ముగుర్నీ అడవికి తీసు కెళ్ళాడు. అక్కడికి వెళ్ళేసరికి మిట్ట మధ్యాహ్నం అయింది. ముగ్గురి కళ్ళకీ గంతలు కట్టారు. మరికొంత దూరం ప్రయాణించాక ఒక భవంతి వుంది. దానికి ఏడు ద్వారాలున్నాయి. ఆరు తెల్ల తలుపులు. ఒకటి నల్లది. శాంతి సమీరుడిని నల్లతలుపు ఏదో చూపించ మన్నాడు రాజు. లోపల ఆరు తెల్లగుర్రాలూ, ఒక నల్లగుర్రం వుంది. సమరసింహుడి పరీక్ష నల్లగుర్రాన్ని కనుక్కోవటం. లోపలకి ప్రవేశిస్తే ఆరు ఆహార పళ్ళేలపై నల్లగుడ్డలు, ఒక దానిపై తెల్లవస్త్రం కప్పబడి వున్నాయి. రణధీరుడు నల్లవస్త్రం వున్న పళ్ళేన్ని కనుక్కోవాలి. రాకుమార్తె ప్రేమించిన యువకుడే విజేత అయ్యాడు. అతనెవరు? ఎలా కనుక్కున్నాడు (అది వేసవి కాలం).

వేర్వేరు పనులు చేయటాన్ని 'డివైడెడ్ అటెన్షన్' అంటారు. భోజనం చేస్తూ, టి.వి. చూస్తూ ఫోన్‌లో మాట్లాడటం ఈ విభాగంలోకి వస్తుంది. అంతగా ప్రాముఖ్యత లేని విషయాలకి ఈ విధమైన ఏకాగ్రత సరిపోతుంది. తింటూగానీ, పాటలు వింటూగానీ, కలలుకంటూగానీ చదివితే అందుకే ఏకాగ్రత నిలవదు.

3) అలసట : అలసట కూడా రెండు రకాలు. మానసికమైనది. శారీరకమైనది. ఏకాగ్రత కుదరటం లేదన్న విద్యార్థులు మానసికంగా ఎక్కువ అలసిపోతున్నారన్న మాట. మాట్లాడం వలన, ఎక్కువ టి.వి. చూడటం వలన, వాదించటం వలన మెదడు తొందరగా అలసిపోతుంది. "మా అబ్బాయి ప్రొద్దున్న లేచినప్పటి నుంచీ మాట్లాడుతునే వుంటాడు. ఇంకెవర్నీ మాట్లాడనివ్వడు" అని ఒక తల్లి వ్రాసింది. పిల్లవాడి వయసు పదేళ్ళలోపు అయితే కంగారు పడనవసరం లేదని చెప్పటం జరిగింది. అంతకన్నా ఎక్కువ అయితే, దాని హైపర్ ఆక్టివిటీ అంటారు. ఇది వున్న పిల్లలు ఒక చోట కుదురుగా కూర్చుని చదవరు. టి.వి. ఛానెల్స్ వెంట వెంటనే మార్చేస్తూ వుంటారు. ఒక పట్టాన తల్లి వంట సచ్చదు.

ఈ మూడు విభాగాల అలజడుల నుంచీ ఎలా బయటపడాలో చర్చించేముందు, మెదడుకీ ఏకాగ్రతకీ వున్న సంబంధం గురించి తెలుసుకుందాం.

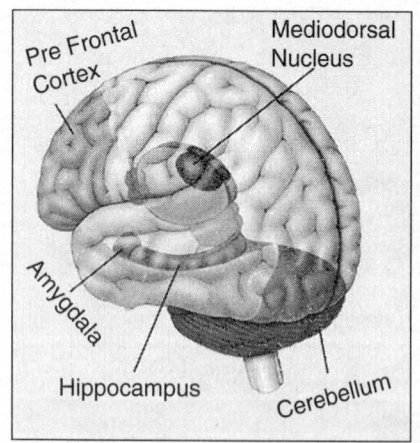

అయిదు ఇంద్రియాల ద్వారా మెదడు విషయ జ్ఞానాన్ని స్వీకరిస్తుంది. వాటిని విడగొట్టి రెండు వేర్వేరు ప్రాంతాలకి పంపిస్తుంది. ఒకటి 'అమిగ్‌డాలా'కి .... రెండు 'థాలమస్' కి! మొదటిది అటెన్షన్, రెండోది రిటెన్షన్.

భయము, కోపము, దుఖము, ఆనందము మొదలైన భావోద్వేగాల్ని కలిగించేది అమిగ్ డాలా. విషయాన్ని భద్రపరిచేది థాలమస్. సాంకేతిక పరంగా 100% కరెక్ట్ కాకపోయినా, సులభంగా అర్థమవటం కోసం ఒక ఉదాహరణ రూపేణా దీన్ని తెలుసుకుందాం.

పిచ్చికుక్క కనపడినప్పుడు వెంటనే అక్కణ్ణుంచి తప్పుకోవాలి – అన్న విషయాన్ని తల్లి చెప్పిందనుకుందాం. చెవి ద్వారా ప్రవేశించిన ఈ జ్ఞానం న్యూరాన్‌లలో నిక్షిప్తమై వుండిపోతుంది. ఆ తరువాత పదేళ్ళకి పిచ్చికుక్క మొట్టమొదటిసారి కనపడినాసరే, వెంటనే కన్ను ద్వారా ప్రవేశించిన ఈ దృశ్యం (జ్ఞానం) వలన అది మళ్ళీ స్పందిస్తుంది. అయితే ఈసారి అది అమిగ్‌డాలాకి వెళ్తుంది. అప్పుడు భయం కలుగుతుంది. శరీరంలో వెంటనే అడ్రినలిన్ రిలీజ్ అవుతుంది. తాత్కాలికంగా విపరీతమైన శక్తి

వస్తుంది. దాంతో పదిరెట్లు వేగంగా పరుగెత్తగలుగుతాడు. రిటెన్షన్‌కీ అటెన్షన్‌కీ వున్న సంబంధం అది. ఆ విధంగా మెదడు, జ్ఞానేంద్రియాలకీ కర్మేంద్రియా లకూ మధ్య వారధిలా పనిచేస్తుంది.

ఎమిగ్‌డాలా ప్రభావం ఎక్కువగా వున్న వ్యక్తి త్వరగా భావోద్వేగాలకి లోనవుతాడు. దుఖంగానీ, కోపంగానీ, భయంగానీ ఎక్కువగా, తొందరగా వస్తూవుంటాయి. ఏకాగ్రత ఒక పట్టాన నిలవదు. ఉదా హరణకి ఇటువంటి వ్యక్తి చదువుకుంటు న్నప్పుడు, కన్ను ద్వారా మెదడుకి ప్రవే శిస్తున్న జ్ఞానాన్ని, వంటింట్లోంచి వస్తూన్న బిర్యానీ వాసన అడ్డుకుంటుంది. లేదా పక్కరూమ్‌లోంచి వినిపిస్తూన్న పాట అతడి ఏకాగ్రత చెడగొట్టటానికి సరిపోతుంది! ఆ తరువాత ఆలోచన్లు ఇక ఎటోపోతాయి. ఇటువంటి విద్యార్థుల దృష్టి చదువు మీదనుంచి మరల్చటానికి ఒక చిన్నశబ్దం, స్పర్శ, వంటింట్లోంచి వచ్చే వాసన, కిటికీ బయట కనపడే దృశ్యం చాలు. ప్రేమ, స్నేహితుల గురించి ఆలోచనలు కూడా ఈ కోవలోకే వస్తాయి.

మనసుకి నిరంతరం ఉత్సాహాన్నిస్తూ ఆలోచన్లని ఎటో పోనిచ్చేది డోపమైన్. కాళ్ళకి తాడుకట్టుకుని తలక్రిందులుగా కొండమీద నుంచి దూకటాన్ని బంగీ జంప్ అంటారు. మెదడులోని 'డోపమైన్' మనుష్యుల్ని ఇటువంటి సాహసకృత్యాలకి ప్రేరేపిస్తుంది. గెలవగానే గాలిలో ఎగిరి గంతెయ్యటం, జాతర్లలో నాట్యం, కొరడాల్తో కొట్టుకోవటానికి ప్రేరకం కూడా ఇదే. రాజకీయ నాయకులకీ, సినిమా వారికీ, ఆటగాళ్ళకీ ఇటువంటి 'సంచనాల'పై ఉత్సాహం ఎక్కువ ఉంటుంది. పదేళ్ళ కుర్రాడు సోఫాలో ఎగిరిగంతువేసి చూపుడు వేలుతో "ఢాం.... ఢాం" అని పేల్చటం కూడా దీని ప్రభావమే. అయితే వయసు పెరిగేకొద్దీ దీని ప్రభావం తగ్గుతుంది. అయితే ఇది తగ్గకూడదు. తగ్గితే దాన్ని 'విజయం నుంచి రిటైర్మెంట్' గా పోల్చవచ్చు. కానీ ఏది విజయం? క్యూని ఛేదించి మొదటి షో టిక్కెట్టు సంపాదించటమూ విజయమే. ఫస్ట్ రాంక్ వచ్చినట్టు పేపర్లో చూసి ఆనందభాష్పాలు రాల్చటమూ విజయమే!

డోపమైన్ ద్వారా ఒకవైపు ఉత్సాహం పొందుతూ, అమిగ్ డాలాని సరిఅయిన మార్గంలో కంట్రోల్ చేస్తే, ఏకాగ్రత పెరుగుతుంది. ఆ టెక్నిక్స్ వివరించి ఈ అధ్యాయాన్ని ముగిస్తాను.

చదువుపట్ల ఆకర్షణ పెంచి, దాని ద్వారా ఏకాగ్రత సాధించగలిగే మొట్ట మొదటి సూత్రం- వీలైనంతసేపు అవసరంలేనప్పుడు మౌనంగా వుండ(గలగ)టం! ఇదే కచ్చితమయిన, సులభమయిన, ఏకైక మార్గం! స్వీట్లు తింటూ డయాబిటీస్ తగ్గించమనే రోగిని డాక్టర్ ఏ విధంగా ట్రీట్‌చెయ్యలేడో, అతివాగుడు విద్యార్థికి ఏ సైకాలజిస్టూ రాంకు తెప్పించలేడు.

పిల్లలెందుకు ఎక్కువ మాట్లాడతారు ?

చిన్నప్పుడు పెద్దలు మాట్లాడుతారు. పిల్లలు వింటారు. రెండో స్టేజిలో పిల్లలు ఎక్కువ మాట్లాడుతారు. పెద్దలు వింటారు. పిల్లలు స్కూల్‌లో జరిగిన ప్రతి విషయమూ ఇంటికొచ్చి చెప్పటం ద్వారా, తమ ప్రవర్తన 'సరిఅయినదే' అన్న నమ్మకం పెంచుకోవటం కోసం తల్లితో (అవకాశమిస్తే తండ్రితో) మాట్లాడతారు. భర్తలు బయటపనుల్తో (?) బిజీగా వుంటూ ఇంటికి ఆలస్యంగా వస్తూండటంతో, తల్లులు పిల్లల్తో ఎక్కువ మాట్లాడటానికి అభిలషిస్తారు. దాన్నే ప్రేమకు నిదర్శనంగా భావిస్తారు.

ఆ తరువాత స్టేజిలో పిల్లల అభిరుచులు మారతాయి. పెద్దలు మాట్లాడే విషయలు నచ్చవు. వారి భావాల్తో వీరు ఏకీభవించరు. కామన్ టాపిక్స్ దొరకవు. బయట స్నేహితుల్తో మాట్లాడటం ఎక్కువ అవుతుందందుకే! అయితే వేర్వేరు విషయాలపట్ల స్నేహితులకి కూడా అంతే బలమైన అభిప్రాయాలుండటంతో వాదనలు మొదలు అవుతాయి. క్రికెట్ నుంచీ సినిమాల వరకూ బలంగా వాదించుకుంటారు. శరీరంలో అడ్రినల్ విడుదల అవుతుంది. లోపల్నుంచి పెల్లుబికి వస్తూన్న శక్తి ఆ విధంగా ఖర్చవటంతో అందరికీ ఒక విధమైన తృప్తి కలుగుతుంది. మాట్లాడటం ఒక ఆహ్లాదకరమయిన వ్యసనంగా క్రమక్రమంగా మారుతుంది.

ఈసారి మీరు మీ ఫ్రెండ్‌తో ఫోన్లో మాట్లాడుతున్నప్పుడు మీకు తెలియకుండా మీవాళ్ళని రికార్డ్ చేయమనండి. అరగంట పైగా జరిగిన ఆ సంభాషణల్లో అంత అర్జంటుగా మాట్లాడు కోవలసిన అవసరమైన విషయాలు ఏమయినా వున్నాయేమో పరిశీలించండి. మీకే తెలుస్తుంది. ఏది ఏమయినా అధిక సంభాషణం వలన, వాదోపవాదాల వలన ఈ క్రింది పరిణామాలు సంభవిస్తాయి:

ఒకటి : ఒక సినిమా గురించి గానీ, నటుడి గురించి గానీ తన వాదనని సపోర్ట్ చేయటానికి, ఎక్కడో నిద్రపోతున్న జ్ఞాపకాల్ని (న్యూరాన్స్‌ని) మేల్కొలపాలి. వాదించటానికి కావలసిన విషయాల్ని సమీకరించుకోవాలి. దానివల్ల ఆ న్యూరాన్లు తిరిగి ఆక్టివ్ విభాగానికి వస్తాయి. అక్కడున్న (చదువు తాలూకు) న్యూరాన్లు పాసివ్ విభాగానికి వెళ్తాయి. అనవసరమైన విషయాలకి మెదడు ఎక్కువ స్థలం కేటాయించటాన్ని 'గార్బేజిస్పేస్' అంటారు. మెదడు ఈ విధంగా అనవసర విషయాల్తో ఒక గార్బేజిలా తయారవుతుంది. చదువు వెనక్కి వెళ్తుంది.

రెండు : ఇతరులతో ఆవేశంగా గానీ, ఉద్వేగంగాగానీ వాదించేటప్పుడు విడుదలయ్యే అడ్రినలిన్ మనల్ని హైపర్ ఆక్టివ్‌గా తయారుచేస్తుంది. వాదనలు పరాకాష్టకు చెందినప్పుడు విద్యార్థులే కాదు, పెద్దలు కూడా గొంతు చించుకుని అరవటం మనం చూస్తూనే వుంటాం. ఇది శరీరానికే కాదు, మనసుకి కూడా హానికరం. బయట అంత మాట్లాడాక ఇంటికొచ్చి చదివినా అది మనసుకెక్కదు.

మూడు : మౌనంగా వున్నప్పుడు కన్నా మాట్లాడేటప్పుడు మెదడులోని విద్యుదయస్కాంత కెరటాలు పది రెట్లు వేగంగా స్పందిస్తాయి. వాదించేటప్పుడు అవి యాభై రెట్లు అవుతాయి. అందువల్ల ఏకాగ్రత తగ్గుతుంది. ఏదైనా గొడవ జరిగాక, చేస్తున్న పనిమీద మనసు నిలబడక పోవటానికి కూడా అదే కారణం. ఈ నేపథ్యంలో ఏకాగ్రత నిలవటానికి విద్యార్థి తీసుకోవలసిన జాగ్రత్తలు గురించి ఇప్పుడు చర్చిద్దాం.

1) వాతావరణం : a) కరాటే ఆటగాడు పోటీ ప్రదేశంలోకి ప్రవేశించబోయే ముందు ఏ విధంగా గాలిలోకి పంచ్‌లు ఇస్తూ, బలంగా వూపిరి తీస్తూ 'మూడ్' లోకి ప్రవేశిస్తాడో – ఆ విధంగా చదువు ప్రారంభానికి ముందు (పంచ్‌లు ఇవ్వనవసరం లేదు కానీ) కళ్ళు మూసుకుని రెండు నిముషాలు బలంగా ఊపిరి పీలుస్తూ వదలండి. దీన్నే 'క్లీనింగ్ ది స్లేట్' అంటారు. రచన చేయటానికి ముందు ఈ రోజుకీ నేనీ పద్ధతిని అవలంబిస్తాను. అదే విధంగా, చదువు ప్రారంభానికి ముందు, మరుసటి రోజు సాయంత్రం తాలూకు సినిమా ప్రోగ్రాం గురించి గానీ, పిక్నిక్ గురించిగానీ చర్చించ కూడదు. దానివలన ఆలోచన్లు అటే వుంటాయి.

2) స్థలం : చదువుకోవటం కోసం ఒక స్థలం పెట్టుకోండి. ఆ స్థలంలో తప్ప వీలైనంత వరకూ మరెక్కడా చదవొద్దు. మంచంమీదా, వంటింట్లో అసలొద్దు అప్పుడప్పుడూ ఆరు బయటా, మెట్ల మీదా పర్వాలేదు. **చదివే స్థలంలో తినటం, ఫోన్ మాట్లాడటంలాటి పనులు చెయ్యొద్దు.** కేవలం చదువు కోసమే ఆ స్థలాన్ని వాడాలి. కొంత కాలానికి మీకూ, చదువుకీ, ఆ స్థలానికీ మధ్య ఒక లింకు ఏర్పడుతుంది. స్కూలు తరగతి గదిలోకి ప్రవేశించగానే చదువుకోవాలని ఎలా అనిపిస్తుందో, ఇక్కడా అలాగే వుంటుంది. పడుకొని చదవొద్దు. గోడవైపు కూర్చుని చదవటం మంచిది. గదంతా చీకటి చేసి, టేబిల్, లైటు వెలుగులో చదవటం వలన ఏకాగ్రత పెరుగుతుంది. ఒక సైంటిస్టు తన గదిలో ఒక్కడే కూర్చుని ఎలా గంటల తరబడి తన పనిలో లీనమై పనిచేస్తూ వుంటాడో అలా చదవటం తొందర్లోనే మీకూ అలవాటయిపోతుంది.

3) సమయం : సమయానికి లేవటమూ, స్నానమూ, భోజనమూ కరెక్టుగా చేయటం క్రమశిక్షణకి మొదటి మెట్టు. **ప్రతి రోజూ ఠంచనుగా ఒకే సమయానికి చదువు ప్రారంభించే విద్యార్థి సగం విజయం సాధించినట్టే.** అదే విధంగా ఏ యే సబ్జెక్టు ఎంతసేపు చదవాలో ముందే నిర్ణయించుకోవటం మంచిది. అర్ధరాత్రి దాటాక చదవటం అభిలషణీయం కాదు. తెల్లవారుఝాము చదువు (బ్రహ్మ సమయం) మంచిది. ఫలానా టైమ్ తరువాత ఫోన్ చెయ్యొద్దని స్నేహితులకి చెప్పండి.

4) మూడ్ : చదువు ప్రారంభానికి ముందు చేసే పనులు, సంభాషణ, ఆలోచన్ల పైనే విద్యార్థి మూడ్ ఆధారపడి వుంటుంది. మరుసటి రోజు క్రికెట్ మ్యాచ్ ఈ రోజు

పగటి కలకి పునాది. ఆటల ఆలోచనలు, స్నేహితులతో చర్చలు, ఓవర్ ఫ్లో అవుతున్న రిజర్వాయర్ లాటివి. అవి మెదడులో ఖాళీ వున్న చోటల్లా ఆక్రమిస్తాయి. పూర్తి అయిన పనుల కన్నా సగం పూర్తయిన పనులూ, చేయవలసిన పనులూ ఆలోచన్లని అల్లకల్లోలం చేస్తాయి. పది రోజుల తరువాత స్టేజి మీద వేయవలసిన చిన్న వేషం చాలు, ఈ రోజు ఏకాగ్రత దెబ్బతీయటానికి!

పుస్తకం ముందు కూర్చుని పరధ్యానంగా ఎటో ఆలోచించవద్దు. దాన్ని మూసేసి కాసేపు పచార్లు చేయండి. మూడ్‌లోకి రావటంకోసం ఇంట్లో కుటుంబ సభ్యులతోగానీ, ఫోన్‌లో స్నేహితులతో గానీ మాట్లాడకండి. అది మరింత పెద్ద అయస్కాంత క్షేత్రం. సబ్జెక్టు బోరు కొట్టినప్పుడు మీకు ఉత్సాహం కలిగించే మరో పుస్తకం చదవండి. ఒక సబ్జెక్టు నుంచి మరో దానికి మారే ముందు రెండు నిమిషాలు టైమ్ ఇవ్వండి. కాస్సేపు చదవటం, తరువాత వ్రాయటం, మళ్ళీ చదవటం మంచి పద్ధతి.

మొదట్లో ఇదంతా ఇబ్బందిగా వుంటుంది. నాల్గయిదు వారాల తరువాత అంతా గాడిలో పడుతుంది. ఫలితం కనపడటం ప్రారంభం అవుతుంది.

5) శరీరం : హైపర్ ఆక్టివిటీ వున్న విద్యార్థులు ఒకచోట స్థిమితంగా కూర్చుని చదవ (లే)రు. కాళ్ళూ చేతులూ బాగా కదపటం, ఛానెల్స్ తొందరగా మార్చేస్తూ వుండటం, నిరంతరం ఆకలి, పక్కమీద దొర్లుతూ వుండటం వీరి లక్షణాలు. 'శిలాప్రతిమలా పది నిమిషాలు కూర్చుని, చూపుడు వేలు కదల్చకుండా దాన్ని చూస్తూ వుండగలగాలి' అని నియంత్రించుకోవటం ద్వారా ఈ అటెన్షన్ డెఫిసిట్ డిజార్డర్‌ని తగ్గించుకోవచ్చు.

6) మనసు : టైమ్ నోట్ చేసుకుని, కళ్ళు మూసుకుని మీకిష్టమయిన క్రికెట్ గురించో, సినిమా గురించో ఆలోచించండి. అకస్మాత్తుగా కొంచెంసేపటికి మీ ఆలోచన మరో విషయం మీదకి మర్లిందని స్ఫురణకొస్తుంది. కళ్ళు తెరిచి ఆ సమయం ఎంతో చూడండి. అది కాస్త అటూ ఇటూగా మీ కాన్‌సంట్రేషన్ కంట్రోల్ కెపాసిటి (CCC). వారం రోజులు ఈ విధంగా ప్రాక్టీస్ చేసాక మీ శక్తి క్రమంగా పెరుగుతున్నట్టు మీకే తెలుస్తుంది. ఆ తరువాత మీకు కష్టమైన సబ్జెక్టు గురించి ఆలోచించండి. మీకు షాక్ తగుల్తుంది. మీ 'CCC' లో కనీసం పదో వంతు కూడా దీనిపై ఏకాగ్రత నిలవదు. పర్వాలేదు. ఈసారి సబ్జెక్టుతో మరో వారం ప్రాక్టీసు చేయండి. మీకే సంభ్రమాశ్చర్యాలు కలిగే విధంగా ఆ శక్తి పెరుగుతుంది. మీకూ చదువుపై ఆసక్తి పెరుగుతుంది.

7) బాధ : ఎక్కువసేపు కూర్చుని చదవటం వలన విద్యార్థుల్లో నడుము నొప్పి రావటం సహజం. కాళ్ళు లాగటం, కడుపునొప్పి మొదలయిన బాధల్తో చదువు మీద సరీగ్గా ఏకాగ్రత నిలవటం లేదని కొందరు విద్యార్థినులు చెప్తూంటారు.

124 — యండమూరి వీరేంద్రనాథ్

ఇటువంటి బాధల ఉపశమనం కోసం మెదడు కొన్ని ప్రత్యేకమయిన ఎండార్ఫిన్స్ తయారు చేస్తుంది. అదే విధంగా సెరొటనిన్ అనే రసాయనం మనసుని ఆహ్లాద పరుస్తుంది. ఈ రెండింటి మిశ్రమంలో పెయిన్ కంట్రోల్ అనే థియరీ నొకదాన్ని పెట్రిక్ వాల్ అనే సైకాలజిస్టు సూచిస్తున్నాడు.

కళ్ళు మూసుకుని ఒక సుషుప్తావస్థలోకి వెళ్ళే ప్రయత్నం చెయ్యాలి. శరీరంలో బాధని ఒక వస్తువుగా భావిస్తూ, దాని పరిణామాన్ని వూహించుకోవాలి. ఒక పార్సెల్ లాగా దాన్ని చుట్టి క్రమక్రమంగా దాని శరీరంలోంచి తీసి పారేస్తున్నట్టు భావించాలి. ఎక్కువసేపు చదవటం వలన వచ్చే ఐ–బర్నింగ్, అలసటలాటి తాత్కాలిక బాధలకు ఈ రకమైన సెల్ఫ్–హిప్నాసిస్ థెరపీ బాగా పనిచేస్తుందంటున్నాడు ఆ సైకాలజిస్టు.

8) వర్రీ టైమ్ : ఇదొక గమ్మత్తయిన ప్రక్రియ. ప్రొఫెసర్ జాన్ క్రో షెర్ అనే స్టూడెంట్ మోటివేటర్ ఇచ్చిన సూచన ఇది. సాయంత్రప్పూట రోజుకో గంట 'వర్రీ టైమ్'గా పెట్టుకో మంటాడు. చదువుకుంటున్నప్పుడు ఏదైనా ఆలోచన పక్కదారి పట్టిస్తే, దాన్ని ఒక కాగితం మీద వ్రాసుకుని పక్కన పెట్టుకోవాలట. సాయంత్రం వర్రీ టైమ్‌లో ఆలోచించటం కోసం దాన్ని నోట్ చేసుకున్నారన్న మాట. అలా వ్రాసుకున్నాక, ఇక ఆ విషయం గురించి మర్చిపోయి తిరిగి మళ్ళీ చదువుకోవాలి. సాయంత్రం తీరిగ్గా కూర్చుని అలా వ్రాసుకున్న లిస్టులో ఒక్కొక్క ఐటమూ వర్రీటైమ్‌లో ఆలోచించటం ప్రారంభించాలట. అప్పటికి ఆ విషయం తాలూకు సాంద్రత తగ్గిపోయి, ఆలోచించటానికేమీ మిగలదట. పెద్దల తిట్లనుంచీ, మోటర్ సైకిల్ ఆహ్లాద ప్రయాణం వరకూ ఏ ఆలోచననైనా సరే, చదువుని డిస్టర్బ్ చేయకుండా, తరువాత తీరిగ్గా ఆలోచించటం కోసం పక్కన వ్రాసుకుని పెట్టుకుంటే, ఆలోచనలు తగ్గి ఏకాగ్రత పెరుగుతుందంటాడీయన.

నిర్వాణ టెక్నిక్

విద్యార్థులకి చాలా ఉపయోగపడే ప్రక్రియ ఇది. ఇంగ్లీషులో దీన్ని స్లైడర్ అంటే మంకీ టెక్నిక్ అంటారు. కేవలం విద్యార్థులకే కాదు. ప్రాక్టీసు చేయగలిగితే పెద్దలకీ పనికొస్తుంది. తల్లిదండ్రుల బలవంతం మీద ఇది రాదు. కేవలం ప్రాక్టీసు వలనే వస్తుంది. మొదట్లో కాస్త కష్టంగా వుంటుందంతే.

గౌతమ బుద్ధుడు చెప్పిన 'నిర్వాణ'కి దగ్గిరగా వుండటం వలన దీనికాపేరు పెట్టటం జరిగింది. ఆత్మలూ, స్వర్గనరకాలూలేవనీ... ఏదైనా శిథిలమవ్వవలసిం

దేననీ.... కోరికే దుఃఖహేతువనీ ... కోరికని వదిలెయ్యటమే మోక్షమనీ సిద్ధార్థుడు చెప్పినదే 'నిర్వాణ'.

మెదడులో భావోద్వేగాల్నీ, రకరకాల కోరికల్నీ సృష్టించేది 'అమిగ్డాలా' అని గతంలో చదువుకున్నాం. ఆనందం నుంచీ దుఖం వరకూ, భయం నుంచీ కోపం వరకూ రకరకాల మూడ్స్‌ని సృష్టించేది ఇది. అమిగ్ డాలాని కంట్రోల్‌లో పెట్టుకో గలగటమే ఏకాగ్రత!

ఒక సాలెగూడు దగ్గిర కోతి కూర్చుని వున్నది. కోతి వేషాలు తెలిసినవే కదా! గూడుని ఒక మూల వేలితో మీటినది. ఏదైనా ఈగ చిక్కుకున్నదేమో అని సాలెపురుగు అటు వచ్చింది. కోతి మరోవైపు కదిపింది. పురుగు అటు పరుగెత్తింది. కోతి క్రింద మీటింది. ఈసారి సాలె పురుగు రాలేదు. తనతో ఎవరో ఆడుకుంటున్నారని దానికి తెలిసిపోయింది.

అమిగ్డాలా కూడా అంతే. రెండు మూడుసార్లు అటూ ఇటూ పరుగెడ్తుంది. దానికి కావల్సింది దొరక్కపోతే 'ఇక ఈ వ్యక్తితో లాభంలేదు' అని చచ్చినట్టు పడివుంటుంది. కోర్కెని సమూలంగా తొలగించమని బుద్ధుడు చెప్పిన నిర్వాణ పూర్తిగా మనకి ఎలాగూ సాధ్యం కాదు. విద్యార్థులకి అనవసరం కూడా! కానీ కోర్కెని వాయిదా వేయటం ద్వారా ఆ స్థితి సాధించవచ్చు.

- చూసిన సినిమా కథ వెంటనే స్నేహితునికి చెప్పాలనిపిస్తుంది. వెంటనే చెప్పకండి. రెండ్రోజుల వరకూ మనసుని కంట్రోలులో పెట్టుకోండి.
- ఈ రోజు ఫస్ట్ షో సినిమాకి వెళ్ళాలనిపిస్తుంది. ఆఖరి నిముషంలో మానెయ్యండి. మరుసటి రోజు వెళ్ళండి.
- పాలకోవా అంటే ప్రాణం పోయేటంత ఇష్టం. దాన్ని ఎదురుగా పెట్టుకుని, చదువు పూర్తయ్యాక తింటాననుకోండి. చదువు పూర్తయ్యాక వీలైతే దాన్ని తిరిగి యధాస్థానంలో పెట్టెయ్యండి. మీపై మీకున్న 'కంట్రోలు' మీకే ముచ్చటేస్తుంది.
- లెక్చరర్ పాఠం చెప్తున్నాడు. మీరు సీరియస్‌గా వ్రాసుకుంటున్నారు. గుమ్మం దగ్గిర్నుంచి, 'మె ఐ కమిన్ సర్' అని వినిపించింది. తలెత్తి ఎవరొచ్చారో చూడకుండా మీ పనిలోనే నిమగ్నం అవటానికి ప్రయత్నించండి.

కోరికని వెంటనే తీర్చుకోకుండా, దాన్ని జయించగలుగుతున్నానన్న భావన చాలా బావుంటుంది. <u>క్రమక్రమంగా మీ మీద మీకు అధికారం వస్తున్నట్టు అనిపిస్తున్న కొద్దీ, కోర్కె తీర్చుకోవటంకన్నా, దాన్ని అధిగమించటం ఎక్కువ సంతృప్తినిస్తున్నట్టు</u>

19. A దగ్గిర 5, B దగ్గిర 3 చపాతీ లున్నాయి. C దగ్గిర ఏమీ లేవు. ముగ్గురూ వాటిని సమానంగా తిన్నారు. C తన వంతుగా 8 రూపాయిలిచ్చి వెళ్ళిపోయాడు. A, B లు ఎంతెంత తీసుకోవాలి ?

అనిపిస్తుంది. అనవసర ప్రసంగాలూ, నిర్హేతుక ఉత్సహాలూ తగ్గి గెలుపులో వుండే నిజమయిన ఉత్సాహం అర్థమవుతుంది.

ఆ విధంగా పంచజ్ఞానేంద్రియాలూ కంట్రోల్‌లోకి వస్తాయి. మీరు గమనించారా? మనకి బాగా ఉత్సాహం వున్న దాన్ని ఆస్వాదిస్తున్నప్పడు ఆ ఇంద్రియం యొక్క పవర్ పెంచటానికి, మిగతా ఇంద్రియాల శక్తిని ఆటోమాటిక్‌గా తగ్గిస్తాం. పువ్వు వాసన చూస్తున్నపుడు (ముక్కు), సంగీతం వింటున్నప్పుడు (చెవి), ప్రేమతో బుగ్గని స్పర్శిస్తున్నప్పుడు(చర్మం) మన దృష్టి ఎటూపోకుండా కళ్ళు మూసుకోవటం అందుకే!

ఇంద్రియ నిగ్రహం :

అభిమాన నటుడి సినిమా చూస్తున్నప్పుడు కన్నార్పకుండా చెవులు రిక్కించి చూస్తాడు కుర్రవాడు. పక్కవాడు కోక్ తాగుతున్నా ఆ వాసన ముక్కుకి చేరదు. వెనుకవాడు నడుస్తూండగా అతడి మోచెయ్యి తన వీపుకి తగిలినా స్పర్శ తెలీదు. అనిటికన్నా ముఖ్యంగా, నాలుక కూడా సినిమాచూడటానికి ఉత్సాహపడుతుంది. అందుకేనేమో, 'నోరు వెళ్ళబెట్టుకుని చూడకు' అన్న నానుడి వచ్చివుంటుంది. ఆ విధంగా 'పంచజ్ఞానేంద్రియాల'తో చూసాడు కాబట్టే, ఆ సినిమా కలకాలం గుర్తుంటుంది.

మన అయిదు జ్ఞానేంద్రియాలూ చదువుకన్నా మరింత ఉత్సాహకరమైన విషయాలని వేగంగా మెదడుకు అందించటానికి అయస్కాంత క్షేత్రాల్లా ఉవ్విళ్ళూరుతూవుంటాయి. దాన్నే డిస్టర్బెన్స్ అంటారు. అలా కాకుండా, వాటితో ఏకాగ్రత సాధించటానికి ఈ క్రింది అంశాలు ఉపయోగపడతాయి.

1) కళ్ళు : కొంచెంసేపు చదివాక కొందరికి కళ్ళు నొప్పి పెట్టటం, నీళ్ళు కారటం లాటివి సంభవించవచ్చు. కళ్ళజోడు వున్నవారు అద్దాల్ని శుభ్రంగా వుంచుకోవాలి. నోటితో కాకుండా కళ్ళతో చదవటం ప్రాక్టీసు చెయ్యాలి. బిగ్గరగా చదవటం మంచిదే కానీ వయసు పెరిగే కొద్దీ అలవాటు తగ్గించుకోవాలి.

- ❖ పడుకుని చదవొద్దు. నిటారుగా కూర్చుని చదవాలి. ఇంట్లో వేర్వేరు ప్రదేశాల్లో కూర్చొని చదవటం కొందరికి అలవాటు. అప్పుడప్పుడు ఛేంజి కోసం పర్వాలేదు గానీ, వీలైనంత వరకూ ఒకే స్థానం (స్టడీ ప్లేస్)లో కూర్చుని చదవటం మంచిది.
- ❖ వీలైతే పగలు చదివేటప్పుడు కూడా గదంతా చీకటిగా వుంచి, టేబిల్ లైట్ వెలుతురులో చదివితే కలిగే 'ఏకాంత భావం' ఏకాగ్రతని పెంచుతుంది.

20. ఒక బెగ్గర్‌కి అన్నయ్య వున్నాడు. అతడు కూడా బెగ్గరే! ఆ బిచ్చగాడు మరణించాడు. మరణించిన ఆ బెగ్గర్‌కి తమ్ముళ్ళెవరూ బిచ్చగాళ్ళు లేరు. ఎలా?

- టేబిల్ లైట్‌కి బల్బ్ కన్నా ట్యూబ్‌వున్న లైట్ అయితే కళ్ళు తొందరగా అలసిపోవు.
- కళ్ళు తొందరగా అలసిపోవటానికి కారణం, చదువుకునేటప్పుడు వెనుకవున్న బ్యాక్ డ్రాప్!! అన్నిటికన్నా పసుపురంగు కళ్ళకి మంచిదని అంటున్నారు. రీడింగ్ టేబుల్ మీద పసుపురంగు క్లాత్ వేసుకుంటే కళ్ళు తొందరగా అలసిపోవు. చాప మీద కూర్చుని చదివే అలవాటు వుంటే, దాని మీద కూడా పసుపురంగు గుడ్డపరచాలి.
- ఏ సబ్జెక్టు ఎంతసేపు చదవాలో తెలుసుకోగలిగి వుండాలి. నాన్ డిటెయిల్డ్ తొందరగా పూర్తి చెయ్యాలి. లెఖ్ఖలు చదవకూడదు. చెయ్యాలి...! **ముఖ్యాంశాలు చదవటం కన్నా, వ్రాయటం మంచిది.**
- గంట కన్నా ఎక్కువసేపు చదివేటప్పుడు మధ్యలో అయిదు నిముషాలు విశ్రాంతి ఇవ్వాలి. ఇది చాలా ప్రధానమయిన, ముఖ్యమయిన పాయింటు. ఈ బ్రేక్‌లో టి.వి. చూడటం గానీ, కబుర్లు చెప్పటం కానీ చెయ్యకూడదు. **కళ్ళమీద తడిగుడ్డ వేసుకుని, తల వెనక్కి వాల్చి, అప్పటి వరకూ చదివింది గుర్తు తెచ్చుకోవాలి.**
- అలా గుర్తు చేసుకుంటున్న 5 నిముషాల సమయంలో, కుడిచేతి మధ్యవేలితో ఎడమవైపు ముక్కు మూసుకుని, కుడివైపు నుంచి పీల్చాలి. తరువాత కుడి బొటనవేలితో కుడివైపు నాసిక మూసి ఎడమవైపునుంచి వదలాలి. ఊపిరితిత్తులు ఆవిధంగా స్వచ్ఛంగా, శుభ్రంగా తయారవుతాయి. అంతర్గత శక్తి పెరిగి, కొత్త ఉత్తేజం వస్తున్నట్టు అనిపిస్తుంది. **నెల రోజుల్లో దీని ఫలితం మీకే తెలుస్తుంది.** ఇది అనుభవ పూర్వక నిరూపిత సత్యం.

కళ్ళకి సంబంధించిన పై చివరి రెండు ఎక్సర్‌సైజులూ అద్భుతమయిన ఫలితాల్నిస్తాయి. మొదటి బ్రేక్‌లో తడిగుడ్డతో శ్రమతీరినట్టే, రెండో బ్రేక్‌లో అయిదు నిముషాలు ఆరుబయట (లేదా ఫ్లాట్స్‌పై చివరి అంతస్థుపైన) పచార్లు చేయటం మనసుని ఆహ్లాదపరుస్తుంది.

2) నోరు : ఆహారపుటలవాట్లూ, నియమ నిబద్ధతలేని తిండి, సమయపాలన లేకుండా తినటం మొదలయినవన్నీ ఏకాగ్రతని ఎలా దెబ్బతీస్తాయో ముందే చదువుకున్నాం. మాటి మాటికీ చదువు మధ్యలో లేచి వంటింట్లోకి వెళ్ళటం చాలా పెద్ద దురలవాటు.

21. బాస్కెట్‌లో ఎనిమిది ఆపిల్స్ వున్నాయి. నాలుగు తీసుకొని అందులోంచి రెండు మీ స్నేహితుడికిస్తే ఇంకా బిన్‌లో ఎన్ని మిగిలి వుంటాయి ?

- ❖ రాత్రి పూట చదువుకి ముందుగానీ, మధ్యలోగానీ, స్వీట్లు, చాక్లెట్లు, నూనె వస్తువులూ తినొద్దు. వాటివలన రిలీజయిన ఇన్సులిన్, మెదడుని సుషుప్తావస్థలోకి పంపుతుంది. చదువుసాగదు.
- ❖ చదువు ప్రారంభించే ముందు ఒక లవంగం గానీ, యాలుక పలుకు గానీ బుగ్గన పెట్టుకోవటం ఒక అలవాటుగా చేసుకోవాలి. ఆలోచనలు ఎటో పోయినప్పుడల్లా దాన్ని నాలుకతో బయటకి తీసి ఒకసారి కొరకాలి. మొదట్లో అది పిప్పి అవుతుంది. క్రమక్రమంగా దాన్ని బయటకు తీసే అవసరమే రాదు. ఏకాగ్రత కుదురుతోందన్న నమ్మకం చాలా ఆనందాన్నిస్తుంది.
- ❖ చదువుకునేటప్పుడు వీలైనన్నిసార్లు మంచి నీళ్ళు తాగటం మంచిది. చదువు మధ్యలో ఒకసారి పంచదార (చక్కెర) కలపని పళ్ళరసం, గంట తరువాత సోయాబిన్ పవుడర్ కలిపిన మజ్జిగ, చెరోగ్లాసు తాగితే నిద్రరాకుండా శక్తి వస్తుంది.
- ❖ మీరు లావుగాలేని పక్షంలో నిద్ర పోయేముందు ఒక అరటిపండు, పాలు తీసుకుంటే బాగా నిద్రపడుతుంది. చదువు మొదలు పెట్టబోయే ముందు మాత్రం వద్దు.
- ❖ పరీక్షాధికారి అనుమతి నిచ్చేటట్టయితే, బబుల్‌గమ్ నములుత్తూ పరీక్ష వ్రాస్తే టెన్షన్ తగ్గుతుంది.
- ❖ పరీక్షల ముందు నూనె పదార్థాలూ, స్వీట్లూ పూర్తిగా తగ్గించటం మంచిది.

3) **ముక్కు:** సృష్టి పరిణామక్రమంలో కళ్ళు రాకముందు, జంతువులు ముక్కుతోనే పరిసరాల్ని గమనించేవి. ముక్కు తాలూకు అల్‌ఫాక్టరీ సిస్టమ్ డైరెక్టుగా మెదడులోని కార్టెక్స్‌కు లింక్ కాబడి వుంది. అందువల్ల ఏకాగ్రత చెడగొట్టే విషయంలో ముక్కుదే ప్రధానపాత్ర.

- ❖ చదువుకునేటప్పుడు చల్లటి, సువాసనాభరితమైన గదిలో కూర్చుంటే, రెండు మూడు రోజుల్లోనే ఆ తేడా మీకు అర్థమవుతుంది.
- ❖ మింట్ (పుదీనా) వాసన మెదడుని ఉత్తేజపరుస్తుంది. చదువు ప్రారంభానికి ముందు పుదీనా వాసన గుండెల్నిండా పీల్చటం వలన ఫ్రెష్‌గా వుంటుంది. ఈ విషయాన్ని మెదడు గురించి శాస్త్రబద్ధంగా ప్రముఖంగా చర్చించిన ఒక పుస్తకంలో తెలియబర్చటం జరిగింది. ఆ పుస్తకం పేరు "ది ఫిలాసఫీ ఆఫ్ బ్రెయిన్".
- ❖ చదువు ప్రారంభానికి ముందు ఒక అగరొత్తి వెలిగించి చదువు కోవాలి. ఆ వాసనకీ, ఏకాగ్రతకీ కొద్ది కాలంలోనే లింక్ ఏర్పడుతుంది. ఆ వాసన పీల్చగానే ఆటోమాటిక్‌గా చదువుకోవా లనిపిస్తుంది. ఇది అనుభవ పూరకం, దీని ఫలితం అనుభవిస్తేనే తెలుస్తుంది.

❖ ఒక వేళ మీకు అగరొత్తి పొగపడకపోతే జవ్వాది, పునుగు, కస్తూరి, అతర్, గోరూ చనాయ్‌లలో (ఏది నచ్చితే అది) మెడ దగ్గిర వ్రాసుకోవాలి. ఇవి ఏ పెద్ద కిరాణా షాపులోనైనా దొరుకుతాయి. అభిరుచిబట్టి ఎంపిక చేసుకోవాలి.

4) చర్మం : మొహం మెదడుకి ఎలా దర్పణమో, ఆరోగ్యానికి చర్మం అలాటి సూచిక. అనారోగ్యాన్ని వెంటనే పసిగట్టేది చర్మమే. దురదలూ, ఎలర్జీలూ ఏకాగ్రతకి ప్రథమ శత్రువులు.

❖ సాయంత్రం పూట చదువు ప్రారంభానికి ముందు స్నానం చెయ్యాలి. కనీసం మొహం శుభ్రంగా కడుక్కుని ఫ్రెష్‌గా చదువు ప్రారంభించాలి. దీనివల్ల ఏకాగ్రత పెరగటమే కాకుండా నిద్రకూడా బాగా పడుతుంది.

❖ స్టీమ్‌మిషన్ వున్నట్టయితే, చదు వుకి ముందు పసుపు నీటితో ఫేషియల్ చేసుకుంటే, ఏకాగ్రత తోపాటు అందమైన నునుపు దనం కూడా పెరుగుతుంది.

5) చెవులు : ఆలోచన్లని పక్కదాని పట్టించే మరో ముఖ్యమయినది 'ధ్వని'. చదువు పూర్తవగానే ఏర్పడిన న్యూరాన్ బాండ్స్ అలాగే మెదడులో వుండిపోతే ఇక ఆ పాఠం మర్చిపోవటం అంటూ వుండదు. చదువు పూర్తి అయిన తరువాత మాట్లాడే మాటలు, ఆలోచనలు, ఏ విధంగా దాన్ని భంగం చేస్తాయో ముందే చదువుకున్నాం. ప్రొద్దున్న లేవగానే వంటింట్లో చేరి తల్లితో కబుర్లు, తోబుట్టువుల్తో కలహాలు మానేస్తే సగం ఏకాగ్రత కుదిరినట్టే.

❖ వీలైనంత వరకూ బయటి శబ్దాలు స్టడీ రూమ్‌లోకి ప్రవేశించకుండా ఏర్పాటు చేసుకోవాలి. అలవాటు చేసుకోగలిగితే! చదువుకునేటప్పుడు ఇయర్ ప్లగ్‌లు (చెవులకి పెట్టుకునే ప్లగ్‌లు – లేదా – దూది) ఉపయోగించటం కూడా మంచిదే.

❖ నిద్రపోయే ముందు, అంతకు ముందే రికార్డ్ చేసివుంచిన స్వీయ కంఠపు పాఠాన్ని వింటూ నిద్రలోకి జారుకొనటం అన్నిటికన్నా ఉత్తమమయిన పద్ధతి. చదివిన దానికన్నా, దాన్ని వినటం మంచి ప్రభావాన్ని చూపిస్తుంది.

❖ ప్రొద్దున్న లేవగానే టేప్‌లో ఏదైనా ఉదయరాగాన్ని (భూపాలం, మలయమారుతం లాటివి) వింటూ కాలకృత్యాలు పూర్తి చేయాలి. అన్నిటికన్నా బెస్ట్ సుప్రభాతం వినటం! స్నానం పూర్తి చేసే వరకూ ఎవరితో మాట్లాడకుండా ఈ విధంగా చేస్తే, దాని ప్రభావం చాలా గొప్పగా వుంటుంది.

6) జనరల్ : చదువుకునే ముందు ఒక టోపీ పెట్టుకోవాలి. లేదా ఒక స్కార్ఫ్ కట్టుకోవాలి. అది ధరించగానే, ఆటోమాటిక్‌గా 'చదువుకునే మూడ్' వచ్చేస్తుంది.

22. ఒక గడియారం రెండుసార్లు గంటలు కొట్టటానికి రెండు సెకన్లు పడితే, అదే వేగంతో మూడు గంటలు కొట్టటానికి ఎన్ని సెకన్లు పడుతుంది ?

పావ్‌లావ్ థియరీ ఇక్కడ నూరు శాతం వర్తిస్తుంది. ఒక మతస్థులు ప్రార్థన ముందు టోపీ పెట్టుకునేది అందుకే. అది పెట్టుకుని జోకు వెయ్యరు. అనవసరంగా మాట్లాడరు. పవిత్రత ఆపాదించేది అది. వినగానే నవ్వొచ్చినా, చదువుకి టోపిని జతచెయ్యటం (లేదా – తలకి స్కార్ఫ్ కట్టుకోవటం) మూడ్‌లోకి తీసుకెళ్తుంది. కేవలం చదువుకునేటప్పుడే దాన్ని వుంచాలి. మంచినీటి కోసం లేచినా సరే దాన్ని తీసెయ్యాలి. **ఫాక్టరీలో పనిచేసేవారికి గుస్తుల కోడ్ ఏ విధమయిన క్రమశిక్షణ నేర్పుతుందో, ఇదీ ఆ విధమైన ప్రభావాన్నే చూపుతుంది.**

చదువుకు ముందే అన్నీ సిద్ధం చేసుకుని వుండాలి. స్నానం చేసి వచ్చి నోట్స్ కోసం వెతకటం ప్రారంభిస్తే, మళ్ళీ చెమట పడుతుంది. స్టడీ టేబిల్‌ని కేవలం చదువుకే ఉపయోగించాలి. అక్కడ కూర్చుని తినటం, ఫోన్‌లో మాట్లాడటం, కుటుంబ సభ్యుల్తో మాట్లాడటం లాటివి చెయ్యకూడదు.

జాగ్రత్తగా గమనించండి. పైదంతా గమనిస్తే, మీరు చదువుకునే స్థలాన్ని ఒక గుడి ప్రాంగణంగా తయారు చేసుకున్నారని అర్థమవుతుంది.

స్నానం చేసి చదువు ప్రారంభించటం, నిశ్శబ్ద వాతావరణం, తలకి స్కార్ఫ్ చుట్టుకోవటం, మెడకు గంధం (జవ్వాది), చదువుకి ముందు మవునం, చదువు పూర్తయ్యాక మౌనంగా నిదుర.... దీంతో మీకు తెలియకుండానే మీలో క్రమంగా మార్పు వస్తుంది. మీ కుటుంబ సభ్యులకి మీ పట్ల "ప్రేమతో కూడిన గౌరవం" ఏర్పడుతుంది. కేవలం అయిదు శాతం పిల్లలకి మాత్రమే ఆ గౌరవం లభిస్తుంది. వారిని 'పెర్ఫార్మర్స్' అంటారు. అందులో మీరొకరవుతారు.

సంక్షిప్తంగా...

- పాఠశాలలో చెప్పిందే కాకుండా, విద్యార్థి కొన్ని నైపుణ్యాలు కూడా నేర్చుకోవాలి. వాటిని సాఫ్ట్ స్కిల్స్ అంటారు.
- తెలివి పెరగటానికి చదువొక సాధనం. కానీ కేవలం చదువు వలన తెలివి పెరగదు. నిరంతరం మెదడుకి ట్రెయినింగ్ ఇవ్వాలి.
- లెఖ్ఖలు, సైన్సు, భాష, తర్కం మొదలైన వాటిలో జ్ఞానం చదువుకునే రోజుల్లోనే పెంచుకోవాలి.
- జ్ఞాపకశక్తి పెరగటం కోసం తీసుకోవలసిన జాగ్రత్తలు కొన్ని వున్నాయి. వాటిని పెంచుకోవాలి.
- ఉపన్యాసం, గ్రూప్ డిస్కషన్స్ మొదలైన వాటిలో పాల్గొనటం కోసం ప్రాక్టీసు చెయ్యాలి.
- అన్నిటికన్నా ముఖ్యమైనది ఏకాగ్రత. చదువుపట్ల ఉన్న కుతూహలమే ఏకాగ్రతకు ఏకైక సాధనం.

అయిదు సూత్రాలు (పెద్దలకి)

ఒక స్కూటర్ డ్రైవ్ చెయ్యటానికి లైసెన్సూ, దానికో ట్రయనింగూ కావాలి. కానీ పిల్లల పెంపకానికి అదేమీ అవసరం లేదు. నిన్నటి దాకా తల్లిచాటున పెరిగిన పాప, ఏడాది తిరిగేసరికి తల్లి అయిపోతుంది.

* * *

పెట్టుబడి పెట్టటానికి అన్నిటికన్నా మంచి రంగం ఏది? రియల్ ఎస్టేట్? ట్రాన్స్‌పోర్ట్? కాదు. అన్నిటికన్నా మంచిది.... పిల్లలు! అయితే ఇక్కడ పెట్టుబడి డబ్బు కాదు. కాలం, ప్రేమ, శ్రద్ధ! రాబడి అనూహ్యం. పిల్లల సమస్య కన్నా పెద్ద దిగులు మరొకటి లేదు కదా.

"ప్రతి రోజూ రాత్రి డైనింగ్ టేబుల్ దగ్గిర తండ్రి తన పిల్లల్ని '.... ఈ రోజు మీరు ఏ కొత్త విషయం నేర్చుకున్నారు?' అని ప్రశ్నించి, అది చెప్పాకే భోజనం ప్రారంభింపచేస్తే, ఆ తండ్రి.... తన కుటుంబానికీ, దేశానికీ, మానవాళికీ ఉపయోగపడే ఒక గొప్ప వ్యక్తిని ఇప్పట్నుంచే తయారు చేస్తున్నాడన్నమాట..." అన్నది ఇటీవలి కాలంలో నేను చదివిన ఒక అద్భుతమయిన కొటేషను. కానీ ఎందరు తండ్రులు పిల్లల భోజనం సమయానికి ఇంటికొస్తున్నారన్నది ప్రశ్న!

పిల్లలు చదివే సబ్జెక్టు పూర్తిగా తెలిసివుండకపోవచ్చు. కానీ కనీసం రోజుకి పది నిముషాలు వారేం చదువుతున్నారో తెలుసుకోవలసిన బాధ్యత (ముఖ్యంగా) తండ్రులది. తమకు ఏ రంగంలో ప్రవేశం వున్నదో, తమకు తెలిసిన ఏ కొద్ది జ్ఞానమయినా సరే.... పిల్లలకు చెప్పాలి. వ్యాపారం నుంచి వ్యవసాయం వరకూ, కోడిగుడ్లు పొదగటం నుంచి రొయ్యల పెంపకం వరకూ, చదరంగం నుంచి స్టాక్ మార్కెట్, గుడి నుంచి గోటిబిళ్ళ, నాట్యంనుంచి సాహిత్యం వరకూ, సత్యం నుంచి నాటకం వరకూ తమకు తెలిసినదంతా చెప్పాలి. ఎకనామిక్స్ చదివించాలి. ఎలక్ట్రిసిటీ బిల్ కట్టటం నేర్పాలి.

పద్నాలుగేళ్ళ తరువాత కూడా పిల్లలు నోట్ పుస్తకాల్లో గొడుగు బొమ్మలూ, పూలూ చిత్రీకరిస్తున్నారంటే వారిలో మానసిక అలజడి వుండి వుండవచ్చునని సైకాలజిస్టులు చెప్తున్నారు. వారి వ్యాపకాల్నీ, స్నేహితుల్నీ, సెల్‌ఫోన్స్‌నీ, నోట్‌బుక్స్‌నీ పరిశీలించి స్నేహ పూర్వక సలహాలివ్వాలి. ఫ్రెండ్, ఫిలాసఫర్, గైడ్‌లా వుండాలి.

స్థలం కొనేటప్పుడూ, ఇల్లు కట్టేటప్పుడూ వారి సలహా తీసుకోండి. అంతిమ నిర్ణయం మీదవ్వొచ్చు. కానీ స్థలంకొనే సందర్భంలో వారి 'సెలక్షన్' విషయం జీవితాంతం వారికి గుర్తుండిపోతుంది. వారిని ప్రశ్నలు అడగండి. వారు జవాబు చెప్తూంటే అర్థం కానట్టు మొహంపెట్టండి. వారు వివరిస్తారు. ఆ విధంగా వారికి వివరించే కళ వస్తుంది. జీవితంలో చాలా గొప్ప ఆర్టు అది. నేను 'బిజీ' అనకండి. ఈ ప్రపంచంలో ఆ పదం లేదు. ఇష్టాలూ అవసరాలూ మారుతూ వుంటాయంతే!

జ్ఞానం- ఆంత్రొపాలజీ : పూర్వకాలం తండ్రులు పిల్లల్ని అడవిలోకి తీసుకెళ్ళేవారు. చెట్టు చాటు నుంచి బాణంతో పులిని చంపటం నుంచీ, కొండచివర తేనె తుట్టె కొట్టటం వరకూ వారికి నేర్పేవారు. నేర్చుకోవటంలో ఏ చిన్న పొరపాటు జరిగినా ప్రాణం మూల్యంగా మారేది. రాత్రయ్యేసరికి యువకులు నాట్యం చేసేవారు. వృద్ధులు పిల్లలకి తమ అనుభవాలు చెప్పేవారు. స్త్రీలు అన్ని ఏర్పాట్లూ చేసి, మరుసటి రోజు వేటకి వారిని తిరిగి సిద్ధం చేసేవారు.

పరిస్థితి మారింది. ప్రస్తుతం స్త్రీలు కూడా వేటకి (సంపాదనకి) వెళ్తున్నారు. పురుషులు పిల్లల నాప్‌కిన్‌లు మార్చటానికేమీ సిగ్గుపడటం లేదు. ఈ పరిణామక్రమంలో విద్యార్థులు తమ బాల్యపు ప్రథమ గురువుల గైడెన్స్ కోల్పోతున్నారు. కార్పొరేట్ స్కూళ్ళలో, కాలేజీల్లో చేర్పించటంతో తమ బాధ్యత అయిపోయిందనుకుంటున్నారు. బయట క్లబ్‌లోనో, బార్‌లోనో గడిపొచ్చి, టి.వి. ఛానెల్స్ మారుస్తూ నిద్రలోకి జారుకోవటమే జీవితమయిపోయింది.

తండ్రులు మూడు రకాలు. ప్రేమంటే టూర్‌లకీ, పిక్నిక్‌లకీ వెంటుండి తీసుకెళ్ళి, అడిగినదంతా ఇవ్వటమని భావించేవారు; క్రమశిక్షణతో పెంచటమే కర్తవ్యమని భ్రమించేవారు; జ్ఞానాన్నీ ప్రేమనీ క్రమశిక్షణతో కలిపి పంచేవారు! ఉవ్వెత్తున్న ఉత్సాహం ఉబికిపడే వయసులో పిల్లలకి ఈ మూడోరకం తండ్రులు

23. ఒక వ్యక్తి మరుసటి రోజు ప్రయాణం కోసం ప్రొద్దున్న ఎనిమిదింటికి లేవాలని రాత్రి ఆరింటికి అలారం పెట్టుకుని, ఆపై ఒక గంట చదివి, అరగంట అంటూ ఇటూ దొర్లి నిద్రలోకి జారుకుంటే, ఎంతసేపు నిద్రపోయి లేస్తాడు ?

పజిల్స్, వర్డ్-బిల్డింగ్, లెఖ్ఖలు, పద్యాలు - అన్ని నేర్పుతారు. పండగ బహుమతుల్ని జన్మహక్కుగా కాకుండా.... గెలిచి సాధించే ప్రక్రియగా చిన్నతనం నుంచే నేర్పుతారు. అల్లరితోనో, గారాబంతోనో కాకుండా తండ్రి అడిగిన ప్రశ్నకి సమాధానం కరెక్టుగా చెప్పి క్యాడ్‌బరిస్ చాక్లెట్ సాధించటంలో ఆనందం గుర్తించేలా చేస్తారు. తల్లి దగ్గిర నేర్చుకున్న వంట ఇంటిల్లిపాదికీ ఓ రోజు వండిపెట్టి, చిన్న వయసులోనే మెచ్చుకోలు పొందటంలో సంతోషం అనుభవించేలా చేస్తారు.

ఇవన్నీ ఏ స్కూల్లోనూ నేర్పరు. సిలబస్ పూర్తి చేయటానికే టీచర్లకి సమయం సరిపోదు. ఇదంతా చాలా మంది పెద్దలకు తెలియనిది - టీచర్లు చెప్పనిది. ఈ ఉపోద్ఘాతం ఆధారంగా పెద్దలు తెలుసుకోవలసిన అయిదు సూత్రాలు ఇప్పుడు చర్చిద్దాం.

1. నిరర్థక తెలివి తేటలు

పిల్లలు ఏడవటం ప్రారంభించగానే వంటింట్లోంచి తల్లి పరుగెత్తుకుంటూ వస్తుంది. ఏడుపు మానగానే తిరిగి పని చేసుకోవటానికి వెళ్ళిపోతుంది. తన తల్లి దగ్గిరగా వుండాలంటే తాను ఏడవాలన్నమాట- అన్న విషయాన్ని ఆ విధంగా పిల్లవాడు తెలుసుకుంటాడు.

కూర నచ్చకపోతే భోజనం మానేసి పాప అలుగుతుంది. మరో కూరచేసే వరకూ తినదు. తల్లి చేసి పెడుతుంది. అదే విధంగా, అడిగిన ఛానెల్ మార్చకపోతే కాళ్ళని కోపంగా నేలకేసి బాదుతాడు కుర్రవాడు. వాడి అల్లరి భరించలేక భార్యమీద విసుక్కుంటాడు తండ్రి. దానికన్నా ఛానెల్ మార్చటమే బెటరనుకుంటుంది తల్లి. ఆ విధంగా ఏడుపు, కోపం, అలక, అల్లరిలాటి నిరర్థకమైన తెలివితేటలు పిల్లలకి వస్తాయి. దీనినే ఇంగ్లీషులో 'నెగెటివ్ ఇంటలిజెన్స్' అంటారు.

తమకిష్టంలేని పనులు చేయకుండా వుండటానికి '...నో' అని ఎలా చెప్పాలో, ఇష్టమైన పనులకి పెద్దల్తో ఎలా '...యస్' అని చెప్పించాలో పిల్లలకి తెలిసినంత రెడీమేడ్‌గా పెద్దలకి తెలీదు. అసలంత అపురూపమైన తెలివితేటలు తమ పిల్లల కున్నాయనీ, వారు అద్భుతమైన కట్టుకథలు అల్లగలరనీ, అబద్ధాలు చెప్పగలరనీ ఎవరూ వూహించలేరు. తల్లిదండ్రుల్లో ఎవరి ద్వారా తమ కోరిక తీర్చుకోవాలో, ఎంతవరకూ వాదించాలో, ఎక్కడ నొక్కాలో, ఎప్పుడు ఏడవాలో వారికి కరెక్టుగా తెలుసు.

24. ఒక మనిషి ఒక రోజుకి ఒక ఒక కిలో అన్నం తింటే ఇద్దరు మనుష్యులు రెండు రోజులకి ఎన్ని కిలోలు తింటారు?

ఎమోషనల్ బ్లాక్ మెయిల్ : నవ్విస్తారు. బ్రతిమాల్తారు. జాలి కలిగేలా ప్రవర్తిస్తారు. చివరికి ఎక్కడిదాకా తీసుకెళ్తారంటే 'వీరితో వాదించటంకన్నా అడిగింది ఇచ్చెయ్యటం మంచిది' అనే వరకూ తోస్తారు. భార్యాభర్తల్లో కొందరికి కూడా ఈ గుణం (కళ?) వుంటుంది.

'... మేమా వయసులో ఏమీ అనుభవించలేదు. పాపం వాళ్ళనయినా ఎంజాయ్ చెయ్యనీ' – అని భావించే కొందరు తల్లిదండ్రులు పిల్లల ఆలస్యపు రాత్రుల ఇంటి రాకనీ, పెరిగే సెల్‌ఫోన్ ఖర్చుల్నీ భరిస్తారు. తల్లిదండ్రుల అభద్రతా భావాల్ని మరి కొందరు పిల్లలు బాగా క్యాష్ చేసుకుంటారు. '.... నువ్వు చెయ్యకపోతే, ... నీకు నిజంగా నా మీద ప్రేముంటే... ఇలా అయితే నీదే బాధ్యత.... చచ్చిపోతా ....' లాటి మాటలు వారి సంభాషణలో ఎక్కువ దొర్లుతూ వుంటాయి. 'నాక్కావల్సింది ఇవ్వకపోతే....నాక్కావల్సినట్టు జరక్కపోతే... చివరికి బాధపడేది నువ్వే' అనే భావం వచ్చేట్టూ బెదిరిస్తారు.

పరిష్కారం : శబ్ద సమరం కన్నా నిశ్శబ్ద యుద్ధం భయంకరమైంది. మాట్లాడరు. అలకకి కారణం చెప్పరు. అలాటి పిల్లల్తో "మీ తప్పేమిటో చెప్పు"మని బ్రతిమాలొద్దు. అలా ప్రాధేయపడే కొద్దీ వారు దాన్ని తమ గెలుపుగా భావించి కొండెక్కి కూర్చుంటారు. మీరూ బింకంగా వుండాలి. అయితే ఇది వికటించే ప్రమాదం కూడా వున్నది. ఎక్కడ బిగించాలో, ఎక్కడ 'లూజ్' అవ్వాలో కరెక్ట్‌గా తెలుసుకోవాలి. అది మన బలహీనత అవకూడదు.

1. ఒక్క విషయం అర్థం చేసుకోండి. పిల్లలకి అభద్రతా భావం ఎక్కువ. అధికారం లేదు. అందుకే పాపంవారు అలకని ఆయుధంగా చేసుకున్నారు. వారు అలకలో వున్నప్పుడు కొంచెంసేపు బ్రతిమాలకుండా ఆగి, వారు 'వినే స్థితి' కొచ్చాక వివరించటం ప్రారంభించండి. ఉత్తరం వ్రాయటం మంచి పద్ధతి. ఉత్తరాల కల్చర్ నేర్పటం ఉత్తమం. అలకకే కాదు, ప్రేమకి కూడా.
2. వారి కోపాన్ని, అదెంత అర్థరహితమో విశ్లేషించటానికి గానీ, వివరించటానికి గానీ ప్రయత్నించవద్దు. <u>వారి కారణాలూ, గమ్యాలూ వారికున్నాయి</u>. మీరెంత చెప్పినా వప్పుకోరు. <u>అలా అని నెపం మీ మీద వేసుకోవద్దు</u>. అది మరీ ప్రమాదకరం.
3. గతంలో వారిలాగే అలిగినప్పుడు వారి అప్పటి చర్యనీ, హాస్యాస్పద ప్రవర్తననీ గుర్తుతెచ్చి వారిని మానసికంగా ఓడించి మీ దారికి తెచ్చుకునే ప్రయత్నం చెయ్యకండి. <u>మీకు లొంగిపోయారు కదా అని వారి ప్రవర్తనని విమర్శించి</u>

25. ఒక కోడి పుంజు ఒక రోజుకి ఒక గుడ్డు పెడితే, రెండు కోళ్ళు రెండు రోజులకి ఎన్ని గుడ్లు పెడతాయి ?

ఎగతాళి చేయకండి. వారి అలక మీద జోకులెయ్యకండి. వారి ఎదురుగా మీరిద్దరూ (తల్లిదండ్రులిద్దరూ) వారి గురించి నవ్వుకోకండి.

నెగెటివ్- ఇంటలిజెన్స్ వున్న పిల్లలు అంత సులభంగా దారికి రారు. ముందు నెమ్మదిగా నచ్చజెప్పండి. వారు అడిగిన దానిలో అర్థముంటే, అడిగింది ఇవ్వండి. లేకపోతే వప్పుకోకండి. అప్పటికీ వినకపోతే దండించండి. సామ, దాన, బేధ, దండోపాయాలంటే అవే. 'నాక్కావల్సింది ఇవ్వకపోతే హాస్పిటల్‌లో చచ్చిపోతాను' అని బెదిరించినప్పుడు కఠినంగానే వుండండి గానీ, తార్కికంగా చర్చించండి. "... నేనీ నిర్ణయం తీసుకున్నాను. నువ్విలా బెదిరించి ఏమీ సాధించలేవు. కావాలంటే నీ మూడ్ బావున్న తరువాత తిరిగి ఈ విషయం చర్చిద్దాం ..." అని స్నేహ పూర్వకంగా మీ దారిలోకి తీసుకువచ్చే ప్రయత్నం చెయ్యండి. ఎక్స్ట్రా స్మార్ట్ పిల్లలు అంత ఈజీగా వినరు. మీ పిల్లలే కదా! మీరు అంతకన్నా స్మార్ట్‌గా వుండాలి. తప్పదు.
పిల్లలు అల్లరి చేసేది 'గుర్తింపు' కోసం- అంటారు మానసిక శాస్త్రవేత్తలు. వారు అలా చేసినప్పుడు, అన్నిటికన్నా మంచి పద్ధతి- దాన్ని గుర్తించకపోవటం అట! కొట్టటం, అసభ్యంగా తిట్టటం, కఠినంగా దండించటం వారిని సున్నితత్వానికి దూరం చేస్తాయి. చెడుకి దండించటం కన్నా, మంచికి బహుమతులు ఇవ్వటం వారి సత్ ప్రవర్తనకి దగ్గిరదారి.

2. ఆవేశపూరిత ఉత్సాహం

కొందరు పిల్లలు అవసరమైన దానికన్నా ఎక్కువ ఉత్సాహంగా వుంటారు. తెలివితేటలు కూడా బాగానే వుంటాయి. కానీ మార్కులు సంతృప్తికరంగా రావు. అన్నిటిలోనూ అంత ఉత్సాహంగా వున్న పిల్లలు చదువులో ఎందుకు వెనుకపడి వున్నారో పెద్దలకి అర్థంకాదు.

ఆవేశపూరిత ఉత్సాహం పిల్లల్లో తప్పకుండా వుండాలి. అది లేకపోతే జడుడిగా తయారవుతారు. అయితే మితిమీరిన ఉత్సాహం వుంటేనే కష్టం. దాన్నే హైపర్ ఆక్టివిటి అంటారు.

149, 9 అన్ని రెండు అంకెలు తీసుకోండి. మొదటి దానిలోంచి వరుసగా 'ఏడు' తీసెయ్యాలి. 142... 135 .... 127 ... ఆ విధంగా అన్నమాట. రెండో దానికి ఏడు కలుపుతూ పోవాలి. (16 ... 23). ఇటు తీసెయ్యాలి. అటు కలపాలి. మళ్ళీ గమనించండి. ఇటు ఒక అంకె కలపాలి. ఇటు ఒక అంకె తీసెయ్యాలి. చివరికి

26. 2 కోళ్ళు రెండు రోజులకి 2 గుడ్లు పెడితే, 1 కోడి 1 రోజుకి ఎన్ని పెడుతుంది ? వివరించండి.

ఇటు 2, అటు 149 వస్తుంది. ఈ లెఖ్ఖ మీ పిల్లల్తో చేయించండి. మీ పిల్లలు మరీ పెద్దవాళ్ళయితే 430, 7 అన్న రెండు అంకెలిచ్చి, ఇట్నుంచి 17 తీసేసి, అట్నుంచి 13 కలుపుతూ రమ్మనండి. ఆన్సరు ఇటు 5. అటు 332 వస్తుంది.

ఇటు కలపటం, అటు తీసెయ్యటం ... ఇలా ఒక్కో అంకె లెఖ్ఖ కట్టుకుంటూ సగం దూరం వచ్చాక, మెదడు ఇహ అంత కష్టపడటానికి నిరాకరిస్తుంది. గబగబా పూర్తి చేసి కాగితం మీ మొహాన కొట్టి, ఆన్సరు కరెక్టో కాదో మిమ్మల్నే చూసుకొమ్మని ఆడుకోవటానికి వెళ్ళపోతే వారు ఈ కోవకి చెందినవారన్నమాట. ఇటువంటి పిల్లలు బాగానే చేస్తారు గానీ, చివరివరకూ శ్రద్ధ వుండదు. పాకే స్టేజి నుంచి ఎంత తొందరగా నడిచేద్దామా అనే ఆతృత బాల్యంలోనే కనపడుతుంది. చిన్నతనం నుంచీ చిన్న చిన్న ఆక్సిడెంట్‌లకి గురవుతూ వుంటారు. ప్రతిదాన్నీ ముట్టుకోవటమో పడెయ్యటమో చెయ్యటం, తోబుట్టువుల్ని కొట్టటం, పెద్దల్ని మాటల్తో డిస్టర్బ్ చెయ్యటం, కోరిక తీర(ర్చ)కపోతే విపరీతంగా ఉద్వేగ పడటం, క్లాసులో ప్రతి ప్రశ్నకీ తనే ఆన్సర్ చెప్పాలనుకోవటం (లేదా అస్సలు చెప్పకపోవటం), ఇతరుల్ని మాట్లాడనివ్వకపోవటం, మూడీగా వుండటం- వీరి లక్షణాల్లో కొన్ని! వీరి తల్లిదండ్రులకి ఒక మాట కంఠతా వచ్చి వుంటుంది. "... ప్లీజ్. రెండు నిముషాలు కామ్‌గా కూర్చుంటావా?"

హైపర్ ఆక్టివ్ పిల్లల్ని, వారి ఆవేశపూరిత ఉత్సాహం తగ్గించటానికి పెద్దలు కొన్ని జాగ్రత్తలు తీసుకోవాలి.

1. కాఫీ, షుగర్ లాటివి తాత్కాలికంగా చురుకుదనాన్ని పెంచుతాయి. కూల్ డ్రింక్‌లు, చాక్‌లెట్లు, పేస్ట్రీలూ, ఐస్‌క్రీమ్‌లూ ఎక్కువగా తినే (తాగే) అలవాటుని తగ్గించాలి.
2. ప్రతి సాయంత్రం మునిమాపు వేళ పార్కుకి తీసుకెళ్ళాలి. శక్తి ఖర్చవటమే కాకుండా, ఫుట్‌పాత్ మీద 'ధప్.... ధప్' మని కాళ్ళు కొట్టుకుంటూ నడవటం హైపర్ ఆక్టివిటీని అదుపులో పెడుతుందంటున్నారు ఆధునిక మానసిక శాస్త్రవేత్తలు.
3. రోజుకి రెండుసార్లు స్నానం చేసే అలవాటు చెయ్యాలి. వంటికి సరిపడిన పక్షంలో చల్లనీరు మంచిది.
4. శ్వాస గాఢంగా పీల్చి వదలటమనే ఎక్సర్‌సైజు రోజూ కొంచెంసేపు చేయించాలి.
5. చదివినా చదవకపోయినా, స్టడీరూమ్‌లో కనీసం గంట కూర్చునే అలవాటు చెయ్యాలి.

27. రెండు ఈ సంఖ్యలో వేటిని సమానంగా భాగిస్తుంది .... 7, 8, 9, 10?

6. అన్ని తలుపులూ, కిటికీలూ మూసివున్న గదిలో పిల్లలు ఎక్కువ 'హైపర్'గా వుంటారు. సహజ కాంతి ఎక్కువగా వుండాలి. గది గోడల రంగు లైట్‌గా వుండాలి. ఒంటరిగా పడుకోబెట్టాలి.
7. అన్నిటికన్నా ముఖ్యంగా- ఇటువంటి పిల్లలకి ప్రత్యేకంగా ఒక గది వుండాలి. ఒంటరిగా వుండటం నెమ్మదిగా నేర్పాలి. ఏకాంతాన్ని ప్రేమించటం మంచి అభిరుచి.
8. బొమ్మలు వెయ్యటం, బొమ్మలకి రంగు వెయ్యటం, కీ-బోర్డు వాయించటం, పజిల్స్ నింపటం, మట్టితో బొమ్మలు చెయ్యటం, టి.వి.లో సైన్సు ఛానెల్స్ చూడటం, చదరంగం- లాటి అభిరుచుల్లో ఒకటి నేర్పాలి.
9. అక్వేరియంలో చేపలు, బాల్కనీ లో కుండీల నిర్వాహణ బాధ్యత అప్పగించాలి. అక్వేరియం కడగటం, పెయింటింగ్ వెయ్యటం లాటి అభిరుచులు పిల్లలకి 'కుదురుగా' ఉండటం నేర్పుతాయి.
10. పిక్నిక్‌లకి తీసుకెళ్ళినప్పుడు గాలం వేయటం మొదలైనవి చేయించాలి. ఫిషింగ్ ఏకాగ్రతనీ, ఒద్దికనీ నేర్పుతుంది.

కొందరు పెద్దలు తమ పిల్లలకి అన్నీ 'కొద్ది కొద్దిగా' నేర్పుతారు. దానికన్నా ఇష్టమైన ఒక రంగంలో ప్రాక్టీసు మంచిది. చిత్రలేఖనం నుంచీ చదరంగం వరకూ తమ పిల్లలకి దేనిలో అభిరుచి వున్నదో ముందు గ్రహించటం, దాన్ని పెంపొందించుకోవటానికి సాయపడటం పెద్దల కనీస బాధ్యత.

3. ఏకాగ్రతా లోపం

ఆవేశపూరిత ఉత్సాహం ఎక్కువగా వున్న పిల్లలకి సాధారణంగా తెలివి ఎక్కువగా వుంటుంది. కానీ ఏకాగ్రత వుండదు. వారి లక్షణాలు ఈ విధంగా వుంటాయి.

- ❖ పూర్తిగా మనసు పెట్టి చదవకుండా, కళ్ళతో ఇట్నుంచి అటు చివరి వరకూ ఒకసారి చదివేసి పక్కన పడెయ్యటం.
- ❖ ఆటల్లో అత్యుత్సాహం, లేదా అసలు ఉత్సాహం లేకపోవటం.

28. ఇండియా, ఇంగ్లండ్ దేశాల మధ్య మ్యాచ్ జరుగుతోంది. మీరు ఇంగ్లండ్ మీద పందెం కాస్తే అది గెలిస్తే రూపాయికి రెండు రూపాయలూ, ఇండియా మీద గెలిస్తే రూపాయికి రూపాయీ - బహుమతి లభిస్తుంది. మీ దగ్గిర వంద రూపాయలున్నాయి. ఏ దేశం గెల్చినా సరే మీకు వీలైనంత ఎక్కువ లాభం రావాలంటే, దేని మీద ఎంత కాయాలి ?

- ❖ చేస్తున్న పని కన్నా మరో పని పట్ల ఎక్కువ ఇంటరెస్ట్ వుండటం. అది మొదలు పెట్టగానే, ఉత్సాహం మరొక దానిపైకి మర్లటం.
- ❖ ప్రశ్న పూర్తికాక ముందే సమాధానం చెప్పెయ్యాలన్న తాపత్రయం.
- ❖ తన వంతు వచ్చేవరకూ స్థిమితంగా కూర్చో లేక, అవతలి వారికన్నా ముందే సమాధానం చెప్పాలనుకోవటం లేదా వారి మాటలకి అడ్డు తగలటం.
- ❖ తన మీద తనకు (పాసయిపోతాను, మార్కులు బాగా వస్తాయి లాటి) విపరీతమయిన నమ్మకం. 'చివరి క్షణంలో చదివినా చాలు'- అనే సుపీరియారిటీ కాంప్లెక్సు వుండటం.

ఎక్కువ ఏడవటం, తక్కువ నిద్రపోవటం లాటి లక్షణాలు వీరిలో బాల్యం నుంచే కనపడతాయి. ఒకేసారి ఎక్కువ విషయాలపట్ల ఆసక్తి వుండటంతో, చదువు అంతగా గుర్తుండదు. దీన్నే రిటెన్షన్ డిజార్డర్ అంటారు.

దీనికి సరిగ్గా వ్యతిరేకంగా కొందరు పిల్లలు జడులుగా వుంటారు. చిన్నతనం నుంచీ సరిఅయిన శ్రద్ధ తీసుకోకపోవటం వలన ప్రశ్నలో ఏ మాత్రం మెలికవున్న సమాధానం చెప్పలేరు. $(a + b)^2$ ఎంత అంటే చెప్పగలరు $(b + a)^2$ ఎంతంటే ఆలోచనలో పడతారు. సృజనాత్మకత కనీసజ్ఞానం. ఇది వయసుతోపాటూ పెరుగుతూ వుండాలి. అలా పెరక్కపోతే అది జడత్వానికి దారితీస్తుంది.

మీ దగ్గిరవున్న పన్నెండు నాణేల్లో ఒకటి బరువు తక్కువ వున్నది. కేవలం మూడుసార్లు తూచటం ద్వారా ఆ కాయిన్‌ని గుర్తించటం ఎలా? ఈ ప్రశ్నకి సమాధానం చెప్పటం కోసం సామాన్యమయిన తెలివితేటలు చాలు. చెరో ఆరూ తూచి, బరువు తక్కువగావున్న వాటిని చెరో మూడూ తిరిగి తూచాలి. చివరిసారి చెరో నాణేన్నీ తూస్తే, బరువు తక్కువ వున్నది తెలిసిపోతుంది. ఒకవేళ ఆ రెండూ సమానంగా వున్న పక్షంలో, మిగిలినది బరువు తక్కువదన్న మాట!

ఆరో క్లాసు విద్యార్థి ఈ ప్రశ్నకి సమాధానం చెప్పగలిగి వుండాలి. కేవలం సిలబస్ చదివి పరీక్షలు పాసయ్యే వారికి ఈ జ్ఞానం అలవడదు. దీన్ని స్కూళ్ళల్లో కూడా చెప్పరు. తల్లిదండ్రులు శ్రద్ధ తీసుకోవాలి. సమస్యాపూరణం కోసం తార్కికంగా ఆలోచించగలిగే శక్తిని PAC (ప్రోబ్లెమ్ అనలైజింగ్ కెపాసిటీ) అంటారు.

ఇదిగాక P.S.D. (పారడైమ్ షిఫ్ట్ డిఫిషియన్సీ) అని మరొకటి వున్నది. అంతకుముందు చదివిన పాఠమే అయినా, తెలిసిన సమాధానమే అయినా, ప్రశ్న

29. పద కొండుని రోమన్ అంకెగా × 1 అంటారు. ×1 ఒక గీత కలిపి 1× (తొమ్మిది) చెయ్యగలరా ? అలాగే దానికి ఒక గీత కలిపి ఎనిమిది చెయ్యగలరా ?

కాస్త మారేసరికి అయోమయంలో పడటాన్ని పియస్డీ అంటారు. "...వాడకపోతే ఇనుము తుప్పు పడుతుంది. నిలవ వుండిన నీరు చెడిపోతుంది. వేడిలేకపోతే గాలికూడా ఘనీభవిస్తుంది" అంటాడు లీనార్డో విన్సీ. మెదడుక్కూడా తరచు ప్రశ్నల రాపిడి పెట్టకపోతే అది తుప్పుపట్టిపోతుంది.

పిల్లల్లో ఏకాగ్రత లోపానికి తల్లిదండ్రుల మధ్య తరచు గొడవలు, అన్నయ్యల నిర్లక్ష్యం, కాస్త పెద్ద వాళ్ళయితే ప్రేమ వైఫల్యాలు వగైరా ఏమైనా కారణాలు వుండవచ్చు. లేదా, చదువు కాకుండా వేరే ఏదైనా విషయంపై విపరీతమయిన ఆసక్తి వుండి వుండవచ్చు.

- ❖ ఏకాగ్రతా లోపం వున్న పిల్లలు ఎక్కువగా పగటి కలలుకంటూ వుంటారు. వాళ్ళతో ఫాంటసీ మాన్పించటం కోసం జీవితంలో కష్టపడి పైకి వచ్చిన వ్యక్తుల కథలు చెప్పాలి. వారి చరిత్రలు చదివించాలి. సూపర్‌మాన్, స్పైడర్‌మాన్ లాటివి చూస్తున్నప్పుడు వాటిని కేవలం ఆనందించటానికీ, ఆ పాత్రల్తో పోల్చుకుని కలలు కనటానికీ మధ్య తేడా వారికి అర్థమయ్యేలా వివరించాలి.
- ❖ పిల్లల ప్రవర్తన చూస్తే, వారు ఆనందించే వారా? లేక కలలు కనేవారా? అన్న విషయం తెలిసిపోతుంది. వారి చిన్న చిన్న విజయాల్ని (మొదటి బొమ్మ, మొదటి వ్యాసం, మొదటి మంచి మార్కు మొదలైనవి) గుర్తించి బహుమతులు ఇవ్వటం ద్వారా నిజమైన విజయాలపట్ల ఆసక్తి పెంచాలి. ప్రొడక్టివ్ పని చేయటం వలన వచ్చే లాభం వారికి ఈ విధంగా తెలుస్తుంది.
- ❖ టూరిజం ద్వారా జ్ఞానం పెరుగుతుంది. ఏడాదికొకసారి ఎప్పుడూ తిరుపతే కాకుండా వేర్వేరు ప్రదేశాలు తిప్పాలి. కాస్త వయసు వచ్చాక ఒంటరిగా స్నేహితుల్తో (తగినన్ని జాగ్రత్తలు తీసుకుని) పంపాలి.
- ❖ "మా పిల్లలకి ఏకాగ్రత తక్కువ" అనే తల్లిదండ్రులు, పిల్లలు చదువుకునే సమయంలో గెస్టలని ఇంటికి పిలవకూడదు. పెద్దలందరూ ముందు గదిలో మాట్లాడుకుంటూ వుంటే, తమ గదిలో ఒంటరిగా చదువుకోగలిగేటంత ఏకాగ్రత సంపాదించాలంటే, మీ పిల్లలు ఋషులై వుండాలి. పిల్లలు పైకి రావాలంటే కొన్ని త్యాగాలు తప్పవు. మిమ్మల్ని కుర్చీకి నాల్రోజులపాటు కట్టేసి వుంచి, మీ ఎదురుగా ఎవరైనా బిర్యానీ తింటూ కూర్చుని వుంటే మీకెలా వుంటుందో ఆలోచించండి.

30. ఒక కుక్క మెడని పదిమీటర్ల తాడుతో కట్టేసి వుంచారు. ఇరవై గజాల దూరంలో ఒక ఎముక పడింది. అది తినాలంటే ఏం చెయ్యాలి ?

4. వయస్సు

"ఇంటికి తొందరగా వచ్చెయ్యమ్మా"
"నేనింకా చిన్న పిల్లని కాదమ్మా"
"అందుకే చెప్తున్నానమ్మా".

* * *

అనిత అకస్మాత్తుగా డిప్రెషన్‌లోకి ఎందుకు వెళ్ళిందో తల్లిదండ్రులకి అర్థంకాలేదు. ఎంతో ప్రశ్నించిన తరువాత మానసిక డాక్టర్ అసలు విషయం కనుక్కున్నాడు.

ముగ్గురు స్నేహితురాండ్రు ఇంటి కొచ్చి అనిత తల్లిదండ్రుల వద్ద పర్మిషన్ తీసుకుని, ఆ అమ్మాయిని పెళ్ళికి తీసుకెళ్ళారు. క్లాస్‌మేట్ పెళ్ళి అని చెప్పారు. నిజానికి వెళ్ళింది వరంగల్‌కి కాస్త దూరంలోవున్న 'పాకాల్' పిక్నిక్‌కి .... మరో ముగ్గురు అబ్బాయిల్తో ...! ప్రతి అమ్మాయి ఇంటికీ మిగతా ముగ్గురు ఫ్రెండ్సూ అదే విధంగా వెళ్ళి చెప్పారని పెద్దలు ఊహించలేదు.

అప్పటివరకూ ఇంట్లో ఎంతో మంచి ప్రవర్తన కలిగివున్న కుర్రవాడు. ఒక క్లాసు నుంచి పై క్లాసుకి వెళ్ళాక, అకస్మాత్తుగా అతడి ప్రవర్తన మారి పోయి, తరచు చిరాకుపడుతూ వుండ టం, తల్లిని ఎదిరించటం చేస్తూ వుంటే దానిక్కారణం– సైక్లాసు పాఠాలు సరీగ్గా అర్థం కాకపోవటం, కొత్త వాతావరణం కావొచ్చు. దీనికన్నా ముఖ్య కారణం – ఒక టీచరు అతడిని తరచు మాటల ద్వారానో, పదిమందిలో ఎగతాళి ద్వారానో హింసిస్తే, ఆ కోపాన్ని ఇంట్లో చూపిస్తూ వుండవచ్చు. దీన్ని సైకాలజీలో "డిస్‌ప్లేస్‌మెంట్" అంటారు.

మధ్యాహ్నం చెరువులో ఈత కొట్టటానికి ఉత్సాహంగా దిగిన ఒక కుర్రవాడు నీటిలో మునిగి మరణించాడు. అమ్మాయిలు వణికి బెంబేలెత్తిపోయారు. నిశ్శబ్దంగా షాక్‌నీ బాధని దిగమింగుకుని పోలీసులు వచ్చేలోపులో పారిపోవాలి. వారి వయసుకది పెద్ద పని. ఇంటికొచ్చాక ఏమీ జరగనట్టూ కనపడే ప్రయత్నంలో, (మరణించింది 'ఆమె' స్నేహితుడు కాబట్టి) టెన్షన్ ఎక్కువై అనిత డిప్రెషన్‌కి గురి అయింది. ఈ సంఘటనలో విస్మయమూ, దిగులూ కలిగించే విషయం ఏమిటంటే.... అనితకి 14 ఏళ్ళు!

తల్లితండ్రులతో, ముఖ్యంగా తండ్రుల్తో సంబంధ బాంధవ్యాలు, ఇంట్లో సరిఅయిన మానసిక ఆరోగ్య సంబంధాలూ లేని ఆడపిల్లలే ప్రేమలో సాధారణంగా

పడుతూ వుంటారని మానసిక శాస్త్రవేత్తల అంచనా! అదే మొగపిల్లలయితే 'నేను ఒకే! మీరు ఒ.కే కాదు' అనే స్థితికి చిన్న వయసులోనే చేరుకుంటారట. ఇటువంటి మొగపిల్లలు విసుగు, చిరాకు, ఇరిటేషన్, నిర్లక్ష్యంగా సమాధానాలు చెప్పటం లాంటి మానసిక రుగ్మతలతో ప్రారంభమై, తరువాత ఇంట్లో ఎక్కువసేపు గడపటానికి ఇష్టపడకపోవటం, స్నేహితులే ప్రపంచంలా వుండటంలాంటి వ్యాపకాలకి తొందరగా లోనవుతారట.

ఇదంతా తల్లిదండ్రుల పెంపకం మీదే ఆధారపడి వుంటుందని చెప్పక తప్పదు. అతి క్రమశిక్షణ నుంచి, అతి గారాబం వరకూ ఏదైనా కారణం కావొచ్చు. లేదా- తొందరగా ఇతర (సినిమా, ఛాటింగ్‌లాంటి) ప్రభావాలకి లోనయ్యే పిల్లల మనస్తత్వం కూడా కారణం కావొచ్చు.

చదువుకునే వయసులో ప్రేమ ఏకాగ్రతని దెబ్బతీస్తుంది. చిన్న వయసులో ప్రేమలో పడటం అంటే, పది సంవత్సరాల తరువాత కొనబోయే కారుని ముందే సెలక్ట్ చేసుకోవటం లాటిది. 'ఫస్ట్ ఇంప్రెషన్' ఎప్పుడూ 'బెస్ట్ ఇంప్రెషన్' కాకపోవచ్చు. అలాగే స్నేహం కూడా. తమ పిల్లల స్నేహితులు ఎవరో, అది ఎలాటి స్నేహమో తల్లిదండ్రులు గమనిస్తూ వుండాలి. ఒక విద్యార్థి భవిష్యత్తు అతని స్నేహితులపై సగం పైగా ఆధారపడి వుంటుంది - అన్నాడు బెర్నార్డ్‌షా! అక్షరాలా నిజం! ఎక్కువ మాట్లాడేవాళ్ళూ, సంస్కారం లేని వాళ్ళూ, సమయం సందర్భం లేకుండా తినే వాళ్ళూ, వ్యసనాల్ని నేర్పేవాళ్ళూ, సోమరిపోతులూ, సమయం విలువ తెలియని వారూ... వీరిని ఇన్‌ఫెక్టర్స్ అంటారు.

"ముందు నేన్నీకీ విషయం అసలు చెప్పకూడదనుకున్నాను... నేన్నీకీ సంగతి చెప్పానని ఎక్కడా అనకు.... ఈ విషయం నీకు తెలిసిందని అక్కడ తెలిస్తే నాకొంప మునుగుతుంది..." ఇలా మాట్లాడేవారి స్నేహం వెంటనే వదిలిపెట్టటం మంచిది. వీరి స్నేహం భవిష్యత్తుని పాడు చేస్తుంది.

5. ప్రేమ

పెద్దలకి అయిదు సూత్రాల్లో - ఇప్పటి వరకూ అతి తెలివి తేటలున్న పిల్లల్ని, హైపర్ ఆక్టివ్ పిల్లల్ని, జడుల్నీ, కాంప్లెక్స్‌లు వున్నవారినీ ఎలా డీల్ చెయ్యాలో చర్చించాం. అయిదో సూత్రం అతి ముఖ్యమైనది, 'ప్రేమ'!

పిల్లల ముందు తల్లిదండ్రులిద్దరూ అతిగా ప్రవర్తించటం ఎంత తప్పో, మరీ రిజర్వ్‌డ్‌గా వుండటం కూడా అంత తప్పే. కళ్ళముందు తమ తల్లిదండ్రుల ఆరోగ్యకర

31. ఇద్దరు వ్యక్తులు గొడుగులో వెళ్తున్నారు. ఒక వ్యక్తి బాగా తడిసిపోయి, మరో వ్యక్తిని బయటకు తోసేసాడు. బయటకొచ్చిన వ్యక్తి కన్నా గొడుగులో వ్యక్తి ఎక్కువ తడుస్తున్నాడు. గొడుక్కి కన్నం (రంధ్రం) లేదు. ఇదెలా జరిగింది?

మైన దగ్గిరతనం, ఒకరంటే ఒకరికి చాలా ఇష్టమన్న విషయం తెలియటం పిల్లలకి మానసిక బలాన్నీ, ఆహ్లాదాన్నీ ఇస్తుంది. తల్లిదండ్రులిద్దరూ ఒకటేనన్న భావం పిల్లలకి భద్రతనిస్తుంది. వాళ్ళ ఎదురుగా దెబ్బలాడుకోవటం, తిట్టుకోవటం మానెయ్యాలి. దాన్నే 'మూడ్ కంట్రోల్' అంటారు.

'ఒక ఖైదీ డయిరీ' అన్న పుస్తకంలో రచయిత ఈ విధంగా వ్రాస్తాడు : "నా తండ్రి అమ్మ మీద చాలా జోకులు వేసేవాడు. వాటిలో సాడిజం వుండేది. అమ్మ వీధిలో అందరితో తెగమాట్లాడేది. 'అమ్మ మంచా? నాన్న మంచా?' అని నన్ను మధ్యలో కూర్చోబెట్టి చిన్నప్పుడు ఇద్దరూ అడిగేవారు. తెగ విసుగేసేది. ఇద్దరు దరిద్రులే అని చెప్పాలనిపించేది".

ప్రేమించటం వేరు. ప్రేమ ప్రకటించటం వేరు. పిల్లల వ్యక్తిత్వ శిక్షణా కేంద్రాల్లో నేను ఒక ప్రశ్న అడుగుతూ వుంటాను. "మీరు మీ తల్లిదండ్రుల్ని ప్రేమిస్తున్నట్లు వారికి ఎలా తెలుస్తుంది?"

స్నేహితులు ఆరు రకాలు: 1) తెలివైన వారు : వీరు మనల్ని గైడ్ చేస్తారు. మాట్లాడుతారు. మాట్లాడటం నేర్పుతారు. వీరి కంపెనీలో మన తెలివి పెరుగుతుంది. పని విలువ తెలుస్తుంది. 2) మంచివారు: వీరు తెలివైనవారు కాకపోవచ్చు. రానీ ప్రాణం ఇస్తారు. ఆపదలో ఆదుకొంటారు. 3) క్రిములు : మనకి తెలియకుండానే సమయం తింటారు. అయినా వీరి కంపెనీ బావుంటుంది. చెడు అలవాట్లు కూడా వీరి వల్లనే అవుతాయి. తమ పరిధిలోకి లాగేసి, తమలాగా బ్రతక్కపోతే జీవితం వృథా అన్న అభిప్రాయాన్ని కలుగచేస్తారు. వీరి ప్రభావం నుంచి బయటపడటం కష్టం. 4) దొంగలు : మన స్నేహితుల్లాగే నటిస్తూ మన వస్తువులు కొట్టేస్తారు. వెనుక గోతులు తవ్వుతారు. అవసరానికి వాడుకుని మాయమవుతారు. 5) గడ్డిపరకలు : వీరి వల్ల లాభమూ వుండదు, నష్టమూ వుండదు. కబుర్లకి తప్ప మరి దేనికీ ఉపయోగపడరు. 6) హీన చరితులు : వీరికన్నా 'దొంగలు' నయం. ఏ లాభమూ లేకపోయినా వీరు మన గురించి బయట చెడుగా మాట్లాడతారు. మన మనసు కష్టపెడతారు.

వారి వయసుకిది సమాధానం చెప్పటానికి చాలా పెద్ద ప్రశ్న. కొంచెం ఆలోచిస్తారు. ".... బాగా చదువుకోవటం ద్వారా .... వారు చెప్పిన పనులు చేయటం ద్వారా" అని సమాధానం ఇస్తారు. అది ప్రేమ ప్రకటన కాదు- బాధ్యత. నవ్వు, స్పర్శ, ఉత్తరం, సేవ .... ఈ నాలుగూ ప్రేమని ప్రకటించే సాధనాలు. ఒకే ఇంట్లో వున్నా సరే, ఒకరికొకరు వుత్తరాలు వ్రాసుకోవటం ప్రేమ ప్రదర్శనకి ఉత్తమమయిన పద్ధతి. వ్రాతలో చెప్పినంత బాగా కొన్ని భావాలు మాటల్లో చెప్పలేం. బంధం తాలూకూ వయసు పెరిగే కొద్దీ, 'మన మనిషే కదా' అన్న భావంతో ప్రేమని ప్రదర్శించటాలూ, మాట్లాడుకోవటాలూ తగ్గిపోతాయి. పార్కులో మూడు నిముషాల

కొకసారి ఐ లవ్యూ అనుకునే జంట, పెళ్ళయిన మూడేళ్ళకే ఆ మూడు పదాలూ అనటానికి అందుకే మొహమాటపడుతుంది.

ఈ సత్యం పిల్లలకీ, తల్లిదండ్రులకీ కూడా వర్తిస్తుంది. కాస్త వయసు వచ్చేసరికి పిల్లలు రిజర్వ్‌డ్‌గా మారతారు. ఆ కారణంవల్లనే, గ్రాడ్యుయేషన్, పి.జి. పిల్లల్ని ఇదే ప్రశ్న – '.... మీరు వారిని ప్రేమిస్తున్నట్టు మీ ప్రేమని పేరెంట్స్‌కి ఎలా తెలుపుతున్నారు?' అని అడిగినప్పుడు, సమాధానం చెప్పటానికి ఇబ్బంది పడతారు. తిరుపతి ఇంజనీరింగ్ కాలేజ్‌లో, కుటుంబ సభ్యుల మధ్య బంధాల గురించి చెప్తూ, 'మీకు బాగా గుర్తున్న ఒక సంఘటన దానికి సంబంధించినది చెప్పండి' అన్నప్పుడు ఒక అమ్మాయి లేచి, "నేను ఏడో క్లాసు చదివే రోజుల్లో అమ్మకి వంట్లో బావో లేకపోతే మా అన్నయ్య నాకు జడేసి, మొహానికి పౌడర్ రాసి స్కూల్‌కి పంపటం..." అన్నప్పుడు క్లాసంతా నవ్వుల్తో నిండిపోలేదు. చప్పట్లతో నిండింది.

సినిమాల్లోలాగా కుటుంబం అంతా కలిసి డాన్స్ చెయ్యనవసరం లేదు. పోస్ట్ గ్రాడ్యుయేట్ కొడుకు వంటింట్లో అమ్మపక్కన నిలబడి ఉల్లిపాయ తొక్కలు తీస్తూ కబుర్లు చెప్పటం, డాక్టరీ చదువుతున్న కూతురు నాన్న జుట్టుకి రంగెయ్యటం, ఇంజనీరింగ్ చదివే అన్నయ్య చెల్లి చేతికి మెహందీ పెట్టటం, ఇంటిల్లిపాదికీ మీరే ఒక రోజు వంట చెయ్యటం, చిన్నప్పుడు పక్కలో పడుకోబెట్టుకుని కథల పుస్తకం చదివి వినిపించిన నాన్న, నడుమునొప్పితో పడుకుని వుంటే అమృతాంజనం రాయటం, అన్నీ ప్రేమ ప్రదర్శనకి మార్గాలే. ఇవన్నీ పిల్లలకి స్వతహాగా రావు. నేర్పాలి. గారాబం వేరు. ప్రేమించటం వేరు. ప్రేమ ప్రకటించటం వేరు. ఛానెల్స్ చూడటం కోసం ఒకర్నొకరు కొట్టుకునే పిల్లలకి ఈ చైనీస్ కథ చెప్పాలి.

> *ఒక కుర్రవాడు పక్కింటి ఎనిమిదేళ్ళ మరో కుర్రవాడిని సైకిల్ ఎక్కించుకుని తొక్కుతున్నాడు. కొత్త సైకిల్ అద్భుతంగా వున్నది. ముచ్చటపడిన ఆ చిన్న పిల్లాడు ఆ సైకిల్ ఎక్కడిది అని అడిగాడు. '.... అమెరికా నుంచి మా అన్నయ్య పంపాడు' గర్వంగా చెప్పాడు పెద్దవాడు.*
>
> *'నాక్కూడా...' అంటూ చిన్నవాడు ఆగాడు.*
>
> *'నీక్కూడా ఒక అన్నయ్య అమెరికాలో వుంటే బావుణ్ణు అనుకుంటున్నావా?'*

32. ఒక గది నాలుగ్గోడల కిటికీలూ దక్షిణం వైపుకే వున్నాయి. దానిలోకి ఒక ఎలుగుబంటి ప్రవేశించింది. దాని రంగేమిటి?

'లేదు. నాక్కూడా తొందరగా వయసొచ్చి అమెరికా వెళ్ళి మా తమ్ముడికిలాటి సైకిల్ పంపిస్తే బావుణ్ణు అనుకుంటున్నాను' అన్నాడు కుర్రాడు. ప్రేమకి ఇంతకన్నా గొప్ప ఉదాహరణ వుంటుందా?

చివరగా ఒక మాట. చదువు అన్నది జీవితంలో ఒక భాగం మాత్రమే! దాన్ని చెప్పటానికి చాలా విద్యా సంస్థలున్నాయి. తెలివి, చురుకుదనం, సమయస్ఫూర్తి, సంస్కారం, టైమ్ మానేజ్‌మెంట్, మర్యాద, చిరునవ్వు, టెన్షన్‌పై గెలుపు, బద్ధకంతో పోరాటం, ప్రేమ, మాట్లాడే విధానం - ఏ టీచర్లూ ఇవి నేర్పరు. మనమే పిల్లలకి నేర్పాలి. అందుకే ఈ రచనకి ఆ పేరు పెట్టింది.

నా గత రచనలోని ఒక వాక్యంతో దీన్ని ముగిస్తాను. 'ప్రతి మనిషికీ అతడి గమ్యాన్ని అడుగు దూరంలో పెడుతుంది సృష్టి. కొందరే ఆ గమ్యాన్ని చేరుకుంటారు. అడుగువేసి అలసిపోనివారు!'

ఆ కొందరిలో మీ పిల్లలుండాలంటే - వారికి చదువొక కష్టం అవకూడదు. ఇష్టం అవ్వాలి.

సంక్షిప్తంగా...

- మా అమ్మాయి స్కూల్ బస్‌దిగి ఇంటికి రాగానే ఫోన్ మ్రోగుతుంది. బస్‌లో అమ్మాయి ప్రక్కన అప్పటి వరకూ కూర్చుని వచ్చిన స్నేహితురాలు ఇంటి నుంచి ఫోన్ చేసింది. అరగంట మళ్ళీ మాట్లాడుకుంటారు ఇద్దరూ.
- తను అడిగింది ఇవ్వకపోతే ఏడుస్తాడు. ఎలా సాధించుకోవాలో వాడికి బాగా తెలుసు.
- అరగంట కన్నా ఎక్కువ చదవడు. అయినా మంచి మార్కులు వస్తాయి.
- ఎన్నోన్నో మనస్తత్వాలు. ఎన్నెనో విశ్లేషణలు. అన్నిటికీ ఒకటే సమాధానం తప్పు ముప్పాతిక వంతు తల్లితండ్రులదే.
- *Mothering* వేరు. *Smothering* వేరు - ఈ తేడా తెలుసుకుంటే చాలు. అదే విధంగా *Fathering* వేరు. *Feeding* వేరు.

ఉప సంహారం

అయిదు భాగాలుగా సాగింది ఈ రచన. 'ఒక గమ్యం' అన్న మొదటి అధ్యాయంలో 'చదువుని ఎలా ఆనందించాలి?' అని చర్చించటం జరిగింది. సమస్యలేమీ లేకపోతే చాలు అనుకునేవాడు సామాన్యుడు. అవకాశాల్ని ఉపయోగించుకునేవాడు గొప్ప వాడు. 'రెండు దశలు' అన్న ప్రకరణంలో వాటి గురించి తెలుసుకున్నాం. బలహీనతలు మూడు రకాలు. భయం, దుఖం లాటివి పుట్టుకతో వచ్చేవి. కోపం, అభద్రతా భావం, కాంప్లెక్సులాంటివి వయసుతోపాటూ పెరిగేవి. ఆలోచన్లు ఎటో వెళ్ళటం, నిద్ర, బద్ధకంలాంటివి ఆకర్షణీయమైన బలహీనతలు. ఆహారాన్నీ, నిద్రనీ, మాటల్నీ నిర్దేశించటం ద్వారా వీటిని ఎలా గెలవవచ్చో 'మూడు దయ్యాలు' అన్న అధ్యాయంలో చర్చించాం. జీవితంలోనూ ఇంటర్వ్యూలోనూ గెలవటానికి కావల్సిన తెలివి, జ్ఞాపకశక్తి, ప్రతిస్పందన, ఏకాగ్రత ఎలా పెంచుకోవాలో 'నాలుగు అవకాశాలు' అన్న అధ్యాయంలో వివరించటం జరిగింది. 'అయిదు సూత్రాలు' ఆఖరిది. పెద్దల కోసం.

* * *

"ప్రపంచపు ఏడు అద్భుత వింతలను వ్రాయుము..." అని ఒక మాస్టారు పిల్లల్ని అడిగాడు. చాలామంది చకచకా వ్రాసేసారు. ఒక పాప మాత్రం తెలియక ఆగిపోయింది. ఆమె భయాన్ని పోగొట్టటానికి మాస్టారు మిగతా వాటి గురించి సూచనలు ఇవ్వటం ప్రారంభించాడు. చైనా గోడ గురించి ఇన్‌డైరెక్ట్‌గా చెప్తూ "శత్రువుల్నించి రక్షించేది. కవచంలా దృఢంగా వుండేది.... వ్రాసావా?" అన్నాడు. వ్రాసానంది. "... నిరంతరం ప్రవహించేది" అన్నాడు పెనామా కాలువ గురించి హింట్‌ఇస్తూ.

పాప ఒక క్షణం ఆలోచించి "వ్రాసాను మాస్టారూ" అంది.

"... వంగినా కూలదు" అన్నాడు పిసా టవర్‌ని దృష్టిలో పెట్టుకుని. అలాగే ఈజిప్టు పిరమిడ్‌ల గురించి ఇన్‌డైరెక్టుగా సూచిస్తూ, "... మనిషి అద్భుతమైన జ్ఞానానికి ఉదాహరణ ఒంటరిగా, ఎత్తుగా వుంటుంది... తన నీడ కూడా పొరపాటున

నేలమీద పడనివ్వదు. అంత పెరఫెక్టుగా వుంటుంది." అన్నాడు. వ్రాసానంది. ఆ తరువాత తాజ్‌మహల్ గురించి చెప్తూ, "వెన్నెల్లో దీన్ని చూడాలంటారు. కానీ మనసుకి కళ్ళుంటే దానితోనే ఆ సౌందర్యాన్ని చూడొచ్చు" అన్నాడు. అలా అన్నీ చెప్పాక, తీసుకొచ్చి చూపించమన్నాడు. తప్పు వ్రాసానేమోనని సిగ్గుపడుతూ ఆ పాప మాస్టారి దగ్గరకొచ్చి ఆ కాగితం అందించింది. అందులో ఈ విధంగా వుంది :

"మహాత్మాగాంధీ, మదర్ థెరిస్సా, మార్టిన్ లూథర్ కింగ్, ఆల్బర్ట్ ఐన్‌స్టీన్, హెలెన్ కెల్లెర్..."

ఆ పాప వ్రాసింది చదివి వినిపించేసరికి క్లాసులో క్షణంపాటు సూదిపడితే వినపడేటంత నిశ్శబ్దం వ్యాపించింది. ఆ పైన ఆ గది చప్పట్లతో మార్మోగింది.

నిరంతరం ప్రవహించేది ప్రేమ, దృఢమైనది ధైర్యం, నీడ పడనివ్వనిది వ్యక్తిత్వం- అన్నీ ప్రకృతి మనిషికి ఇచ్చినవే. మనిషి సృష్టించిన ఏడు అద్భుతాలకన్నా, ప్రకృతి మనిషికి ఇచ్చినవి గొప్పవి. వాటిని పెంచుకునే మనుష్యులు గొప్పవారు.

ప్రాక్టీసు చేయండి. చేయించండి. ప్రారంభమే కష్టం. తొలి విజయ పవనం సోకగానే అందులో ఆనందం తెలుస్తుంది. ప్రతి ఉదయం ప్రత్యూషమవుతుంది. ప్రతి పసి హృదయం గుడి ప్రాంగణమవుతుంది. అదే విజయరహస్యం శుభం భూయాత్!

YANDAMOORI.COM

సమాధానాలు

1. "స్వీట్లు + చాకెట్లు" అని వ్రాసివున్న సీసాలోంచి ఒకటి తీసుకోవాలి. అది 'చాక్లెట్టు' అనుకుందాం. ఆ సీసాలో అన్నీ చాక్లెట్లు వున్నాయన్నమాట. దాని మీద ఆ లేబిల్ అంటించాలి.
ప్రతి సీసా మీద తప్పడు లేబిల్స్ వున్నాయని ప్రశ్నలో చెప్పబడింది. అంటే– "స్వీట్లు" అని వ్రాసి వున్న దానిలో నిశ్చయంగా స్వీట్లు వుండకూడదు. "చాక్లెట్లో" లేక "చాకెట్లు + స్వీట్ల" మిశ్రమమో వుండాలి.
చాక్లెట్లు వున్న సీసా మనకి ఆల్రెడీ దొరికింది. కాబట్టి, తప్పక స్వీట్ల సీసాలో 'మిశ్రమం' వుండాలి. ఆలేబిల్ దానికి అతికించాలి.
ఇహ మిగిలింది మూడో సీసా. దానిమీద 'చాకెట్లు' అని వ్రాసి వుంది. అందులో గన్‌షాట్‌గా స్వీట్లే వుంటాయి. ఆలేబిల్ దానికి అంటించాలి. మీరు ప్రాక్టికల్‌గా ఈ లెక్క (సీసాలు ఉపయోగించి) ఇంట్లో మిగతా వారికి చూపించండి.
2. ఆపిల్ ఖరీదు రెండు రూపాయిలు, బత్తాయి ఖరీదు ఒక రూపాయి. కానీ ఇంత లెక్క అనవసరం! జాగ్రత్తగా గమనించండి. ప్రశ్నలోనే జవాబు వున్నది! ఆన్సరు 4/- రూపాయిలు.
సమస్య తాలూకు తీవ్రత తెలియకుండానే మనం ఎంతో కంగారు పడతాం. చిన్న సమస్యకి కూడా పెద్ద లెక్కలు చేస్తాం!
3. చురుకైన వాళ్ళే లాంతరు పట్టుకుని తిరగాలీ అని ఆలోచిస్తే ఈ ప్రశ్నకి ఎప్పటికీ సమాధానం దొరకదు. మొదట నకుల సహదేవులు బయటకొస్తారు. (5 నిముషాలు పడుతుంది). నకులుడు వెళ్ళి (5) అర్జునుడిని తీసుకొస్తాడు (10). సహదేవుడు వెనకివెళ్ళి (5) ధర్మరాజు, భీముళ్ళని పంపుతాడు (25). ఇటువైపున్న నకులుడు లాంతరు పట్టుకుని వెనక్కి వెళ్ళి (5) సహదేవుడితో కలిసి బయటకొస్తాడు (5). మొత్తం 60 నిముషాల్లో అందరూ బయటకొస్తారు.
4. దీన్నే పారడైమ్ షిఫ్ట్ అంటారు. సర్జెన్ మొగవాడు అని ఆలోచించినంత కాలం సమాధానం దొరకదు. ఆమె అతడి తల్లి.

5. వాచ్‌మెన్ చెప్పిన అంకెలో ఇంగ్లీషు అక్షరాలు ఎన్ని వుంటే, అది చెప్పాలి. TWELVE (6) SIX (3) కాబట్టి TEN కి సమాధానం కూడా మూడే.

6. ఒక్కసారి మాత్రమే తూచి దొంగని పట్టుకోవటం చాలా తెలివైన పని! A, B, C, D... ఇలా పదిమంది కంసాలులు వున్నారనుకుందాం. A నుంచి 10, B నుంచి 9, C నుంచి 8 .... ఆ విధంగా నాణేలు సేకరించాలి. మొత్తం 55 నాణేలు అవుతాయి. వాటి బరువు నిజానికి 550 గ్రాములుండాలి. 540 వుంటే A, 541 వుంటే B. 452 వుంటే C .... దొంగ అన్నమాట. ఒక్కక్షణం కళ్ళు మూసుకుని ఆలోచిస్తే తెలుస్తుంది. అర్థమైంది కదా!

7. ఇగ్నిషన్ ఆపఘని, కాపరి తన గొర్రెల్ని వ్యాన్ వెనక్కి నడిపించాడు. అన్నీ వెనక్కి వెళ్ళాకే కుర్రవాడు ముందుకు సాగాడు.

8. దీన్ని చాలా రకాలుగా చెయ్యవచ్చు.

   $12 + 3 - 4 - 5 - 6 - 7 + 8 + 9 = 10$

9. కుడి చేతి కొంచం పక్కగా ఆస్ట్రేలియా, వీపువైపు కాస్త ఎడమగా ఇరాక్ వుంటాయి.

10. E, ME, MET, MEAT, MATEL, LAMENT, MENTALS.

11. IF YOU DO NOT GO TO YOUR WORK, NOBODY IS GOING TO PUNISH YOU. (ఈ విధంగా A, E అన్న అక్షరాలు లేని వాక్యం మీరు ఇంకొకటి ప్రయత్నించండి).

12. STAG, A, AN, ANT, TAN, ANGER, RANGER, STRANGE, TEAR, RENT, RANGE, RAN, GATE, STAGE, RAGE, GENT, GENTS, GAS, GREAT, GRATE, RATE, ATE, REST, GEAR, EAR, GET, TAG, STAR, STANG, STARE, EAST.

13. SEKHAR

14. నవాబుగారు బిర్యానీలో కాలువేసారు. దేశంలో మొగవాళ్ళ సంఖ్య పెంచటం కోసం ప్రప్రథమంగా అబ్బాయి పుట్టినవారు, మరో అబ్బాయి కోసం ప్రయత్నించవచ్చుననీ, అమ్మాయి పుడితే ఆపాలి అనీ రాజాజ్ఞ. ఆ దేశంలో 100 మంది దంపతులు వున్నారనుకుందాం. 50 మందికి అబ్బాయిలు, 50 మందికి అమ్మాయిలూ పుడతారు. అబ్బాయిలు పుట్టినవారు మరో

సంతానం కోసం ప్రయత్నం చేస్తారు. వారి మొదటి సంతానం అబ్బాయి కాబట్టి, రెండో సంతానం అమ్మాయి పుట్టే అవకాశమే వున్నది. అమ్మాయి పుట్టగానే సంతానం ఆపాలి. అప్పటికి వారికి ఒక అబ్బాయి, ఒక అమ్మాయి సంతానం అవుతారు. ఈ 50మంది దంపతులవల్లా దేశంలో 50మంది యువకులూ, 50మంది యువతులూ తయారవుతారు.

మరో యాభైమంది దంపతులకీ అమ్మాయిలే ప్రధమ సంతానం. వారు అక్కడితో ఆపు చేసారు.

కాబట్టి... మొత్తం 100 దంపతులకీ 50మంది అబ్బాయిలూ, 100మంది అమ్మాయిలూ, అవుతారు. అందుకే నవాబుగారు బిర్యానీలో కాలువేసారన్నది. ఈ విధంగా ఒక స్టేజి వచ్చేసరికి అమ్మాయిల సంఖ్య విపరీతంగా పెరిగిపోతుంది. మొత్తం ఆలోచన అభాసుపాలు అవుతుంది.

15. "అతని తండ్రి- నా తండ్రికొడుకు" అన్న వాక్యాన్ని చిన్నది చేయండి. "నా తండ్రి కొడుకు" అంటే ఎవరు? నేను....! అప్పుడా వాక్యం; "అతడి తండ్రి... నేనే" అవుతుంది. కాబట్టి సమాధానం- "నా కొడుకు." అతను నాకు కొడుకు అవుతాడు.

రెండో ప్రశ్నకి సమాధానం "శుక్రవారం." దానికి నిన్న- గురువారం. గురువారం రేపవుతే ఈ రోజు బుధవారం. ఈ ప్రశ్నకాస్త తికమకగా వుంటుంది. సమాధానం అర్థంకాకపోతే పెద్దవాళ్ళని అడగండి.

16. చచ్చిన కాకి ఒకటి వుంటుంది. కాబట్టి ష్యూర్‌గా "సున్నా" అన్సరు కాదు. కానీ సమాధానం అక్కడితో ఆగకూడదు. ఇంకా విస్తృతంగా ఆలోచించాలి. మిగతా కాకులు చెవిటివి అయివుండవచ్చు. లేదా చచ్చిన కాకిని ప్రేమిస్తూన్న కాకి అక్కడే వుండవచ్చు. మొత్తానికి ఒకటి కంపల్సరీగా వుంటుంది. ఇంకా ఎక్కువ కూడా వుండొచ్చు. కాబట్టి సరిఅయిన సమాధానం B.

17. డ్రైవరు చెవిటి వాడయితే సూపర్ మార్కెట్ దగ్గిర దింపాలని అతడికి ఎలా తెలిసింది?

18. శాంతి సమీరుడు! తలుపుల్ని ముట్టుకుంటే (ఎండగా వున్నది కాబట్టి) తేడా తెలుస్తుంది.

19. A-5, B-3 అంటారు కొందరు. చెరిసగం అంటారు మరికొందరు. రెండూ తప్పే!

మూడోవంతు తిని, 'C' ఎనిమిది రూపాయిలిచ్చాడు. అంటే మొత్తం చపాతీల ఖరీదు 24 రూపాయలు. 'A' దగ్గిర 15 రూపాయల విలువ వున్న

5 చపాతీలు, 'B' దగ్గిర 9 రూపాయిల విలువున్న 3 వున్నాయి. కాబట్టి 'A' (15-8), 'B' 1 (9-8) రూపాయిలూ తీసుకోవాలి. ఈ లెక్కలో 'C' కి ఎవరు ఎంత విలువవున్న ఆహారం పెడితే, వారికి అంత డబ్బురావాలి కదా.

20. చెల్లెలు బిచ్చగత్తె. (నాలుగో ప్రశ్నో కూడా ఇలాటిదే. గమనించండి.)

21. బిన్‌లో నాలుగుంటాయి.

22. రెండు సార్లు కొట్టటానికి మధ్య ఒక ఇంటర్వెల్ (గ్యాప్) వుంటుంది. మూడుసార్లు కొట్టటానికి మధ్య రెండు గ్యాప్‌లుంటాయి. ఒక గ్యాప్‌కి రెండు సెకన్లయితే, రెండు గ్యాప్‌లకి నాలుగు సెకన్లు పడుతుంది.

23. ప్రశ్నలో కాస్త కన్‌ఫ్యూజన్ వుంది. ఆన్సరు అరగంట. ఏడున్నరకు పడుకుని రాత్రి ఎనిమిదింటికే అలారం మ్రోగటం వలన నిద్ర మేల్కొంటాడు.

24. నాలుగు కిలోలు. బహుశ వీళ్ళు భీములో, కుంభకర్ణులో అయివుంటారు. అయినా అది మనకనవసరం.

25. అవి పుంజులా? పెట్టలా? పుంజు గుడ్డు పెట్టటం ఏమిటి ? లెఖ్ఖ ప్రకారం అయితే నాలుగు.

26. ఇదీ తికమిక ప్రశ్నే. ఒకటి గానీ, రెండు గానీ, సున్నా గానీ జవాబు అవుతుంది. ఆ రెండు కోళ్ళలో ఒకటి : ప్రతి రోజూ గుడ్డు పెట్టే కోడి అవ్వొచ్చు. రెండోది : అసలు గుడ్డు పెట్టని కోడి అవ్వొచ్చు. మూడో మార్గం: రెండు కోళ్లూ రెండ్రోజుల కొకసారి ఒక గుడ్డు లేదా రెండు గుడ్లు పెట్టే కోళ్ళు అయివుండచ్చు. ఇంత సమాధానం చెప్పాల్సి వుంటుంది. అందుకే "వివరణ ఇవ్వండి" అని కోరటం జరిగింది.

27. రెండు - ఏ సంఖ్యనయినా సమానంగానే భాగిస్తుంది. అందుకని ఆన్సరు- 7, 8, 9, 10.

28. ఇంగ్లండ్‌పై 40, ఇండియాపై 60 రూపాయలూ కట్టాలి. ఏది గెల్చినా 20 రూపాయలు లాభం వస్తుంది.

29. చాలా సులభం × - 1 = 9. రెండోది కాస్త కష్టం. 8 × 1 = ఎనిమిది. లేదా 1 × 8 = ఎనిమిది. ఎనిమిది అన్న అంకె ఒక గీతే కదా.

30. పరుగెత్తుకుంటూనో, నడుస్తూనో వెళ్ళి తినాలి. తాడు రెండో చివర దేనికీ కట్టి లేదు.

31. వర్షం కురవటం లేదు. గొడుగులో వ్యక్తి చెమటతో తడుస్తున్నారు.

32. ఆ ఇల్లు ఉత్తర ధృవంలో వుంది. అందుకే దాని అన్ని కిటికీలూ దక్షిణం వైపుకి వున్నాయి. కాబట్టి ఎలుగుబంటి కలరు తెలుపు.

యండమూరి వీరేంద్రనాథ్

మనోవైజ్ఞానిక రచనలు

తప్పక చదవండి ...! చదివించండి ...!!

- ★ ప్రేమ ఒక కళ
- ★ లోయ నుంచి శిఖరానికి
- ★ ఇడ్డీ - ఆర్కిడ్ - ఆకాశం
- ★ తప్ప చేద్దాం రండి...!
- ★ విజయానికి ఐదు మెట్లు
- ★ విజయానికి ఆరో మెట్టు
- ★ మైండ్ పవర్
- ★ విజయంలో భాగస్వామ్యం
- ★ విజయ రహస్యాలు
- ★ చదువు - ఏకాగ్రత

నాన్ ఫిక్షన్

మంచుపూల వర్షం (సుభాషితాలు)

విజయంవైపు పయనం

మిమ్మల్ని మీరు గెలవగలరు

మీరు మంచి అమ్మాయి కాదు!

మిమ్మల్ని మీ పిల్లలు ప్రేమించాలంటే...

గ్రాఫాలజీ

పడమటి కోయిల పల్లవి (Poetry)

మంచి ముత్యాలు (Quatations)

పాపులర్ రచనలు చేయటం ఎలా?

పిల్లల పేర్ల ప్రపంచం

SECRET OF SUCCESS

THE ART OF STUDYING

FIVE STEPS TO SUCCESS

నవసాహితి బుక్ హౌస్

ఏలూరు రోడ్ • విజయవాడ-520002